எஸ். ராமகிருஷ்ணனின் எழுத்துலகம்

எஸ்.ராமகிருஷ்ணனின் படைப்புகள் மீதான பார்வைகள்

தொகுப்பாசிரியர்
எஸ்.ஏ.பெருமாள்

உயிர்மை
பதிப்பகம்

DISCOVERY BOOK PALACE PVT. LTD.
K.K.Nagar West, Chennai - 78.
(Near Pondichery Guest House)
mail : discoverybookpalace@gmail.com
online : www.discoverybookpalace.com
Ph : 044-6515 7525 M : 9940446650

விலை ரூ. 170

உயிர்மை பதிப்பக வெளியீடு : 378

எஸ்.ராமகிருஷ்ணன் எழுத்துலகம் ✎ கட்டுரைகள் ✎ தொகுப்பாசிரியர் : எஸ். ஏ. பெருமாள் ✎ © எஸ். ராமகிருஷ்ணன் ✎ முதல் பதிப்பு : டிசம்பர் 2011 ✎ வெளியீடு : உயிர்மை பதிப்பகம், 11/29 சுப்பிரமணியம் தெரு, அபிராமபுரம், சென்னை –600 018 தொலைபேசி : 91 – 44 – 24993448, மின்னஞ்சல் : uyirmmai@gmail.com, இணையதளம் : www.uyirmmai.com ✎ அச்சாக்கம் : மணி ஆஃப்செட், சென்னை 600 005

S.Ramakrishnanin ezhuthulakam ✎ Articles ✎ Compiled by S.A.Perumal ✎ © S. Ramakrishnan ✎ Language: Tamil ✎ First Edition : Dec.2011 ✎ Demy 1x8 ✎ Paper : 18.6 kg maplitho ✎ Pages : 216 ✎ Published by : Uyirmmai Pathippagam, 11/29 Subramaniam Street, Abiramapuram, Chennai - 600 018, India. Tele/Fax : 91-44 -24993448, e-mail : uyirmmai@gmail.com, Website: www.uyirmmai.com ✎ Printed at Mani Offset, Chennai 600 005 ✎ Price : Rs. 170

ISBN : 978-93-81095-67-6

எஸ்.ஏ. பெருமாள்

தமிழகத்தின் மூத்த பொதுவுடமை இயக்கத் தலைவர்களுள் ஒருவர். *செம்மலர்* இதழின் ஆசிரியர். இலக்கியம். நாட்டார் கலைகள், பண்பாட்டு ஆய்வுகள், பொதுவுடமை சித்தாந்தம் என்று பரந்த தளத்தில் எழுதியும் இயங்கியும் வரும் தீவிரமான இடதுசாரி சிந்தனையாளர், டால்ஸ்டாய், பாப்லோ நெருதா, ஆன்டன் செகாவ், கார்க்கி, தாகூர், கலீல் ஜிப்ரான், ரசூல் கம்சதேவ் போன்ற உலக இலக்கிய ஆளுமைகளின் படைப்புகளை தமிழில் மொழியாக்கம் செய்துள்ளவர். உலக நாடோடிக் கதைகள், காவிப்படை, பகத்சிங்-கடிதங்கள்-கட்டுரைகள், ஆதி பொதுவுடமைச் சமூகம், தேசமென்பது மண்ணல்ல போன்ற முக்கியமான புத்தகங்களை எழுதியிருக்கிறார். மதுரையில் வாழ்ந்து வருகிறார்.

முன்னுரை

நல்ல கருத்துகள் இல்லாத எழுத்துகள் சமூகத்திற்கு எந்த நற்பயனையும் தராது. ஆடுவதற்கு சரியான அரங்கம் இல்லையேல் திறமையாக விளையாட முடியாது. அதே போல அறிவைப்பெருக்குவதற்கு உதவும் நல்ல நூல்களைப் படிக்காமல் கற்றோரிடம் பேசுதல் மதிப்பு தராது.

நல்ல நூல்களை எழுதுவோர் தமிழில் குறைந்த எண்ணிக்கையில் தானிருக்கிறார்கள். இதில் எஸ்.ரா. முக்கியமானவர். இவர் எழுதிய ஐம்பதிற்கும் மேற்பட்ட நூல்களை நான் வாசித்திருக்கிறேன். எழுதுவதற்காகவே வாழுகிற எழுத்தாளர் எஸ்.ரா. தமிழிலக்கியங்கள், இந்திய உலக இலக்கியங்களை வாசித்துக் கரைத்துக் குடித்தவர்கள், தொடர்ந்து வாசித்துக்கொண்டிருப்பவர்கள் மட்டுமே இப்படி எழுதிக் குவிக்க முடியும். மேலும் இளவயதிலே தேசாந்திரியாகத் திரிந்து பெற்ற களஆய்வுகளும் அனுபவங்களும் எஸ்ராவை எழுத்துக் கோட்டையில் அமர வைத்துள்ளது.

கலையும் இலக்கியமும் மனிதர்களை மகிழ்விக்க வேண்டும், மனிதர்களின் நோய்மைகளைச் சுகமாக்க வேண்டும் என்பார் மாக்சிம் கார்க்கி. எஸ்.ரா.வின் எழுத்துப் பயணம் இசங்களைத் தாண்டிப் பயணிக்கிறது அந்தப்பாதையில்.

எஸ்.ராமகிருஷ்ணன் சிறந்த ஐம்பது தமிழ் எழுத்தாளர்களை அறிமுகப்படுத்தும்படியாக *கதாவிலாசம்* என்ற நூலை எழுதியிருக்கிறார். அது மிக முக்கியமான ஒன்று. அதுபோலவே அவரது நாவல்கள், சிறுகதைகள் குறித்து சுந்தர ராமசாமியில் இருந்து இணையத்தில் எழுதும் டி.சே.தமிழன் வரை பலரும் விரிவான விமர்சனக் கட்டுரைகள் எழுதியிருக்கிறார்கள்.

ஒரு குறுக்குவெட்டுத் தோற்றத்தில் எஸ்.ரா.வின் படைப்புலகைப் புரிந்துகொள்ளவும் அதன் சிறப்புகளை அடையாளம் காட்டுவதற்கும் நாற்பதிற்கும் மேலான விமர்சனக் கட்டுரைகள் ஒன்றாகத் தொகுக்கப் பட்டிருக்கின்றன. இதனால் ஒரு இளம்வாசகன் தமிழின் முக்கியமான தொரு படைப்பு ஆளுமையை சரியாகப் புரிந்துகொள்ள முடியும் என்று நம்புகிறேன்.

இந்த விமர்சனக் கட்டுரைகளை எழுதிய ஆசிரியர்களுக்கும், வெளியிட்ட இதழ்களுக்கும், இந்த தொகுப்பினை நூலாக வெளியிடும் *உயிர்மை* பதிப்பகத்திற்கும் என் மனம் நிறைந்த நன்றி.

மிகுந்த தோழமையுடன்,

எஸ்.ஏ.பெருமாள்

மதுரை
நவம்பர் 27, 2011

நன்றி

அ.முத்துலிங்கம், ஆதவா, இராம.குருநாதன், முரளி, யாழிசை, விழியன், தமிழ்மகன், டாக்டர் ராமானுஜம், ந.முருகேச பாண்டியன், ந. சிதம்பரம், பி.வசந்தா, திருமலை, சரவணகுமரன், கலாப்ரியா, சமயவேல், கார்த்திகைப் பாண்டியன், சா. தேவதாஸ், பாவண்ணன், பா. சதீஸ் முத்து கோபால், எஸ்.வி. வேணுகோபாலன், ஜெயந்தி சங்கர், ஜெயமோகன், ஜெகதீஷ் குமார், உஷாதீபன், கிராபியன் பிளாக், ரெ.பாண்டியன், எச்.பீர்முஹம்மது, சுந்தர ராமசாமி, குகன், டிசே தமிழன், கே.ஆர்.மணி

நூல்கள்: இலக்கிய ஆளுமைகளும் பிரதிகளும், சொற்கள் ஒளிரும் உலகம், பிரதிகளின் ஊடே பயணம்

இதழ்கள்: புதிய புத்தகம் பேசுது, ஆய்வுக்கோவை, வாசகர் அனுபவம், தீராநதி, காலச்சுவடு, வல்லினம், பன்முகம், திண்ணை மற்றும் இணையதளங்கள்

பொருளடக்கம்

உபபாண்டவம்
1. நவீன யுகத்தின் மகாபாரதம் - சா. தேவதாஸ் — 9
2. உபபாண்டவம்: ஒரு பார்வை-ந. சிதம்பரம் — 24
3. உபபாண்டவம்:கவிதை மொழி-ஜெகதீஷ் குமார் — 27
4. உபபாண்டவம்:அற்புதமான அனுபவம்-திருமலை — 32
5. உப பாண்டவம்:நவீன மொழியில் பழைய கதை
   ந.முருகேச பாண்டியன் — 35

நெடுங்குருதி
6. சித்திரங்களின் விசித்திரங்கள்-சுந்தர ராமசாமி — 38
7. நெடுங்குருதி:விசித்திரத்தின் அழகியல்
   கார்த்திகைப் பாண்டியன் — 43
8. நெடுங்குருதி: எழுதித் தீராத கதை-முரளி — 50
9. தமிழ்மரபும் தொல்பழங்குடிக் கதைகளும்
   ந.முருகேசபாண்டியன் — 57
10. களவாடப்பட்ட வாழ்வின் மெல்ல கலையும் நிச்சலனம்
    ரெ.பாண்டியன் — 65
11. நெடுங்குருதி : படரும் வெம்மை-ஜெயந்தி சங்கர் — 76

உறுபசி
12. காமத்துக்கு ஆயிரம் உடைகள்-ஜெயமோகன் — 80
13. உறுபசி: ஒரு பார்வை-ஆதவா — 85
14. அடையாளமிழந்த மனிதர்களின் கதை-சா.தேவதாஸ் — 89

யாமம்
15. அந்தரங்கத்தின் புதிர் மிகுந்த கதை-எஸ்.ஏ. பெருமாள் — 91
16. எஸ்.ராமகிருஷ்ணனின் நவீன மீபொருண்மை உலகு
    ஜெயமோகன் — 98
17. யாமம்: இரவால் கோர்க்கப்பட்ட கதைகள் -சமயவேல் — 105
18. யாமம்: நாவலுக்குள் ஐந்து நாவல்கள் -தமிழ்மகன் — 109
19. யாமம்:கூடிக் கதை பேசும் மிகு சுடர்கள்-ஜெகதீஷ் குமார் — 114
20. இருளும் காமம், நிலங்களின் வழியே-கே.ஆர்.மணி — 119

துயில்
21. துயில்: நாவலும், நோய்மை பற்றிய புரிதலும்
    இராம.குருநாதன் — 127
22. துயில் விமர்சனம்-டிசே தமிழன் — 133
23. துயில்: நோய்மையின் வரலாற்று, உளவியல் பதிவு
    டாக்டர் ராமானுஜம் — 143
24. துயில்: நோய்மையின் தரிசனம்- பி.வசந்தா — 147

எஸ். ராமகிருஷ்ணனின் சிறுகதைகள்
25. விந்தைகளின் கதையுலகம்-சா. தேவதாஸ் — 151

வெயிலைக் கொண்டு வாருங்கள்
26. ஒரு புதிய கதைவெளியை நோக்கி -எச்.பீர்முஹம்மது — 157
27. முடிவற்று பெருகும் கதைகள்-ந.முருகேச பாண்டியன் — 159

தாவரங்களின் உரையாடல்
28. உரையாடும் கதைகள்-சா. தேவதாஸ் — 164

பதினெட்டாம் நூற்றாண்டின் மழை
29. கதைகளின் கண்கள்-அ. முத்துலிங்கம் — 168

அப்போதும் கடல் பார்த்துக்கொண்டிருந்தது
30. குதிரைகள் பேச மறுக்கின்றன-பா.சதீஸ் முத்து கோபால் — 173
31. புத்தனாவது சுலபம் ஒரு வாசிப்பனுபவம் -உஷாதீபன் — 174

செகாவின் மீது பனிபெய்கிறது
32. வாழ்வும் கலையும்-எஸ்.ஏ. பெருமாள் — 182
33. வெளிச்சத்தைத் தேடி - பாவண்ணன் — 188

காண் என்றது இயற்கை
34. பிரபஞ்சத்துடனான மானசீக உரையாடல்- கலாப்ரியா — 193

துணையெழுத்து
35. எளிமையும் ஆழமும் - சரவணகுமரன் — 198
36. 'அரவான்' சில குறிப்புகள்- குகன் — 201

குழந்தைகள் நூல்கள்
37. ஏழு தலை நகரம்- மாய உலகம் - யாழிசை — 203
38. கிறுகிறுவானம்-தித்திக்கும் குழந்தைகள் கதை-விழியன் — 205
39. கதைக்கம்பளம்: உலகம் சுற்றும் கதைகள் எஸ்.வி. வேணுகோபாலன் — 207
40. 'கர்ண மோட்சம்'-மறக்கு முடியாத குறும்படம் கிராபியன் பிளாக் — 213

உபபாண்டவம்

நவீன யுகத்தின் மகாபாரதம்

சா. தேவதாஸ்

மாத்ரி எரிந்து கொண்டேயிருக்கிறாள். வனத்தின் நெருப்பு சரிந்து பரவிச் சென்றுகொண்டே இருக்கிறது. இரவில் அதனைப் பார்த்துக்கொண்டிருக்கும் நட்சத்திரங்கள் அன்றி வேறு யார் மாத்ரியைப் பற்றி நினைக்கக்கூடும்?

—உப பாண்டவம், பக்.137.

வரலாறு, புராணம், நீதியியல் என்று எல்லாம் கலந்திருக்கும் இதிகாசமான மகாபாரதத்தை மறுவாசிப்பு செய்வது என்பது சவால் மிக்கதாகும். பெரும்பாலும் இத்தகைய மறுவாசிப்பு அரசியல் தளத்திலேயே நின்றுவிடக்கூடிய அபாயமும் கொண்டது. பண பாட்டுவாசிப்பொன்றை நிகழ்த்தி, நுட்பமான பிரதியொன்றை அளித் திருக்கிறார் எஸ். ராமகிருஷ்ணன்.

மகாபாரதம் சொல்லாமல் விட்டவைகள், மௌனம் காட்டும் இடங்கள், விளக்கம் வேண்டும் சந்தர்ப்பங்கள், சேர்க்க வேண்டிய சொல்லாடல்கள், தலைகீழாய் இருப்பதை மாற்றிப்போட்டு இயல்பான வடிவில் காட்டுவது என்று புனைவாக்கும்போது பல அம்சங்களைக் கருத்தில் கொண்டிருக்கிறார்.

ஏற்கனவே வைசம்பாயனரால் ஜெனமே ஜெயனுக்கு எடுத்துரைக்கப் பட்ட பாரதத்தை சௌனக முனிவர் முதலான நைமிசாரன்ய முனிவர்களுக்கு சூத முனிவர் எடுத்துரைப்பதாக வடிவம் கொண்டி ருக்கும்.

தங்கள் கண்முன் நிகழும் பாரத நிகழ்வுகளைக் குருடர் ஒருவரும், செவிடர் ஒருவரும் பயணி ஒருவரிடம் விவரிக்கும் பாங்கில் தன் பிரதியைக் கட்டமைத்திருக்கிறார் எஸ்.ராமகிருஷ்ணன்.

வேதங்கள் மாறுபாடு கொண்டபோது அவற்றைப் பகுப்பதும், தொகுப்பதும் ஆகிய கடமையை நிறைவேற்றிய வியாசர் தொகுத்தது

தான் பாரதம். வியாசம் என்றாலே கட்டமைத்து உருவாக்கப்படும் கட்டுரை என்றாகும். வியாசன் பிறந்ததும் செய்த உடனடி வேலை பாரதத்தைத் தொகுத்ததுதான். ஆனால் பாரதம் இனிமேல்தான் நிகழப்போகிறது. நிகழ்ந்தபிறகு ஒப்பிட்டுப் பார்த்தபோது இரண்டும் ஒத்திருந்தன என்கிறது மகாபாரதப் பிரதி.

தந்தையின் இறப்புக்குக் காரணமான தட்சகன் என்னும் பாம்பினை மட்டுமல்லாது அதனோடு அதன் இனத்தையும் அழிக்க வேண்டு மென்று ஜெனமே ஜெயன் சர்ப்பயாகம் செய்யும்போது பெரும்பாலான ஸர்ப்பங்கள் அழிந்து, தட்சகன், வாசுகி, ஆதிசேடன், அனந்தன் போன்றவையே எஞ்சியிருக்கையில், மன்னனைச் சமாதானப்படுத்தி யாகத்தை நிறைவு செய்வதாகத் தொடங்கும் பாரதம், யுத்தம், அழிவு எல்லாம் நிகழ்ந்த பின் தருமர் விண்ணுலகம் ஏறியபின், ஜெனமே ஜெயன் செய்யும் பூசை புனஸ்காரங்களை ஏற்று வைசம்பா யனர் ஆஸ்ரமம் திரும்புவதாக நிறைவுறும்.

பயிலவ முனியிடம் வித்தை கற்றுக்கொண்ட உதங்கண் குரு தட்சணையாக என்ன செலுத்த வேண்டும் என்று வேண்டும்போது, அரசியின் காதில் மிளிரும் நாகரத்தினக் கம்மலைக் கொண்டு வருமாறு கேட்கிறாள் குருபத்தினி. சிரமப்பட்டு அதனை அவன் பெற்றுவரும் வழியில், தட்சகன் என்னும் பாம்பு அதனை நாகலோகத் திற்குக் கொண்டுபோய்விடும். அங்கிருந்து அவன் மீட்டுக் கொண்டு வருவான்.

ஆதிசேடனிடமிருந்த நாகரத்தினம் அரசியிடம் எப்படி வந்தது? அதனையே குருபத்தினியும் வேண்டுவதேன்? நாகர்களான ஆதி குடிகளிடம் இருக்கும் செல்வம் ஒன்று ஆரிய இனத்து சத்திரியனிடம் வரவேண்டும் (அ) பிராமணனிடம் வரவேண்டும் என்பதால்.

கண்கள் மட்டும் தெரியப் புற்றுமூடிவிட்ட நிலையில் தவமியற்றும் சௌனக முனியின் கண்களை, வேடிக்கை செய்து பார்க்க எண்ணிய யயாதியின் மகள் சுகன்யை, குச்சியால் குத்த ஆத்திரம் கொண்டு சபித்த முனியின் சாபத்தை விலக்கத் தன்மகளைக் கன்னிகாதானம் செய்து கொடுத்துவிடுவான் மன்னன். தனக்குப் பணிவிடை செய்ய சுகன்யையை வைத்துக் கொள்வார் முனிவர். அவர்களுக்குப் பிறந்தவன் சனகன்.

வேடிக்கை, விபரீதமாக, மன்னரையும் மந்திரியையும் தவிர்த்து மற்றவர் குருடாகும்படி சபிக்கப்பட, மன்னன் மகள் முனிவருக்கே அளிக்கப்படுகிறாள். பணிப்பெண் என்ற நிலையில் ஏற்கப்படுதல், பின் தாம்பத்தியத்தில் குழந்தை பிறப்பு நிகழ்தல் என்று போகிறது. இதில் எவ்வளவு விஷயங்கள் அடங்கியிருக்கின்றன. எவ்வளவு சொல்லப்பட வேண்டியுள்ளன!

வேடர்குலத்து ஏகலைவன் துரோணரை மானசீக குருவாக வரித்து வில்வித்தையில் தேறும்போது, தன்னை விஞ்சிய வில்லாளி இருக்கக்கூடாது என்று அர்ச்சனன் கருதி, குருதட்சணையாகப்

பெருவிரலைத் துண்டித்துத் துரோணரிடம் காணிக்கையாக்குமாறு நிர்ப்பந்திக்கிறான். குரு—சிஷ்ய உறவில் உன்னதத்திற்கான உதாரண மான இது வழக்கமாக வியாக்கியானப்படுத்தப்படும்.

இழி குலத்தவன், தேர்ந்த வில்லாளி ஆவதா என்ற பிராமண குருவின் ஆதங்கமும், தன்னை மிஞ்சி வேடன் ஒருவன் வித்தகன் ஆகிவிடலாகாது என்னும் சத்திரிய விஜயனின் பீதியும் சேர்ந்து வில் வீரனின் பெருவிரலைத் துண்டித்துவிடுகின்றன என்பதுதானே விஷயம்! இனி எப்படி அவன் வில்லேந்துவான்?

"இன்னொரு அம்பினைக் குறி தவறாது எய்வதற்குள், எண்ணற்ற ஏகலைவர்களின் பெருவிரல்கள் துண்டிக்கப்பட்டுப் பூமியில் விழ வேண்டுமே!"

தன் தந்தை துரோணர் வஞ்சகமான முறையில் கொல்லப்பட்டார் என்று ஆத்திரப்படும் அஸ்வத்தாமன் பாண்டவர் வாரிசுகளையெல் லாம் இரவில் துயிலும்போது கொன்றுவிடுவதுடன் நில்லாமல், அபிமன்யு மனைவி உத்தரையின் கருவில் இருக்கும் பரீட்சித்தையும் அம்பெய்தி மாய்த்துவிடுகிறான். அவனது கோபம் ஆவேசமாகி வெறியாகி தணியாதிருந்து வருகிறது.

பிராமணனின் கோபம் வேகம் தணியாது எரிய, வேடனான ஏகலைவனின் கோபாவேசம் என்ன செய்வது? அது சொல்லப்பட வில்லை. வாரிசு இல்லாத சந்திர குலத்துக்கு வாரிசு உண்டுபண்ணும் வகையில் வியாசர் தரும் சந்தானத்திற்கு இசைகிறார். மெலிவும், கோரமும் கொண்ட அம்முனிவனை ஏறெடுத்தும் பார்க்காது அம்பிகா கூடியதால் அந்தகனாய்ப் பிறக்கிறான் திருதராஷ்டிரன். உடல் விதிர்த்துவிடும் அம்பாலிகாவுக்கு நோயுற்றவனாகப் பாண்டு பிறக் கிறான். கணவன் அந்தகன் ஆனதால் மனைவியான தனக்கும் பார்வை வேண்டாம் என்று கண்களைக் கட்டிக்கொள்கிறாள் காந்தாரி. தீராத காமமும் இயலாமையும் கொண்ட பாண்டு, கலவியில் ஈடுபட்டால் மடிய நேரும் என்னும் சாபத்தை மீறியும், மாத்ரியுடன் கூட, இறந்து போகிறான்; கணவனுக்குப் பின் அவமரியாதையுடன் தான் வாழ்வது சரியில்லை என்று மாத்ரி சிதையில் இறங்கி எரியுண்டு போகிறாள். தன் வீரத்தில் வென்று அர்ச்சுனன் கொண்டு வரும் திரௌபதி பாண்டவர் ஐவராலும் பகிர்ந்துகொள்ளப்படுகின்றாள். இப்பெண்டிரின் வேட்கைகள் என்ன, வேதனைகள் என்ன, இவர்கள் உணர்ந்த அவலம் என்ன, பட்ட சோகம் என்ன இவையெல்லாம் சொல்லப்படவில்லை பாரதத்தில். ஒரே விதிவிலக்கு மட்டும் உண்டு.

பாண்டவர்கள் வனவாசம் செய்யும் காலத்தில் ஒரு வனத்தைச் சுற்றிப் பார்க்கையில் அபூர்வமாய் தெரியும் நெல்லிக்கனியொன்றைப் பறித்துத் தருமாறு திரௌபதி வேண்ட, அர்ச்சுனன் அம்பெய்தி வீழ்த்துகிறான். அப்போது ரிஷிகள் ஓடிவந்து 'பெரிய பாதகம் செய்து விட்டீர்கள். இங்கு தவமியற்றும் மித்திர ரிஷிக்கு 12 ஆண்டுகளுக்கு ஒருமுறை இம்மரம் ஒரு கனியை வழங்கும். அதனை அவர் இறைவனுக்

குப் படைத்தபின் தன் குழாத்தினருடன் உண்பார். எனவே இக்கனியை மீண்டும் மரத்தில் சேர்த்துவிடுங்கள் என்றனர். பாண்டவர்கள் தம் உள்ளக்கிடக்கையை அம்மரத்தின்கீழ் நின்று வெளிப்படுத்தினால் பழம் மரத்தில் சேரும் என்று உபாயம் கூறுகிறான் கண்ணன்.

தருமர் தொடங்கி சகாதேவன் ஈறாக ஒவ்வொருவரும் வெளிப் படுத்த இரண்டிரண்டு முழமாக உயர்ந்து 10 முழம் உயர்ந்து நிற்கிறது கனி. இன்னும் இரண்டு முழம்தான் எஞ்சியிருக்கிறது. இப்போது திரௌபதி முறை. ஐவருக்கும் மனைவியாகியும் "இன்னமும் வேறொருவன் எனக்குப் புருடனாகும்படியாக விரும்புகின்ற என்னு டைய பெரிய மனம் ஆனாலும், அழகிய பூமியில் புருஷர்களென்னும் பேற்றிருக்குமாகிர் பெண்ணாகப் பிறந்த யாவரையும் பதிவிரதை களென்று சொல்லலாம். புருஷர்களுள்ள வரையிலும் பதிவிரதை களென்று நம்புவதற்கு இடமுண்டோ?" என்பாள். உடனே கனி மரத்தில் பொருந்திவிடும்.

தவமியற்றும் ரிஷிகள் காமமிகும் காலத்தில் வெளிப்படும் விந்து, மீன் உண்டு, கர்ப்பம் வாய்ப்பதுண்டு, மான் உண்டு கர்ப்பம் திறப்பதுண்டு, நாணலில் பட்டு கிருபாசாரியும் சகோதரி கிருபையும் பிறப்பதுண்டு. பாண்டுவின் காமம் தீராதிருக்கிறது. யயாதி தன் உடல் இச்சை தீராது, மகனின் யௌவனத்தைப் பெற்றும் சுகிக்க முற்படுகிறான். பிருமச்சாரியான பீஷ்மர் தந்தைக்கு மணமுடிக்கும் வேலைகள் செய்கிறார். மகாபாரதத்தின் நெடுகிலும் விரவிக்கிடக்கும் ஓர் வலுவான இழை பாலியல் சார்ந்தது. பாலியல் வேட்கையும், சுகிப்பும், தீராமையும் ஒருபுறம், பாலியலின் பல்வேறு முகங்கள் மறுபுறம் எனக் காணக்கிடக்கின்றன.

வீரனான துரியோதனனே இரு உடலாளனாக இருப்பவன். அவன் உடலில் கீழ்ப்பாதி வீரனான மலரென இருக்கும். அர்ச்சுனன், அஞ்ஞாதவாசத்தில் பேடியாக ரூபங் கொள்பவன். பெண்களின் மீதான மையலில் சலிப்புறாத அர்ச்சுனனே பிற பெண்டிரால் ஈர்க்கப் படும் வனப்புள்ளவனாய்த் திகழ்பவன். நாககன்னி உலூபி, பாண்டியன் மகள் சித்ராங்கதை, கிருஷ்ணனின் தங்கை சுபத்ரை என வடிவில் நடனமங்கையாக மாற வேண்டிய அர்ச்சுனன், தன்னைப் பெண்ணாக உணர்ந்துகொள்ள வேண்டிய தருணத்தில் இவர்களில் யாரைத் தெரிவு செய்திருப்பான் என்றொரு வினாவை முன்வைக்கிறான் உபபாண்டவப் பயணி. தண்ணீரில் தன் உருவத்தைக் காணும் பிருகன்னளை அது அர்ச்சுனனாக நீள்வதைக் கண்டு கொள்கிறாள்.

"ஆண்—பெண் என்ற பேதம் கலைந்த இவர்கள் இரு நாவு கொண்டவர்கள் போல வேறு முனைகளில் ஒரே திரவத்தைப் பருகிக்கொண்டிருந்தார்கள்" என்பான் பயணி.

முனிவர் வடிவில் உள்ள சிவன் நிபந்தனைப்படி ஆடையின்றி அன்னம் படைக்கும் துரோணரின் மனைவி கிருபையின் அழகு தூண்ட ஸ்கலிதமான முனிவரின் விந்து அன்னமிருக்கும் தட்டில்

விழுந்துவிடுகிறது. 'அது வீணாக்கப்படலாகாது, கிருபையே உண்டுவிட வேண்டும்' என்று கூறப்பட, கிருபையோ, அதனைக் குதிரைக்கு இட, குதிரையிடம் பிறப்பான் அஸ்வத்தாமன்.

பாரதத்தின் 'பழம் பொருந்து சருக்க கதை' கேட்கும் ஜெனமே ஜெயன், புருஷர்களில்லா விட்டால் ஸ்த்ரீகள் உத்தமிகள் என்றும் புருஷர்கள் இருந்தால் மத்திரர்களௌன்பதற்கு வைசம்பாயனரிடம் விளக்கம் கேட்கிறான்.

மகளிற்கு மனந்தாவும் என்பது பற்றி பாஞ்சாலி அப்படி உரைத்தாள். அதைக் கேட்டுத் தனது பத்தினிக்கு மிஞ்சிய பேர்களில்லை என்று இருந்த தருமராஜனும் வெகுவாக யோசித்து அந்த ரகசியம் அரி பரந்தாமன் அறியத்தக்கதேயன்றி நம்மால் அறியத்தக்கதல்ல என்று அஞ்சியிருந்தார் என்பது வைசம்பாயனரின் விளக்கம்.

மகளிற்கு மனந்தாவும் என்று நீதியுரைக்கத் தொடங்கியவர் மேலும் அவ்விஷயத்தில் சொல்லத் தயங்கியவராய் அது நாமறியத் தக்கதல்ல, ரகசியமானது என்று புதிர்போட்டு விடுவது சுவாரஸ்ய மானது. ஆணின் இருதயம் முற்றிலும் கோர சொரூபமானதில்லை என்பதற்குச் சான்றுபகரும் இடம் இது.

'பழம் பொருந்து சருக்கக் கதை,' பாஞ்சாலி கதையாக வாசிக்க இடந்தருவது, வில்வித்தையால் வென்ற அர்ச்சுனனுக்குக் கிடைத்த பாஞ்சாலியை ஐவரும் பகிர்ந்து கொள்கின்றனர். அபூர்வமான கனியை மீண்டும் மரத்தில் பொருத்தச் செய்ய ஐவரும் உள்ளக்கிடைக் கையை வெளிப்படுத்த இரண்டிரண்டு முழம் வீதம் 10 முழம் உயருகிறது கனி. பாஞ்சாலி தன் ரகசியத்தைக் கூறவும் மரத்தில் பொருத்திக்கொள்கிறது.

மற்ற ஐவரும் சொல்வதில் ரகசியமேதும் இல்லை. பரந்தாமனைப் போற்றி, நீதியின்பாலும், நெறியின் பாலும், தங்களுக்குள்ள உறுதிப் பாட்டையே தெரிவிக்கின்றனர். பாஞ்சாலி மட்டுமே கேட்பவர்கள் அதிர்ந்து போவதான வேட்கையை வெளிப்படுத்துகிறாள்.

பாஞ்சாலி குறிப்பிடும் இன்னொருவனைக் கர்ணன் என்று பண்டிதர்கள் வியாக்கியானம் செய்வார்கள்.

கதை நிகழும் சூழலில் அவளை மானபங்கம் செய்யும் குழுவினரின் அங்கமாக இருப்பவன்தான் கர்ணன். ஆதலால் அது பொருந்துமா?

பாண்டவரல்லாத இன்னொருவன் மேல், தன் உணர்வுகளுக்கு, தன் உரிமைகளுக்கு, தன் சுதந்திரத்திற்கு மதிப்பளிப்பது உளமாரக் காதலிக்கக்கூடிய இன்னொருவன் மேலான ஆசையையே அவள் வெளிப்படுத்துகிறாள் என்று ஏன் கொள்ளக்கூடாது?

பழம் பொருத்திக்கொள்ள இந்த இரகசியமே முக்கியமானதாயிருக் கிறது.

பாஞ்சாலியின் வேட்கைகளின் ஈடேற்றத்திற்கும் இந்த ரகசிய வெளிப்பாடு முக்கியமானதாயிருக்கிறது. ஐவரே அனைத்தையும்

தீர்மானித்திடலாகாது; தீர்மானிக்கவும் கூடாது.

ஐவருக்கு மனைவியான திரௌபதியின் அந்தரங்க உணர்வுகள் என்னவாக இருந்திருக்கும் என்பதை சேதுவின் "பாண்டவபுரம்" புனைந்து காட்டுகிறது. அவளின் விருப்பத்தைக் கிஞ்சித்தும் கருதாம லேயே ஐவரும் தங்களுக்குள் பொறாமை, போட்டி கொண்டு ஆயுதங்களைத் தீட்டும் அளவுக்குப் போய்விடுகின்றனர். இந்நிலையில் வெளியேறும் திரௌபதி காடு சென்று தவமியற்றத் தொடங்கிவிடு கிறாள். கடைசியில் அவளைச் சுற்றிக் கோவில் ஒன்று உருவாகிவிடு கிறது. அவள் அதற்குள் ஒரு தங்க விக்கிரமாகிவிடுகிறாள். பாண்டவ புரத்துக் கன்னிகளின், சுமங்கலிகளின் பாதுகாப்பாக ஆகிறாள்.

பலியானவள் எப்படிப் பாதுகாப்பவளாக ஆக ஆடியும்? அதுதான் புதிர், விசித்திரம் அப்படி ஆக்கப்பட்டிருப்பவைதான், உருவானவை தான் மரபுகள்.

பாண்டவபுரத்து ஆதிகதையாக சேது கற்பிக்கும் கதையும், இப்படியானதுதான். வெளி தேசத்திலிருந்து குடியேறிய கொல்வன் கொல்லத்திற்கு வாரிசு இல்லை. மனைவியிருக்க வேறு பெண்களிடம் தொடர்பு கொள்கிறான். அதனால் தானும் பிற ஆண்களிடம் தொடர்பு வைத்துக்கொள்வதான பிரமையை உண்டாக்குவதுடன் கர்ப்பமாகியிருப்பதாகவும் கூறிவிடுகிறாள் மனைவி. உடனே ஊரில் உள்ள ஓர் அழகான இளைஞனைப் பிடித்து அவன்தான் காரணம் என்று உறுதியாகத் தெரியாதபோதும், குருடாக்கிக் கொன்றும் விடுகிறான் கொல்லன். உயிர்த்தியாகி ஆகிவிடும் இந்த இளைஞனே பாண்டவபுரத்தின் ஆதிமைனர். பாண்டவபுரத்து மைனர்கள் எந்த யுவதியையும் விட்டுவைப்பதில்லை.

மகாபாரதத்திற்கு மூலக்கதையாக இருந்தது 'ஜயா' என்னும் காவியம், பாரதக்கதையை முதலில் எடுத்துரைப்பவர்களாக இருந்தவர் கள் சூதர்கள். சூதர்கள் என்போர் பிராமணர், சத்திரியர் என்னும் இரு வர்ணத்திற்கும், அடுத்த நிலையினர். இவர்கள் சத்திரியர்களிடம் சாரதிகளாக, படைவீரர்களாக, பாணர்களாக இருந்திருக்கின்றனர். ஒரு காலகட்டத்தில், பாரதக் கதையினை எடுத்துரைப்பதும், பாது காப்பதும், பிருகுமுனியின் குலத்தவரிடம் வரும்போதுதான் பிராமணி யம் சார்பான கதைகள் சேர்க்கப்பட்டன என்கிறார் ஐராவதி கார்வே. கார்வேயின் ஆய்வில் வெளிப்படும் மிகவும் ஆச்சரியமான விஷயம் விதுரனுக்கும், தருமனுக்கும் இடையேயான உறவு.

யமனின் அவதாரமான விதுரனையே குந்தி முதன்முதலாகத் தனது மந்திரவாக்கு மூலம் குழந்தை உற்பவம் செய்து கொள்வதற்காக வேண்டினாள் என்பதை நுட்பமாக நிறுவியிருக்கிறார். திருதராஷ்டிரன், காந்தாரி, குந்தி, விதுரன் ஆகியோர் வானப்பிரஸ்த வாழ்க்கையில் இருக்கும் கட்டத்தில் விதுரனைக் காணாது தேடுகிறான் தருமன். உண்ணாமல், உறங்காமல், உடையின்றி எலும்பும், தோலுமாய்த் திரிந்துகொண்டிருக்கும் விதுரனைப் பின்தொடர்ந்து தருமன் சென்று

உனது உதிஷ்ட்ரன் வந்திருக்கிறேன் என்று கூறுகிறான். நிலை குத்திய பார்வையால் தருமனை நோக்கும் விதுரன் தன்யோக சக்தியால் ஒவ்வொரு அவயவமாக தர்மனுடலில் ஊடுருவி விடுகிறான். தொல் பழங்காலத்தில் இறக்கும் தறுவாயில் இருக்கும் தந்தை தன் அவயம், அறிவு, ஆற்றல், வளப்பம் அனைத்தையும் மகனுக்கு அளிக்கும் வகையில் நிகழ்வதான சடங்கு இது.

பாண்டுவின் மரணத்தை யுதிர்ஷ்டன் பார்வையில் சொல்லிவிடு கிறார் ராமகிருஷ்ணன், கச்சிதமான அளவில்.

“மையலின் சுருளில் சிக்கிய தகப்பனின் சாவுமுன் நிசப்தமாகிப் போகிறான் யுதிர்ஷ்டன். அவன் நிசப்தம் துயரமானதில்லையா?”

கர்ப்பவதியாயிருக்கும் சகோதரன் மனைவி, மம்தாவைக் கூடும் பிரகஸ்பதியை, கருவிலிருக்கும் சிசு எச்சரிக்கிறது. இதனை உப பாண்டவம் இப்படிப் பதிவு செய்கிறது.

சிசு பிறந்தபோது அதன் உடலில் தீராத ரணங்கள் இருந்தன. அது தனது புலன்களை இழந்திருக்கிறது. மம்தா வன்மமான கூடுதலில் கொண்ட ஒடுக்கம்தான் சிசுவின் குறைபாடென்ற துக்கம் பெருகிப் போனாள். பிறந்த குழந்தையிடமிருந்து பேச்சற்ற மூங்கையொலி ஒன்றைக் கேட்பவனாக பிரகஸ்பதி நிம்மதியற்று அலைந்து போனான். சிசு, மோகத்தின் குருட்டு அஸ்திரத்தால் பீடிக்கப்பட்டதாகத் தனது நடுக்கத்தைப் பெருவெளி எங்கும் பரவிவிட்டபடியேயிருந்தது நெடுங் காலமாக.

‘உப பாண்டவத்தில் மூன்று விஷயங்களைக் குறிப்பிட்டுச் சொல்ல வேண்டும். அஸ்தினாபுரம், இந்திரப்பிரஸ்தம், துவாரகை, பாஞ்சாலம் என்னும் நகரத்தைக் குறித்த சொல்லாடல் ஒன்று. சிகண்டியைப் பற்றின விவரிப்பு இன்னொன்று. பீஷ்மரிடம் பிரபஞ்ச சக்திகள் உரையாடுவது மற்றொன்று. நகரங்கள் தம் சுபாவத்தையே மானுடர் வாயிலாக வெளிப்படுத்துகிறதோ என்று எண்ணும் பயணி, காணும் நகரங்களுக்குள் ஒளிந்திருக்கும் நகரங்களையும் கண்டுகொள்கிறான். துவாரகைக்குப் பாலின் சுவையும் அஸ்தினாபுரத்திற்குக் கைப்பும் இந்திரப்பிரஸ்தத்திற்குத் துவர்ப்பும் பாஞ்சாலத்திற்குக் கடுப்பும் இருப்பதைச் சுவைத்துப் பார்க்கிறான்.

காலத்தின் மழை நகரத்தின் மீது எப்போதும் பெய்துகொண்டே இருக்கிறது. இடைவிடாது இந்த மழையால் கட்டிடங்களும், மனிதர்களும், விருட்சங்களும் கூட மாறுதல் கொள்கின்றன. அவை பரஸ்பரம் ஒன்றையொன்று வேறுபடுத்திக் கொள்கின்றன, வளர்கின்றன, வீழ்ச்சியுறுகின்றன என்றாலும் நகரின் மீது பெய்யும் இந்த அரூப மழை நிற்பதேயில்லை. இதன் மிருதுவும் ரகஸ்யமும் கண்டும், கேட்டும், அறிந்தபடி அதன் ஈரத்திற்குள்ளாகவே உழல்கிறார்கள் யாவரும். நகரினின்று துண்டிக்கப்பட்ட யாவும் நகரின் ஏதோ ஒரு அடுக்கில் சென்று மறைந்துவிடுகின்றன. புதையுண்டு அசையும் உருவங்களும், உடல்களுமாக நகரம் தன் படிவ அடுக்குகளை

நிரப்பிக்கொண்டே இருக்கிறது.

இந்திரப்பிரஸ்தம் கேளிக்கை கூடமாயிருக்க, துவாரகையோ இடம்பெயரும் நகராயிருக்கிறது. பாஞ்சாலம் சதா வெம்மை கொண்டுள்ளது. "புலப்படாத நகரங்"களில் நகரங்களின் பரிமாணங்களையும், முகங்களையும் கால்வினோ பெருக விடுவதுபோல, இந்நான்கு நகரங்களுக்கும் எண்ணற்ற முகங்களையும், சாயல்களையும் தந்து கொண்டேயிருக்கிறான் பயணி.

தன் காதலும், காமமும் தீராது சிகண்டியாகப் பிறக்கிறாள் அம்பா. சிகண்டி ஆணா/பெண்ணா? சிகண்டி பிறந்தவுடன் தாதியர் பெண் பிறந்திருப்பதாகக் கூற, ஆண் பிறந்திருப்பதாகச் சொல்லித் தந்தையான மன்னன் துருபதன் கொண்டாடுகிறான். உண்மையில் அவன் இருபிறப்பாளன் என்கிறான் பயணி. "சிகண்டி என்ற உருவம் அம்பாவின் ஞாபகத்தால் நிரம்பி வழிகிறது. அவன் காத்துக்கொண்டே யிருக்கிறான். வில்லாளிகளில் தேர்ந்த சிகண்டி உடல் உள்ளே எரிந்துகொண்டேயிருக்கிறது. அவன் பீஷ்மரின் உயிரைத் தன் அம்பால் குடிக்கும்போது மட்டுமே குளிர்ச்சி கொள்ள இயலும் எனக் காத்திருந்தான். காதலின் தீராத இச்சையால் அம்பா அலைக்கழிக்கப்பட்டே இருந்த காட்சிகள் காற்றில் ததும்பிச் செல்கின்றன."

ஆண்/பெண் பால் திரிபை விருட்சங்களுடன் ஒப்பிட்டு ஒரு சொல்லாடல் நிகழ்கிறது.

"ஆண் — பெண் என்பது உயிரோட்டத்தின் திரிபு, விருட்சங்களில் அவை உள்கலந்து ஓடுவதால் அதில் ஆண்—பெண் அம்சத்தினை ஒடுக்கச் செய்யவும் முடியும்."

பாரதம் இந்தச் சிக்கலை வேறு விதமாகச் செய்யும்.

தனக்குக் குழந்தை வேண்டும் என்று வரம் வேண்டும் துருபதனிடம், உனக்குப் பிறக்கும் குழந்தை முதலில் பெண்ணாயிருக்கும். பின்னர் வீரனாகும் என்பார் சிவன். சிகண்டி என்றாலே 'பெண்ணும் வீரனும்' என்று பொருள்படும்.

சிகண்டி இடம்பெறும் 5ஆவது அத்தியாய முகப்பாக ரிஷ்யசிருங்கர் என்னும் பால்பேதம் அறியாத ரிஷி குறிப்பு பொருத்தமாக இடம் பெற்றுள்ளது.

பீஷ்மரை வீழ்த்தியாயிற்று. உத்தராயணம் வரை சரதல்பத்தில் காத்திருந்த பீஷ்மர் உத்தராயணம் வந்ததும் உயிர் துறக்கிறார். சிகண்டியின் நோக்கம் நிறைவேறிவிட்டது. இனி என்ன வேலை? இப்போது தன் ரூபத்தைக் கலைத்துவிடத் தயாரானாலும், தன்னில் ஒரு பாதியான அம்பாவால் தாங்கிக்கொள்ள இயலவில்லை.

பீஷ்மர் போய்விட்ட பிற்பாடு, அம்பாவுக்கு என்ன இருக்கிறது? பீஷ்மர் இறந்த துக்கத்தால் அம்பாவும் சகித்துக் கொண்டிருந்தாள். "நான் நேரத்தின் உக்கிரத்தால் கூடியிருந்தேன். பீஷ்மன் அற்ற உலகம் அதன் வெறுமையை என்னிடம் படரவிடுகிறது" என்கிறாள்.

முடிவற்ற சிற்றோடையாகத் திசையற்று வனத்தில் ஓடிக்கொண்டு இருக்கப் போவதாகக் கூறுகிறாள் ....

பாரதத்தில் சரதல்பத்தில் காத்துக்கிடக்கும் பீஷ்மரிடம் தருமனே பெரிதும் உரையாடிக்கொண்டிருப்பான். 'உப பாண்டவ' த்தில் காற்றும் ஒளியும் இருளும் மழையும் நெருப்பும், அம்பாவுமே உரையாடுகின்றனர். பீஷ்மரை அனுபவமிக்க விவசாயியாகக் காணுகிறான் பயணி.

ஒளியின் சகோதரியான இருளின் தீராப் பசிக்குக் காரணம் கற்பிக்கிறார் பீஷ்மர்.

உன் சகோதரியான ஒளியை ருசித்தபடி பின்தொடர்கிறாய். தனது சுவடுகளைக் கூட விட்டுவைக்காத உன் சகோதரி ஓடிக் கொண்டேயிருக்கும் வரை நீயும் பின்சென்றபடியே இருக்கிறாய். ஒளியை ருசித்த உன் மயக்கம் மீளும்போது உன் உடல் வெளிறத் துவங்கிவிடுகிறது. உன் சகோதரி வெளியேறி நடக்கத் துவங்கிவிடுகிறாள்.

மழையினை வேம்பு சொரியும் பூக்களாகக் காணும் பீஷ்மர், இன்னும் சாந்தியுறாதவளான அம்பாவிடம், "உன் நேசம் என்னை மரணத்திற்குரியவனாக்கியதால் சந்தோஷமடைகிறேன் நான். அளவுமீறிய உனது ப்ரியத்தால் மரணமடைவது சாந்தி தருகிறது. அம்பா, காற்று மலர்களைக் கொய்வது வெறும் சுபாவமல்ல. அது நேசிப்பு, தனிமை மீறிய அலைக்கழிப்பு" என்கிறார்.

தனக்குத் தீராத பசி, அதற்கு இக்காண்டவ வனமே உணவு, அதனை நாம் உண்ணும் வகையில் வனத்தைக் காக்கும் தட்சகன் மற்றும் இந்திரனிடமிருந்து காக்க வேண்டும் என்று ஒரு பிராமணன் வேண்டவும் அப்படியே செய்கின்றனர். அர்ச்சுனனும் கண்ணனும், பசியாய் பிராமண ரூபத்தில் வந்தது அக்னியென்றும், முன்பு ஒரு சமயம் 12 ஆண்டு ஒழிவின்றி நடந்த வேள்வியில் நெய்யை அபரிமிதமாகப் புசிக்க அக்னியின் பிரகாசமும் ஒளியும், மங்கிப்போகவே, இந்தப் பசி உண்டாயிற்று என்று காரணத்தை எடுத்துரைப்பார் வைசம்பாயனர்.

பிராமணப் பசிக்கு எந்த இரையும் ஒரு பொருட்டல்ல, எதனையும் அழிக்கலாம் .... எரியுண்ணும் காண்டவ வனத்திலிருந்து தப்பிவந்த மயன்தான் சபாமண்டபம் என்னும் மரண மண்டபத்தைத் தனது பிரதியுபகாரமாகக் கட்டியிருக்கிறான். மண்டபத்தை உருவாக்கும்போது பாண்டவர் வீழ்ச்சிக்கான வித்தையும் மயன் ஊன்றி விடுகிறான் என்பதைப் பயணி அறிகிறான்.

"தன் பகைமையை உன்னத சிருஷ்டியின் வடிவமாக்கிவிட்டுப் புறப்பட்டுவிட்டான். மாயமண்டபம் எனும் அழகின் பின்னே எரிந்து உருத்தெரியாதுபோன காண்டவ வனம் ஒளிந்து கொண்டிருக்கிறது. பறவை, மிருக, தாவர ஜீவராசிகளின் உயிர்த்துக்கம் போல் தீர்க்க முடியாத கனவுத்துயர் பாண்டவ வம்சத்தின் மீதும் பற்றிக் கொண்டது. தனது சிருஷ்டியின் வழியே அவமதிப்பைச் சகித்துக்

கொண்ட மயன் எரிந்து கிடந்த வனவெளியைத் தாண்டிப் பனிமூடிய மலைப்பகுதியின் வயிற்றினுள் நுழைகிறான். அவன் அறிந்து கொள்வதற்காகப் படைக்கப்பட்ட மர்மம் போல தொலைதூரக் குகைகள் கிளை பிரிக்கின்றன."

பாண்டவர்—கௌரவர் கதைக்கு முன்மாதிரி வடிவமாக ஒரு கதை பாரதத்தில் வருகின்றது. காசிப முனியின் 13 மனைவியரில் விநுதை, கத்துருவை என்னும் இருவர் புத்திர பாக்கியம் இல்லாது, புத்திர காமேஷ்டியாகத்தில் கிடைத்த பிண்டத்தை உண்ண, விநுதை இருமுட்டைகளும், கத்துருவை 105 முட்டைகளும் பெற்றனர். 500 கூரடங்களுக்குப் பின் 105 முட்டைகளும் பிளந்து, ஆதிசேஷன், வாசுகி, காக்கோடகன், அனந்தன் முதலான 104 புத்திரரும் சவர்க்காரை என்னும் புத்திரியும் உதித்தனர். ஆனால் தனது இருமுட்டைகளும், இன்னும் அப்படியே இருக்கக்கண்டு ஆத்திரம் கொள்ளும் விநுதை ஒரு முட்டையை உடைத்துவிட, கால்தவிர மற்ற அவயவங்கள் கூடியுள்ள புத்திரன் பிறக்கிறான். அவன் அருணன் என்னும் பெயர் கொண்ட சூரியனின் பிரதியாவான். பொறுமையாய்க் காத்திருந்த அடுத்த முட்டையிலிருந்து கருடன் பிறப்பான்.

99 சகோதரரும் ஒரு சகோதரியுமாக கௌரவர்கள் பிறக்க, ஐவராகப் பாண்டவர் பிறப்பார்கள். இவர்களில் முதலில் தருமன் பிறந்ததால், ஆத்திரமுற்றுத் தன் வயிற்றை உலக்கையால் குத்திக் கொள்ளும் காந்தாரிக்கு நூற்றுவர் பிறப்பர்.

பிறப்பிலேயே இரு தாயாதிகளும் விரோதம் கொண்டு விடுகின்றனர்.

தேவர்களும் அசுரர்களும் பாற்கடலைக் கடைந்து அமுதம் எடுக்கின்றனர். ஆனால் ஏற்கனவே வல்லமை கொண்டுள்ள அசுரருக்கு அதுவும் கிடைக்கலாகாது என்று இந்திரன் சூது செய்கின்றான். அமுதம் பெறுவதற்கு மட்டும் அசுரரைப் பயன்படுத்திக் கொள்கின்றனர். பலன் கிடைக்கும்போது வஞ்சனையுடன் ஒதுக்கிவிட முயல்கின்றனர்.

பதினெட்டு நாள் யுத்தம் நடந்து குருகுலமே நாசமாகிவிட்டது என்னும் அளவுக்குப் பேரழிவு நிகழ்கிறது. பாண்டவர்கள் வானப் பிரஸ்தம் ஏகி, இமயமலை நோக்கி கயிலையாத்திரை செல்கையில் ஒவ்வொருவராக வீழ்ந்து பட, தருமன் மட்டும் விண்ணகம் புகுவான் நாயுடன்.

கிருஷ்ணன் ஜரனின் அம்புபட்டு உயிர்விட, யாதவர்கள் ஒருவருக்கொருவர் அடித்துக்கொண்டு மாண்டு போகிறார்கள்.

தம் முன்னோரைப் பாண்டவர் சுயோதனன் முதலியோர் அழிவுறாதபடி நல்வார்த்தை கூறித் தடுத்திருக்கலாகாதா என்று தன் அவைக்கு வந்துள்ள வியாசரிடம் வினவுவான் ஜெனமே ஜெயன். என்ன சொன்னாலும் பயனிருந்திருக்காது. அது வினைப்பயன். மாற்ற இயலாதது, என்கிறார் வியாசர். "சுயோதனன் முதலானோர் அப்படிக் கேளாது போயினும், பாண்டவர்களைத் தடுத்திருக்கலாமே?

என்று மீண்டும் வழக்கிடுவான் மன்னன். இதற்கு திருஷ்டாந்தமாக, "இன்றைக்குப் பத்தாம் நாள் உனக்கொரு பிரும்மஹத்தி வருகிறது. அதிலிருந்து தப்பித்துக்கொள் சாமர்த்தியமிருந்தால்" என்று கூறிவிடு கிறார். "தப்பிவிட்டால், பாண்டவர் சுயோதனாதியர் மடிந்த குற்றத்தை என் பேரில் வைக்கலாம். இல்லாவிடில் காலகதி என்று உணர்ந்து கொள்ளலாம்" என்று விளக்கிவிட்டுப் போய்விடுவார்.

அதுபோலவே அவன் எச்சரிக்கையாயிருந்தும் யாகம் இயற்றியும் கூட பிரும்மஹத்தி வந்துவிடும். இந்த அடிப்படையில்தான் நிகழப்போகும் பாரதக்கதையை முன்கூட்டியே வியாசர் எழுதிவிட்டார் என்பது. சுழன்று வரும் காலகதியில் தொடங்கி, வளர்ந்து முடிவு பெறுபவை மீண்டும் தொடக்க நிலைக்கே வந்துவிடுகின்றன. இறந்த காலத்தை சாபமாகச் சுட்டிக் காட்டுவார்கள். எதிர்காலத்தை வரமாகக் கருதுகிறார்கள். சம்பவம் நினைவுகளாகப் பாரமேறி அழுத்துவது சாபம். எதிர்பார்ப்பும் நம்பிக்கையும் சேர்ந்த குதூகலம், வரம்.

பண்டிதர்களின் வியாக்கியானத்தில் பெருகும் பாரதக் கதைகளில் பாண்டவர்கள் நல்லவர்களாகியும் கௌரவர்கள் தீயவர்களாகியும் விடுகின்றனர். ஆனால் நாட்டார் மரபுக் கூத்துகளில் வாய்மொழிக் கதை வடிவங்களில் அப்படியில்லை. அவர்களைச் சோகத்தில் ஆழ்த்துவது துரியோதனன் வீழ்ச்சியே. தருமன், கிருஷ்ணன், பீமன் போன்ற பாத்திரங்கள் பிரதாபம் பேசுகையில் கோமாளியின் பரிகசிப் பில் அப்பிரதாபங்கள் தூள்தூளாகிப் போய்விடும்.

துரியோதனனின் படுகளத்திற்காக உருவாக்கப்படும் துரியோதன மண் உருவில் கிருஷ்ணன் சாந்தம் கூடியிருப்பதாகப் பயன் கண்டு கொள்வது இந்த மறுவாசிப்பால்தான்.

மகாபாரதத்தை உருவாக்கியதில் கதைகளின் பங்கு பாதியென்றால், அவற்றை எடுத்துரைக்கும் சொல்லாடல் இன்னொரு பாதியாகும்.

இரு குடும்பங்களுக்கிடையே பிறவியிலேயே விரோதம் வந்து விடுவதாகப் பூர்வகதைகள் நிலவ, ஒரு குடும்பத்தை நல்லதாகவும் இன்னொன்றைத் தீயதாகவும் விளக்கிச் சொல்கிறது சொல்லாடல். தேவர்களுக்கும் அசுரர்களுக்கும் போர் என்றால் தேவர்கள் வெல்ல வேண்டும் என்று ஆசைப்படுகிறது சொல்லாடல்.

மன்னர்கள் தொடர்ந்து யாகங்கள் வேட்க வேண்டும். வேதியர்க்குப் பசுக்களும் பொன்னும் கன்னிகாதானமும் தாராளமாக அள்ளி வழங்க வேண்டும் என்கிறது. வேதியருக்குச் சிறு அவமானமென்றால் இனத்தையே நிர்மூலமாக்க வேண்டும் என்று கிளம்புகிறார்கள் அஸ்வத்தாமனும் பரசுராமனும்.

படகில் செல்லும் பராசரமுனி, படகோட்டியான மச்சகந்தி பருவம் எய்தாத நிலையிலும் ஆறு, பகல்பொழுது என்று தடைகள் இருப்பினும் பருவமெய்த வைத்து மச்சவாடையை மாற்றி இருள்கவியச்

செய்து ஆற்றுத் திட்டை உருவாக்கி கூடிவிட்டு, ஏறெடுத்துப் பாராமல் போய்விடுவார். அதன்பிறகு மச்சகந்தி என்னவானாள், அவள் குழந்தை எப்படி வளர்ந்தது? என்றெல்லாம் பராசரர் கிஞ்சித்தும் கவலைப்பட மாட்டார்.

"ஆகையால், நீயும் இந்தப் பிராமணர்களை விதிப்படி பூஜிப்பாயாக. வழி நடையினால் இளைத்த சரீரமுள்ளவனும் வழிநடையினால் புழுதிபடிந்தவனுமாயிருப்பவன். 'அன்னதானம் செய்பவன் யார்?' என்று கேட்கிறான். அவன் ஆசையுடன் வீட்டுக்கு வருகின்றான். அவனை நீ முயற்சியுடன் பூஜிப்பாயாக. அவனே அதிதி. அவன் பிராமணன். இந்திரனுடன் கூடின எல்லாத் தேவர்களும் சொல்லுகின்ற அந்த அதிதியைப் பின்தொடர்ந்து செல்லுகிறார்கள். அவன் நன்றாகப் பூஜிக்கப்பட்டால் தேவர்கள் பிரீதி அடைகிறார்கள்."

என்று மார்க்கண்டேய முனிவர் தருமனுக்கு உபதேசித்தார். இன்னோரிடத்தில் பிராமணர்களின் மகத்துவத்தைப் பாண்டவர்கள் அறிய விரும்புவதாகவும், இவர் எடுத்துரைப்பதாகவும் இருக்கும்.

பிராமணன் ஒருவன் ஒரு ரிஷியை விலங்கென்று கருதி அம்புவிட்டு வீழ்த்த, ரிஷியால் சூத்திரனாகப் பிறக்கும்படி சபிக்கப்படுகிறான். சாபம் விலகும் தருணத்தில் மீண்டும் பிராமணனாய்ப் பிறப்பான் என்று மார்க்கண்டேய முனிவர் விதந்துரைப்பார். பிராமணத்துவம் பிறப்பினால் மட்டுமல்ல, வாக்கு, மனோ காரியங்களாலும் நிறை வேற்றப்பட வேண்டியது என்று அங்கங்கே சொல்லப்பட்டாலும், பிறப்பு பிராமணனாய் இருத்தல் வேண்டும் என்னும் முன் நிபந்தனை மகாபாரதத்தின் சொல்லாடலில் நிலைநாட்டப்பட்டிருக்கிறது.

அசுவமேதயாகம் முடிந்து வேதியருக்குப் பொன்னும், பொருளும் பசுக்களும் கன்னிகாதானமும் அளவின்றி வழங்கி "இதற்கு மேலானதாக தருமங்கள் இருக்க முடியுமா?" என்று அனைவரும் வியக்கின்ற வேளையில் ஒரு கீரிப்பிள்ளை தருமன் அவைக்கு வந்து, "இவை என்ன பிரமாதம், இவை வெறும் தூசுதான். சத்துப்பிரத்தன் என்னும் ரிஷி, தன் மனைவி, மகன் மற்றும் மருமகளுடன் வாழ்ந்துவரும் காலத்தில் கடும் பஞ்சம் நேரும்போது, ஒரு வேளை மட்டும் இருக்கும் சொற்பமான அரிசிமாவில் உணவு தயாரித்து உண்ணும் வேளையில் பசியால் வாடும் பிராமணனுக்குத் தன் பங்கைக் கொடுத்துவிடுகிறான். அப்படியும் பசி தீராது போக அவன் மனைவி தன் பங்கைத் தந்துவிடுகிறாள். இப்படியே மகனும், மருமகளும், தந்து அவன் பசியாற்றுகின்றனர். பிராமண உருவில் வந்த ஆதிசேடன் அவர்கள் வேண்டியதெல்லாம் அருளுவான். இதுதான் உயர்ந்த தானம்" என்று பரிகசிக்கும். பரிகசிப்பது கீரிப் பிள்ளையா?/ பிராமணப் பிள்ளையா?

பாரதக்கதை சொல்லத் தொடங்கும்போது பேழையில் வைக்கப் படும் கருப்புத்துணி கதை முடியும் தறுவாயில் வெண்ணிறத் துணியாகி விடும். என்றும் நம்பிக்கை இருக்கிறது. பாண்டவர் — கௌரவர்

வரலாறு மட்டுமல்லாது முனிவர்கள் உபதேசங்கள், பிரபஞ்ச உற்பத்தி, ஒடுக்கம் போன்றவையும் பாரதத்தில் அங்கங்கே இடம் பெற்றிருக்கும்.

பரசுராமரால் சூரிய குல மன்னர்கள் கொல்லப்படவும், அவர் தம் அரசியல் குல ஆசார்யர்களுடன் கூடி எவ்வெட்டுப் புத்திரர்களையும் இரண்டிரண்டு புத்திரிகளையும் பெற்று வளர்த்தனர். காசியபர் தம் வசத்திலுள்ள பூமியை அப்பட்டத்தரசியர் புத்திரர்களுக்குக் கொடுத்து ஆட்சி புரிந்து வருமாறு செய்கிறார். ஒருநாளில் பூமிபாரம் தாங்காது மும்மூர்த்திகளிடம் வேண்டவே திருமாலும் பிரமனுடலில் அத்திரி, அரிசி, புலத்தியன், க்ரன், கிருத்து, புலகன் என்னும் ஆறு புத்திரரும், வலது பாதத்தில் தக்கனும் இடது பாதத்தில் தரணியும் உதித்தனர். அரிசியின் புத்திரன் காசிபர். காசிபரால் உலகம் விருத்தியாயிற்று. தக்கன் தரணியைக் கூடி ஆயிரம் புத்திரரைப் பெற்றான். அவர்கள் பிரம்மச்சரியம் பூண்டு தவமியற்றி ஞானப்பதம் அடையவே, மீண்டும் தக்கன், தரணியைக் கூடி ஐம்பது பெண்டிரைப் பெற்றான். அவர்களில் பதின்மரைத் தருமன் என்கிற மனுவுக்கும், 27 பேரைச் சந்திரனுக்கும், 13 பேரை காசிபருக்கும் விவாகஞ் செய்து கொடுக்க, இப்படி உலகம் விருத்தி பெற்றது. இவர்களிடமிருந்தே மன்னரும் ரிஷிகளும், மிருகங்களும் தாவர வர்க்கங்களும் பறவைகளும் உண்டாயின.

பிரகிருதியின் அம்சங்களாகப் பிறந்தவர்கள் மீண்டும் தத்தம் அம்சங்களில் போய் சேர்ந்து கொள்கிறார்கள்.

பீஷ்மராகப் பிறந்து பிரம்மச்சரியம் அனுஷ்டித்து பெருமை பொருந்தியவராயிருந்த பிரபாசனைவசு மீண்டும் வசுபதமடைகிறார். சுக்கிரன் அம்சமான துரோணர், சுக்கிரனைச் சார்ந்துவிடுகிறார். யட்சனின் அம்சமான பாண்டு யட்ச பதவி பெறுகிறார். சூரிய அம்சமான கர்ணன், சூரியனுடன் கலந்துவிடுகிறான். வாயு குமாரனான பீமன் வாயு பகவானைச் சார்கிறான். சிகண்டியோ காந்திருவாம்ஸங்கலந்து கனவிலழிந்தான் என்கிறது பாரதம் . . .

புராணங்களையும், இதிகாசங்களையும், வைத்து இன்றைக்கு எழுதுவோர் அவைகளை ஊதிப் பெருக்கி பூதாகாரமாக்குவது தான் பொதுவாக நிகழ்கிறது. ஒரு சிறு விமர்சனக் குறிப்பு கூட இல்லாமல் புனைவுகள் உருவாக்கியவர் உண்டு. 'யயாதி' வாழ்க்கையை நாவலாக்கிய காண்டேகரும், சாம்பனின் சாபமீட்சியை நாவலாக்கிய கால்கூட்டும் இப்படித்தான் மரபின் தொடர்ச் சங்கிலியாகத் தம் புனைவுகளை உருவாக்கியிருக்கிறார்கள். இதிகாசக் கதைகள் ஒன்றிரண்டை வைத்து சிறுகதைகள் எழுதியிருக்கும் மாஸ்தி வெங்கடேச அய்யங்காரிடமும், மறு எழுத்தாக்கம் இல்லை. ஜெயமோகனும், அபிமன்யு கதையை வைத்து பத்ம வியூகம், எழுதும்போதும் சரி, 'விஷ்ணுபுராணம்' என்று முற்றிலும் புனைவாக ஒன்றை எழுதும் போதும், மரபிலிருந்து ஓரிழைகூடப் பிசகாமல் கட்டமைக்கின்றார். பாரதத்தில் வரும் ஒரு கதையை அடிப்படையாகக் கொண்டு

நித்யகன்னியை உருவாக்கிய எம்.வி.வெங்கட்ராம் மட்டுமே பெண்ணின் குரலை ஒலிக்கச் செய்யும் வகையில் மறுஎழுத்தாக்கம் செய்துள்ளார்.

இப்போது வந்திருக்கும் 'உபபாண்டவம்' மகாபாரதத்தை முழுவதுமாக கலைத்துப் போட்டு வேறு ரூபம் கொண்டதாக, வேறு குரல் கொண்டதாக, வேறு திசை நோக்கியதாக உருவாக்கப் பட்டுள்ளது. மகாபாரதத்திலுள்ள வித்துக்களான கதைகளும், மாந்தர்களும் எடுத்துக் கொள்ளப்பட்டு அதன் சொல்லாடல் முற்றிலுமாக நீக்கப்பட்டுள்ளது. மறுவாசிப்பில், தருமனைப் போலவே சுயோதனனும் உன்னதமானவனாயிருக்கிறான். கௌரவர்களுக்கு சகுனியின் பாத்திரம் எப்படியோ, அப்படியே பாண்டவருக்குக் கிருஷ்ணனின் பாத்திரம் என்பது புரிபடுகின்றது. பாண்டவர் வீழ்ச்சி காண்டவ வனத்தகனத்தில் தொடங்கிவிடுகிறது. வனத்தில் அழிவுற்ற தாவர இனங்களும், மிருகங்களும், வேடுவ குல மக்களும் வடித்த கண்ணீரில்தான் பாண்டவர் அழிவு வேர் கொண்டுள்ளது.

காமமும், வேட்கையும் தீராது உழலும் சந்திர குல மன்னர்களின் இருண்ட முகங்கள் பதிவாக்கப்பட்டுள்ளன.

ஒலிக்காத பெண்களின் குரல்கள் ஒலிக்கின்றன. பால்பேதத் திரிவுகளின் நுட்பங்கள் சேகரமாயுள்ளன. மகாபாரதத்தில் எடுத்துக் கொள்ள வேண்டிய அளவுக்குத் தள்ளப்பட வேண்டியவையும் உள்ளன என்பது புலப்படுத்தப்பட்டுள்ளது.

பிராமணருக்கும் சத்திரியருக்குமிடையேயான போட்டிகளில் வைசிய சூத்திரர் புறக்கணிக்கப்பட்டதான அவலம் சொல்லாமல் சொல்லப்பட்டுள்ளது.

பாரதத்தில் தானும் ஒரு பாத்திரமாக இடம் பெறும் வியாசர்தான் பாரதக் கதையினைத் தொகுத்திருக்கிறார். சந்தனு மரபு அற்றுப் போய்விடக்கூடாது என்பதற்காக சுக்லதானம் செய்வதுதான் வியாசரின் முக்கிய பங்கு. மற்றபடி அவ்வப்போது வந்து பாண்டவருக்கு ஆறுதல் கூறுவதும் சமாதானம் செய்வதும் ஆலோசனை கூறுவதும் தவிர வேறு பங்கில்லை. பாத்திரம் என்பதைவிடப் பார்வையாள ராகவே இருக்கிறார். வியாசரை நாவலின் தொடக்கத்தில் படகோட்டி யாகக் காட்டிவிடுவதன் மூலம் இந்த விஷயத்தைக் கோடிட்டுக் காட்டிவிடுகிறார் ராமகிருஷ்ணன்.

அடிப்படை நூல்கள்:

1. ஸ்ரீ மகாபாரதம் / வன பர்வம் - இரண்டாம் பாகம் / இராமானுஜசார்யர் பதிப்பு, கும்பகோணம், 1932.

2. ஸ்ரீ மகாபாரதம் வசனம் - நான்கு பாகங்கள் / த.சண்முகக் கவிராயர் / பி.இரத்தின நாயகர் அண்டு சன்ஸ், சென்னை.

3. Yuganta/ Irawatikarve/Disha Books. Hyderabad, 1991/

இதர ஆதாரங்கள்:

1. The Trgic offering of the archer's Thumb - Damodar Prabhu / The Times of India, Bangalore edition n - 31-03-98.
2. பாண்டவபுரம் / சேது/ தமிழில்: குறிஞ்சிவேலன் / விழுதுகள், சென்னை - 1999.
3. Myths of the Hindus and Buddhists / Ananda coomarasamy & sister Nivedita/ Reprint: Jalco Pub. House. Mumbai.

webulagam.com. (இணையம்)

உபபாண்டவம் ஒரு பார்வை

ந. சிதம்பரம்

"மகாபாரதம்" ஒரு கடல். பல கதைகளையும், கதைக்குள் கதைகளையும், மாறுபட்ட கதாபாத்திரங்களையும் கொண்டது. "பாரதம்" எண்ணற்ற விமர்சனங்களுக்கும்; மறுவாசிப்புகளுக்கும் வழிவகுத்த நூல். மீண்டும் ஒருமுறை இலக்கிய நோக்கில் இந்தக் கதையை எஸ்.ரா. தனது பாணியில் சொல்லியிருப்பதே பெரிய விஷயம்தான்.

வில்லிபுத்தூரார் தமது பாரதத்திற்கு மூல நூலாக அகத்தியரின் பாவபாரதம் என்ற நூலைக் கொண்டார். உரைநடையில் மகாபாரதத்தை எழுதிய சித்பவானந்தன், ராஜாஜி, சோ போன்றவர்கள் வியாச பாரதத்தை மூல நூலாகக் கொண்டனர். சித்பவானந்தர் வியாசரின் பதினெட்டு பர்வதங்களைக்கொண்டு கதையைச் சுருக்கமாகத் தந்துள்ளார். ராஜாஜி தனது "வியாசர் விருதில்" நூற்றுக்கு மேற்பட்ட நிகழ்ச்சி களாகப் பிரித்துப் பாரத நிகழ்ச்சிகளை விவரித்துள்ளார்.

அவருடைய கதை சொல்லல் பெரும்பாலும் உரையாடல் முறையிலேயே உள்ளது குறிப்பிடத்தக்கது. "18 பிரிவுகள், 98 பகுதிகள், 2382 அத்தியாயங்கள்; அவற்றில் 96635 செய்யுட்கள், ஸ்லோகங்கள். இதுதான் நமது வசமிருக்கும் வியாஸபாரதம்" என்று சோ கூறுகிறார். மகாபாரதத்தின் அமைப்பையும் மேலும் நுணுக்கமான விஷயங்களையும், கதாபாத்திரங்கள் பற்றித் தன்னுடைய கருத்துக்களையும் சோ தந்துள்ளார். எஸ்.ரா. வியாசரின் மூலக்கதையை மாற்றாமல் கதை சொல்லும் முறையில் சில மாற்றங்கள் செய்துள்ளார். கதையின் ஆரம்பம், நடு, இறுதிப் பகுதிகளில் அதிகம் மாற்றங்கள் இல்லை. ஆனால் இடையில் "நகரங்களின் உரையாடல்; கதா புருஷர்கள்; கதா ஸ்த்ரீகள் என்று புதிய பிரிவுகளை ஏற்படுத்தி உள்ளார்.

பாண்டவர்கள் நல்லவர்கள். கௌரவர்கள் கெட்டவர்கள் என்ற வழக்கமான நிலைப்பாட்டிலிருந்து எஸ்.ரா. மாறவில்லை. பாண்டவர்

களில் குந்தியின் புத்திரர்களுக்கும் மாதுரியின் புத்திரர்களுக்கும் மன வேறுபாடு இருந்தது. இதுபோன்று இன்னும் சில விஷயங்களைக் கூறுகிறார். மாதுரி பாண்டு மூலம் குழந்தை பெற்று அக்குழந்தையை அரசனாக்க வேண்டும் என்று எண்ணியே பாண்டுவுடன் கூடினாள். பாண்டவர்கள் சல்லியனைத் தளபதி ஆக்காததற்குக் குந்தியே காரணம். இவை எல்லாம் வியாசபாரதத்தில் உள்ளனவா என்று தெரியவில்லை.

சோ, சித்பவானந்தர் போன்று வெளிப்படையாகத் தனது கருத்துக்களை எஸ்.ரா. வைக்கவில்லை. ஆனால் சில நிகழ்வுகளைச் சீட்டாட்டத்தில் சீட்டுக்களை அடுக்குவதுபோல் அடுத்தடுத்துக் கூறியுள்ளார். "உதிரவாசிகள்" என்ற பகுதியில் நான்கு நிகழ்வுகளை வர்ணித்துள்ளார். முதல் நிகழ்வு, யயாதி தனது மகன் புருஷனிடமிருந்து இளமையைப் பெற்று மோகத்தில் மூழ்குவதாகும். தனது தந்தை சந்தனுவின் இச்சையைப் பூர்த்திசெய்ய, பீஷ்மர் தன் பதவியைத் தியாகம் செய்து சத்யவதியை அழைத்து வருவது அடுத்த நிகழ்வாகும். மாதுரியை மோகம் கொண்டு தன் தந்தை பாண்டு பின்பற்றிச் செல்வதையும், இதனால் தந்தையின் மரணம் சம்பவிக்கும் என்பதால் தடுக்க முற்பட்டு யுதிஷ்டிரன் முடியாமல் மௌனமாக நிற்கிறான். நான்காவது நிகழ்வில் தனது சகோதரனின் மனைவியுடன் உறவு கொள்ள முயலும்போது அவள் வயிற்றில் உள்ள சிசு அவனை எச்சரிக்கிறது. அவன் சாபத்தால் அந்த சிசு குருடாகப் பிறக்கிறது. நான்கு நிகழ்வுகளில் தந்தையின் மோகத்தைப் பூர்த்தி செய்ய மகன் உதவுவதாகவோ அல்லது எதிர்ப்பதாகவோ உள்ளது. தந்தையின் மோகத்தில் பிறந்த மகன் மறுபடி அந்த மோகத்தை எதிர்கொள்ள வேண்டியுள்ளது.

இதுபோன்று "மூன்று கனவுகள்" என்ற பகுதியில் ஒரு நிகழ்வு அடுக்கு உள்ளது. படகில் சென்ற குந்தி ஐந்து குழந்தைகளுடன் மூழ்குவது போலக் கனவு கண்டு திடுக்கிட்டு விழிக்கிறாள். கிருஷ்ணன் காட்டுப் பகுதியில் கௌரவர்களை நரி உண்பது போலவும், காந்தாரி சகுனியிடம் முறையிடுவது போலவும் சகுனி கனவு காண்கிறான். இக்கனவுகள் தாய்மாமன்கள் தங்கள் மருமகன்கள் மேல் வைத்திருந்த பாசத்தைக் காட்டுகின்றன. பாரதக்கதை முழுக்க பங்காளிகளை நம்பாமல் தாய்மாமன்களின் ஆலோசனைப்படித்தானே இருசாராரும் நடக்கிறார்கள். இன்றைக்கும் கதை மாறியதாகத் தெரியவில்லை.

உபபாண்டவம் நூலில் பல கதாபாத்திரங்கள் மனதில் நிற்கும்படி சித்தரிக்கப்படவில்லை. எஸ்.ரா.வின் மொழி சில இடங்களில் கவித்வமாக உள்ளது. உதாரணமாக, மாதுரி பற்றிய வர்ணனையை எடுத்துக் கொள்ளலாம். "காட்டு நெருப்பைப் போலிருந்தாள் மாதிரி. அவள் மத்ர நாட்டுப் பெண்களைப் போலவே தன் பூப்பின் காலத்தில் அடி எடுத்து வைத்தே இச்சைகளின் அரும்புகள் உடலில் மொக்கு விடுவதை அறிந்திருந்தாள்."

எஸ்.ரா.வின் மொழிபற்றித் தேவிபாரதி *பால்யவீதி* என்ற சிறுகதைத் தொகுப்பின் விமர்சனத்தில் கூறியுள்ளார். "தொன்மங்களின் மீதான மயக்கம் அவரது கதை மொழியைப் புதிர்களும், கனவுத் தன்மைகளும் நிரம்பிய ஒரு வெளியாக மாற்றுகிறது." இதே கருத்து *உபபாண்டவத்தின்* மொழிக்கும் பொருந்தும். ஆனால் இந்த மொழியில் எளிமை மிகக் குறைவு என்பதை நிறையாகவும் குறையாகவும் கொள்ளலாம்.

இந்தியில் நந்த கிஷோர் ஆச்சார்யா மகாபாரதத்தில் நியோகம், யயாதி கதை ஆகிய இரண்டையும் இரு நாடகங்களாக எழுதி "மகாபாரதத்தில் பெண்ணியம்" என்ற தலைப்பில் தமிழில் வந்துள்ளது. இந்நாடகங்களில் பாலியல், உளவியல், உடலியல் ரீதியாகப் பல விஷயங்களை முன்வைக்கிறார். இதேபோல் கர்ணன் பற்றி இந்தியில் நாடகமும், சாம்பன் பற்றி லங்கத்தில் நாவலும் வித்யாசமான, ஆழமான சிந்தனைகள் கொண்டு வந்துள்ளன. எஸ்.ரா. இதுபோன்று புதிய சிந்தனைகளையோ, அழுத்தமான கருத்துகளையோ வெளியிட்டிருக்கலாம். ஆனால் எஸ்.ரா. கதை சொல்லும் முறை பற்றி முருகேச பாண்டியன் கூறியிருப்பது உண்மையே. "உபபாண்டவம் இருபத்தோராம் நூற்றாண்டில் மகாபாரதம் என்று சொல்ல இடமிருப்பது எஸ்.ரா.வின் கதை சொல்லலுக்குக் கிடைத்த வெற்றியாகும்." மகாபாரதக் கதையாக (கதைகளை) முழுமையாக உள்வாங்கி அக்கதையை முன்னும்பின்னும் நகர்த்தி நிதானமாக, சுவாரஸ்யமாக கதை சொல்வதில் *உபபாண்டவம்* தனித்து நிற்கிறது.

ஆய்வுக்கோவை

உபபாண்டவம்

கவிதை மொழி

ஜெகதீஷ் குமார்

உப பாண்டவம் மகாபாரதம் என்கிற இதிகாசத்தின் எண்ணற்ற கதாபாத்திரங்களின் நாம் பார்த்திராத பக்கங்களை நமக்கு அறிமுகப் படுத்துகிறது. திரேதாயுகத்தில் விளங்கின அஸ்தினாபுரத்துக்குள்ளும், இந்திரப் பிரஸ்தத்துக்குள்ளும் யுத்தபூமியான குருக்ஷேத்திரத்துக்குள் ளும் சமகால மனிதனொருவன் பயணப்பட்டுத் தான் அடைந்த அனுபவங்களை விவரிப்பதைப் போலவே முழுக்கதையும் அமைந்துள் ளது. நாவல் என்றால் என்ன என்பதற்கான இலக்கண விதிகள் யாவை என்று எனக்கு முழுமையாகத் தெரியாததால், உப பாண்டவத் தில் அவை எத்தனை தூரம் மீறப்பட்டிருக்கின்றன என்று சொல்ல முடியவில்லை. இருப்பினும் நாம் வாசித்து வருகின்ற வழக்கமான நாவல் வரிசையில் உபபாண்டவத்தைச் சேர்த்து விட முடியாதென்றே தோன்றுகிறது (இதுபோன்று நீட்டி முழக்குவதற்கு நான் ஒன்றும் அப்படி நிறைய நாவல்கள் படித்தவனல்லன். என் அனுபவத்தின் அடிப்படையிலேயே நான் மேற்கண்ட கருத்தைக் குறிப்பிட்டேன்).

இந்தியப் பெருங்கடல் போன்று விரிந்ததும், ஆழமானதுமான இதிகாசமாகிய மகாபாரதத்தில் சாதாரண ஜனங்களான நமக்கும் சில பாத்திரங்களைப் பற்றிய அறிமுகம் உண்டு. அவர்களில் பாண்ட வர்கள், த்ரெளபதி, ஸ்ரீ கிருஷ்ணன், பிதாமகர் பீஷ்மர், துரோணாச்சாரி யார், கர்ணன் போன்றவர்களைக் காவிய புருஷர்களாகவும், தெய்வீகப் பண்புகள் கொண்டவர்களாகவுமே நாம் இதுவரையிலும் அறிந்து வந்திருக்கிறோம். குணக்குறைகள் நிறைந்த துரியோதனன், துச்சாதனன், சகுனி போன்றவர்கள்கூட பரமாத்மாவின் சதுரங்க ஆட்டத்தின் பகடைக்காய்களாகத்தான் ஆட்டுவிக்கப்பட்டிருக்கிறார்களே தவிர, அவர்களை அறவே வெறுக்குமளவிற்கு அவர்களின் பாத்திரம் சித்தரிக்கப்பட்டதாக என் அறிவுக்கு எட்டிய வரை இல்லை.

ஆனால் என்னுடையது மிகவும் சிற்றறிவு என்பது இதற்குள் நுழைந்த வுடனேயே தெரிந்துவிடுகிறது.

எஸ். ராமகிருஷ்ணனுக்கு பத்து வயதில் ஒரு மழைநாளில் ஒரு சொல்லாகத்தான் பாரதம் அறிமுகமாகியிருக்கிறது (அர்ச்சுனா, அர்ச்சுனா). பாரதம் வீட்டில் வைத்துப் படிக்கக்கூடாது என்கிற கிராமத்து நியதிப்படி ஊர்ச்சாவடியில் துணி சுற்றி வைக்கப்பட்டிருந்த நானூறு பக்க பாரதத்தை மூன்று நாட்களில் வாசித்து முடித்திருக்கிறார். ஆனால் அது முழு பாரதமல்ல, முழு பாரதம் ஒரு லட்சம் பக்கம் உள்ள புத்தகம் என்று தெரிய வந்திருக்கிறது (அது ஒரு லட்சம் ஸ்லோகங்கள் கொண்டது என்பது என் அறிவு).

பிறகு பல வருடங்கள் கழித்து பாரதக்கூத்து நடக்கும் ஆற்காடு பிரதேச கிராமங்களில் சுற்றித்திரிந்து பாரதம் ஒரு வாழ்வியல் என்றும், அஸ்தினாபுரம், இந்திரப் பிரஸ்தம், குருக்ஷேத்திரம், துவாரகை முதலிய இடங்களில் சுற்றித் திரிந்து அது ஒரு பெரிய நிலவியலின் முடிவற்ற சொல்வடிவமெனவும் உணர்ந்திருக்கிறார். உப பாண்டவம் மதமேறிய யானை மரங்களை ஒடித்து வெறி தீரத் தின்பது போல, அவர் இதிகாசச் சாற்றைக் குடித்துப் பித்தேறிய நிலையில் உருவான கற்பனை என்கிறார். அலைந்து கொண்டேயிருந்த தன் இயல்பின் வடிவமே இந்த நாவலும் உருக்கொண்டிருப்பதாக அவர் ஒப்புக்கொள்வ தால், நாவலின் வினோதமான ஒழுங்கற்ற வடிவத்துக்கு நாம் அவரைக் குற்றம் சாட்ட முடியாது.

மகாபாரதம் என்ற கதையை சுருக்கமாகவேனும் தெரிந்துகொண்டு உபபாண்டவத்தைப் படிக்கிறவர்களுக்கு ஓரளவு சுலபமாக இருக்கும். நான் சமீபத்தில் பகவத் கீதையை என் சொந்த முயற்சியில் படித்ததில் முன் கதைச் சுருக்கமாக பாரதக்கதை சொல்லப்பட்டிருந்தது. மேலும் முதல் அத்தியாயத்தின் சில ஸ்லோகங்களில் அதன் பாத்திரங்களின் பெயர்களும், விளக்கமாகச் சில உப கதைகளும் சொல்லப்பட்டிருந்த தால் எனக்கு *உப பாண்டவத்துக்குள்* நுழைவதற்கு உதவியாக இருந்தது.

இருப்பினும் நாவலை மேற்கொண்டு தொடர மிகவும் சிரமப்பட் டேன். அது என் வாசிப்புப் பழக்கத்தில் உள்ள குறையாகக் கூட இருக்கலாம். கதை ஒரே கோட்டில் நகராமல், முன் பின்னாவும், பின் முன்னாகவும் நகர்கிறது. திடீரென்று எதோடு எதைத் தொடர்புப் படுத்திப் புரிந்துகொள்வதென்று புரியவில்லை. ஒரு வேளை சொல்லப் படுகின்ற எதற்கும் தொடர்பே இல்லையோ என்றும் தோன்றுகிறது. இப்படியும் சொல்லலாம். இந்த நாவலை எடுத்து எந்தப் பக்கத்திலிருந்து படிக்க ஆரம்பித்தாலும் புரியும்.

பாதி நாவலில் இருக்கும்போதே, நாவலைத் தொடர்வதில் எனக் குள்ள சிரமங்களைக் குறிப்பிட்டு எஸ்.ரா. அவர்களுக்கு ஒரு மின்னஞ் சல் அனுப்பினேன். அதற்கு அவர் பதில் தரவில்லை. ஆனால் அதே வாரத்தில் அவர் தளத்தில் வாசிப்பது எப்படி என்ற தலைப்பில் வர்ஜீனியா வுல்ஃபின் ஒரு கட்டுரை பற்றி எழுதியிருந்தார். அதை

அவர் எனக்குத் தந்த பதிலாக எடுத்துக்கொண்டு தொடர்ந்து வாசிக்க ஆரம்பித்தேன்.

நாவல் கொடுக்கும் அனுபவம் என்ன என்று சொல்லவேண்டுமென்றால் முதல் நூறு பக்கங்கள் படித்துவிட்டு என்ன படித்தோம் என்று திரும்பிப் பார்த்தால் ஒன்றுமே புரியவில்லை. சலிப்பே ஏற்பட்டது. ஒரு புத்தகம் புரியவில்லை எனில் திரும்பப் படிக்க முயற்சிக்க வேண்டும் அல்லது கொஞ்ச காலம் ஆறப்போட்டுவிட்டு மீண்டும் எடுத்துப் படிக்க வேண்டும் என்றெல்லாம் அந்தக் கட்டுரையில் எஸ்ரா. குறிப்பிட்டிருந்தார். அதனால் *உபபாண்டவத்தை* மீண்டும் ஒரு முறை வாசிக்க இருக்கிறேன். அப்போது இன்னுமொரு முறை அதன் நலம் பாராட்டலை இன்னும் அதிகப் புரிதலோடு எழுத முடியும் என்று நம்புகிறேன். இந்தப் பரிந்துரை ஒரு கோர்வையாக இல்லாதிருப்பினும் இதை எழுதுவதன் அவசியம், இதன் மூலம் *உபபாண்டவம்* பற்றின என் புரிதலைப் பரிசோதித்துக் கொள்வதற்காகவும், இந்த பரிந்துரையை வாசிக்கும், ஏற்கனவே *உபபாண்டவத்தை* வாசித்துள்ள யாரேனும் என் புரிதலை மேம்படுத்த உதவக்கூடும் என்ற எண்ணத்தாலும்தான்.

நாவலின் துவக்கத்தில் ஆசிரியர் கிராமமொன்றில் நடக்கும் துரியோதனன் படுகளம் என்ற நிகழ்வுக்குச் செல்கிறார். துரியோதனனை பீமன் வதம் செய்த நிகழ்வை ஒரு கலைக்கூத்தாகவும், தெய்வீகச் சடங்கு போலவும் நிகழ்த்தி வழிபடுகின்றனர். துரியோதனனை ஒரு நாயகனைப் போலக் கொண்டாடுகிறார்கள் கிராம மக்கள். நாவலில் கூட ஆசிரியர் துரியோதனன் மீது கரிசனத்தோடும், அனுசரணையோடும் நடந்துகொள்வதைப் போலவே இருக்கிறது. இந்த நிகழ்வை விவரித்த பின் கதை நேரடியாக மகாபாரதக் காலத்துக்குச் சென்றுவிடுகிறது. ஒரு நதியின் கரையில் அதைக் கடக்க வேண்டி ஒரு பயணி நிற்கிறான். அவனை அழைத்துச் செல்ல படகோட்டியாக வியாசரே வருகிறார்.

ஆற்றின் மறுகரையில் அந்தப் பயணி சூதர்கள் என்ற இனத்தவரைச் சந்திக்கிறான். அவர்கள் சூதர்களின் ஆசைகளே நகரமாகவும் நதியாகவும் உருவெடுத்திருக்கிறதென்று கூறி பாரதத்தின் பல்வேறு பாத்திரங்கள் எவ்வாறு சூல் கொண்டனர் என்று விவரிக்கின்றனர். குந்தி, மாத்ரி என்ற இரு பெண்களுக்கு துர்வாசர் கொடுத்த சூல்வாக்கின் மூலம் பிறந்தவர்களே பஞ்ச பாண்டவர்கள் என்றும், பாண்டு அவர்களின் தகப்பன் அல்லன் என்றும் கூறப்படுகிறது (இந்த மாதிரி அதிர்ச்சித் தகவல்கள் நாவலெங்கும் விரவிக் கிடக்கின்றன). பாண்டுவிற்குக் குழந்தை கொடுக்குளவுக்கு வீர்யமோ, ஊக்கமோ இல்லை என்று கூறப்படுகிறது. அதேபோல் காந்தாரிக்கு ஒரே கர்ப்பபிண்டமாகப் பிறந்து அது நூறு கலயங்களில் இடப்பட்டு கௌரவர்களாக வளர்ந்தது(னர்) என்கிறார். இரு உடலாளர்கள் மேல் ராமகிருஷ்ணனுக்கு மிகுந்த கவர்ச்சி இருக்கும் போலிருக்கிறது. சிகண்டி ஆண் கண்களுக்கு

பெண்ணாகவும் பெண் கண்களுக்கு ஆணாகவும் தெரிவதை விளக்கு கிறார். அர்ஜுனன் சகோதரர்களோடு மறைந்து வாழ்ந்த ஓராண்டில் பிருக்கன்னளை என்ற பெண்ணாக (நபும்சகனாக!) இருந்ததைக் குறிப்பிடுகிறார். துரியோதனன் கூட இடுப்புக்குக் கீழே மலர் போன்றும், இடுப்புக்கு மேலே வஜ்ரம் போன்றும் உடலமைப்பு கொண்டவன் என்கிறார். இது போன்று மகாபாரதத்தில் அறியாது மறைந்திருக்கின்ற ரகசியத் தகவல்கள் ஆங்காங்கே வருகின்றன.

குறிப்பாக அர்ஜுனன் மிகுந்த குழப்பம் மிகுந்தவனாகவும், கொடுமைக்காரனாகவும் சித்தரிக்கப்படுகிறான். கீதோபதேசம் பெற்றும் கூட அவன் மனதில் துக்கமும், குழப்பமும் நீங்காததைப் போல் காட்டப்பட்டிருக்கிறது. குந்தியைப் போன்றே தோற்றம் கொண்ட ஒரு வேடுவப் பெண்ணையும், அவளது ஐந்து குழந்தைகளையும் அரக்கு மாளிகையில் விட்டு விட்டுத் தப்பிச் செல்கிறார்கள் பாண்ட வர்கள். வேடுவப் பெண்ணும், குழந்தைகளும் பாண்டவர்களுக்குப் பதிலாகத் தீயில் வெந்து சாகிறார்கள். அதேபோல் ஏன் த்ரௌபதி ஐவரின் மனைவியானாள் என்பது விளக்கப்படுகிறது. தாயார் குந்தியி டம் தாங்கள் பாஞ்சாலதேசத்திலிருந்து ஒரு பொருளைக் கொண்டு வந்திருப்பதாகச் சொல்ல, அவள் ஐவரையும் சமமாகப் பகிர்ந்து கொள்ளச் சொல்கிறாள். அது ஓர் பெண்ணென்று அறிந்தும் அவள் தன் முடிவை மாற்றிக்கொள்வதில்லை. த்ரௌபதியும் விரும்பி அவர் களை மணக்காமல் தகப்பனின் விருப்பத்தின் பேரில்தான் திருமணம் செய்கிறாள். மாமியாரை அவளுக்குப் பிடிப்பதில்லை. ஐந்து பேரிலும் அர்ச்சுனன் மட்டுமே பிடித்தவனாக இருக்கிறான்.

நாவலில் ஆங்காங்கே அறியாத நகரின் குறிப்பு, தட்ச சூத்திரம், கவனகன் குறிப்பு, சமங்கை நதிக் குறிப்பு, உருபேதம், பஞ்சபட்சிகள், பிம்பவனம், சொர்ண உமிழ்கை என்று வினோதமான தலைப்புகளின் கீழ் சுவாரசியமான பல தகவல்கள் கொடுக்கப்படுகின்றன.

நகரங்களின் உரையாடல் என்ற அத்தியாயத்தில் பாரத காலத்தில் இருந்த ஒவ்வொரு நகரத்தின் பிரத்யேகத் தன்மையும் விவரிக்கப்படு கிறது. கோவில்களன்றி பலிபீடங்கள் மட்டுமே கொண்டுள்ள அஸ்தினா புரமும், அதன் பிரதிபிம்பமாகவும், வன்மையான இரவையும் கொண்ட இந்திரப் பிரஸ்தமும், ஒளிந்து வாழ்பவர்க்கான நகரமான விராட தேசமும், அவமானத்தால் வீழ்த்தப்பட்டு சதா வெம்மை கொண்ட பாஞ்சால தேசமும் நம் கண் முன் விரிகின்றன.

நாவலின் இறுதிப் பகுதியில் ஒவ்வொருவரும் எவ்வாறு இறக்கிறார் கள் என்று காட்டப்படுகிறது. த்ரௌபதி பனிமலையில் இறக்கிறாள். கண்ணன் வேடுவனால் பாதத்தில் அம்பு தாக்கி இறக்கிறான். அம்புப் படுக்கையில் மரண நேரத்துக்காகக் காத்திருக்கிறார் பிதாமகர் பீஷ்மர்.

முன்பே சொன்னது போல நாவலுக்கென்று முழுமையான வடிவம் ஏதும் இல்லை என்பதால் பொறுமையாகவே படிக்கலாம். நிஜ பாரதத்தோடு ஒப்பிட்டுப் பார்த்துப் படிப்பது சுவாரசியமாக இருக்கும்.

எஸ். ராமகிருஷ்ணனின் கவிதை மொழியில் படிப்பது சுகமாக இருக்கும், சில நேரங்களில் சற்றே தலை சுற்றினாலும். தமிழில் சமீபத்தில் வெளிவந்துள்ள முக்கியமான நாவல்களில் ஒன்று என்ற அடிப்படையிலும், மகாபாரதத்தை அடிப்படையாகக் கொண்டு எழுதப்பட்டுள்ள மிகச்சில புனைவுகளில் ஒன்று இது என்பதாலும் அவசியம் வாசிக்க வேண்டிய நாவல். மேலும் மறு வாசிப்புக்கும், பரிசீலனைக்கும் உள்ளாக வேண்டிய நாவல் உப பாண்டவம்.

வாசகர் அனுபவம் (இணையம்)

உபபாண்டவம்

அற்புதமான அனுபவம்

திருமலை

எஸ். ராமகிருஷ்ணன் அவர்களின், உப பாண்டவம் புதினம் சமீபத்தில் படிக்க நேர்ந்தது. விஜயா பதிப்பகம் சென்று வந்த நாட்களில், என்றாவது ஒரு நாள் இந்தப் புத்தகம் படிக்கவேண்டும் என்ற எண்ணம் உண்டானது. பாரதத்தை கேட்ட நாட்களில், மனது அதிக உற்சாகம் கொள்கின்றது. இந்தக் கதைகளின் சுவாரஸ்யம் வேறு கதைகளில் இல்லை. பாரதம் கேட்ட நாட்களில், அஸ்தினாபுரம், இந்திரப்பிரஸ்தம், துவாரகை, மதுரா, பிருந்தாவனம், கோகுலம் இவற்றை என்றாவது ஒருநாள் காண வேண்டும் எனும் ஆவல் எழுந்தது. எஸ்.ராமகிருஷ்ணன் தன் தேசாந்திரி வாழ்வில், மகாபாரதத் துக்காகவே பல இடங்களைச் சுற்றி வந்திருக்கிறார். அந்த வகையில் அவரின் கை பிடித்து நடப்பதுபோல் ஒரு பிரமை கதையெங்கும்.

இது நாள் வரையில், நாங்கள் அறிந்த பாரதம் பாண்டவர் ஐவரைப் பற்றியே அதிகம் பேசி இருந்தது. அதற்கு அப்பால், பாண்டவர்களின் புதல்வர்கள் அபிமன்யு, கடோத்கஜன், அரவான் இவர்களை அறிந்து இருந்தோம். ஆனால், பாஞ்சாலியின் புதல்வர்களை அவ்வளவாகத் தெரியாது. இந்தப் புதின தலைப்பே உப பாண்டவம். பாண்டவர் ஐவருக்கும், பாஞ்சாலிக்கும் பிறந்தவர்கள்.

இந்தப் புதினம், தொடர்ச்சியான கதையால் பின்னப்படாமல், சம்பவங்களால், விவரிக்கப்பட்டு உள்ளது. சிறுவயது முதல், கதையில் அடுத்து என்ன? என்ற கேள்வியோடு படித்துப் பழகி இருப்பதால், இது வேறொரு வடிவம் கொள்கிறது. உப பாண்டவம், மனிதர்களின் மன ஓட்டத்தை, அவர்களின் இதய அலைவரிசையைப் படம் பிடிக் கின்றது. மனிதனுக்கே உண்டான அத்துணை குணங்களையும் பாத்திரங்கள் கொண்டுள்ளன. குழந்தைகள் பிறந்தவுடன், பிரிந்துவரும் பாஞ்சாலி – அவளின் என்ன ஓட்டம், ஒரு தாய்க்கே உரித்தான

தவிப்புகள் இங்கே பதிவு செய்யப்பட்டு உள்ளது. குழந்தைகள் பிறந்தவுடன், அவர்களை திஷ்ட யுத்தமனிடம் கொடுத்துவிடும் அவள், அவர்களின் தவழ்தலை, அவர்களின் மழலையை, அவர்களின் தளிர் நடை, அவர்களின் இளம்பிராயம் இவற்றைக் கண்டதில்லை. உப பாண்டவர்கள் யாரும் தங்களின் தந்தையைக் கொண்டு இல்லை. அதற்கு அளிக்கப்படும் பதில், அவர்கள் மனத்தால் வளர் கிறார்கள். உடலால் அல்ல. அப்படி மனத்தால் வளரும்பொழுது இன்னும் வலிமை உள்ளவர்களாய் இருப்பர் என்பதே.

குந்தியின் எண்ண ஓட்டங்கள் இதில் அதிகம் பகிர்ந்து கொள்ளப் பட்டு உள்ளன. மாத்ரியின் மரணம், அதன் பின் மாத்ரி மேல் குந்தி கொண்ட கோபம் விவரிக்கப்பட்டு உள்ளது. சல்லியன், பாண்டவர் அணியில் தலைமை ஏற்க அனுமதிக்கப்படவில்லை. அந்தப் பொறுப் புக்கு குந்தி, திஷ்ட யுத்தமனைக் கொண்டுவருகிறாள். நகுல, சகா தேவர்கள், திஷ்ட யுத்தமனை விட, சல்லியனே ஆகப் பெரிய வில்லாளி என சொல்லி வருகின்றனர். இறுதி நாட்களை எண்ணிக் கொண்டிருக்கும் பீஷ்மரிடம் ஒவ்வொருவரும் வந்து சந்திக்கின்றனர். அந்தப் பகுதி சரியாக செதுக்கப்பட்டு உள்ளது. கர்ணனிடம் பீஷ்மர், கர்ணா மனிதன், பிறப்பால், அறியப்படுவதில்லை. அவனது செயல் களால் அறியப்படுகிறான் என்கிறார்

விதுரனின் உலகம் ஆச்சர்யத்தோடு விரிகின்றது. இறுதிக் கணம் வரை, பேசியபடியே இருந்த சத்ய விரதரும், எங்கே தன்னை மீறிப் பேச்சு வெளிப்பட்டு விடுமோ என கானகத்தில் அலைந்து திரிந்த நாட்களில், வாயில் கூழாங்கற்களை அடக்கிக் கொண்ட விதுரனும் ஆச்சர்ய துருவங்கள். பல நேரங்களில், அஸ்தினாபுரம், கங்கா புத்திர ரின் தேசமோ என சந்தேகம் வருகிறது. ஆனால் அவர் தனக்கும், தன்னைச் சுற்றி நடக்கும் எதற்கும் சம்பந்தம் இல்லை என்பதாய் நடந்து செல்கிறார். குதிரைகளின் தாகம் தீர்க்க அமைந்த குளக்கரை– அஸ்திர குளக்கரை மறைந்த பின்பும், சில நாட்களில்... நதியில் இருந்து எழுந்து வரும், இறந்த அனைத்து மனிதர்களின் காட்சியும், ஏதோ ஒரு புது விவரிப்பைத் தந்தவண்ணம் உள்ளன.

சஞ்சயன், தனிமையில் உழலும் காந்தாரி, திருதராஷ்டிரன், அவர் களின் இறுதி நாட்கள், என ஒரு புதிய அக உலகம் அவர்களுடையது. கிருஷ்ணனின் புதல்வன் பிரத்யூம்ணனை அதிகம் கேட்டு உள்ளோம். ஆனால் சாம்பவனைக் கேள்விப்பட்டதில்லை. கிருஷ்ணனை அவன் கண்டதும், அதன் பின் கிருஷ்ணனின் சாபம், நோய் பீடித்த சாம்பவன் என இது புதிய விவரிப்பு. அவனது உலகம், ஒவ்வொரு மனிதனின் மனசாட்சி போல் அரற்றியபடி உள்ளது.

துரோணரை முன் மாதிரியாய் வைத்து, வித்தை கற்ற ஏகலைவன், தன் வித்தையைக் காண்பிக்கும் காலத்திற்கு ஏங்குகிறான். ஒரு நாள் அஸ்தினாபுர இளவரசர்கள், கானகம் வருகின்றனர். அந்த நிலையில் தன் தேர்ச்சியை நிரூபிக்க, வழியே வந்த நாயின் வாயை, அஸ்திரம்

கொண்டு பூட்டுகிறான். நாயின் இருப்பே, அதன் குலைப்புதான். அவனது அந்த நிகழ்வுக்கு உடனே பலன் கிடைக்கிறது. அவன் கட்டை விரல் பறிபோகின்றது. அம்பாவைக் குறிப்பிடும்பொழுது, அவமானத்தின் வலிகள் உடல் முழுதும், முறிந்த அஸ்திரம் போல் என்றென்றும் உள்ளதைச் சொல்கிறார். எவ்வளவு நிஜம்.

துரோணரின் மகன் அஸ்வத்தாமன். போரின் இறுதியில், அவனுக்கு வாய்த்த வரமாய், அவன் யுக யுகமாய், சாவு வராமல் எங்கும் சுற்றி அலைவதாய் சொல்லப்பட்டு உள்ளது. மனிதனுக்கு வாழ்வு எவ்வளவு நிஜமாய் இருக்கிறதோ அப்படியே சாவும். மரணமிலாத வாழ்வைப் போல் ஒரு தண்டனை உலகில் இல்லை போலும். எஸ். ராமகிருஷ்ணனின் படைப்பு ஒரு அற்புதமான அனுபவத்தை தந்தது. அற்புதமான படைப்பு உலகுக்கு இட்டுச் சென்றது. தங்களுக்கு நன்றியும், நல்வாழ்த்துக்களும்.

வெகு நாட்களுக்கு முன், என் வீட்டில், பாரதத்தைப் பற்றி பேச்சு எழுந்தது. எல்லா துயரங்களுக்குப் பின்பும்கூட, நாம், அரிச் சந்திரனை ஒரு நாளும் பொய் பேசிடாத மனிதனாய் கொண்டாடு கிறோம். ஆனால் தருமன், அந்தத் தகுதியை பதவி ஆசையால், இழந்துவிட்டான் என சொல்லிச் சென்றனர். துரோணரிடம் பொய் பேசாதவரை, யுதிஷ்டிரனின் தேர் கூட மண்ணைத் தொடாமல், அந்தரத்தில் பயணித்ததாம். அவன் முதல் பொய் சொன்ன பின், தேர் தரையைத் தொட்டதாம். இப்படி சொல்கிற யுதிஷ்டிரன், பூமியை விட்டு விலகும் தருணத்தில், தான் விட்ட இடத்தைப் பிடித்துக்கொள்கிறான். தன்னைத் தொடர்ந்து வந்த சொறி நாயை, ஆற்றுவெள்ளம், தன் தலைக்கு மேல் வந்தபொழுதும், தன் உயிர் போன பின், அந்த நாயின் உயிர் போகட்டும் என தன் தலைக்கு மேல் உயர்த்திப் பிடிக்கிறான். அந்த நிலையில், நீர் தாழ்ந்து இயல்புக்கு வருகிறான். அவனது அந்தச் செயலே, தர்மர் என்ற பெயருக்கான செயலாய் சொல்லப்பட்டு வருகிறது. தன்னை நம்பி வந்தவரை நட்டாற்றில்கூட விடாத குணம் மனிதனுக்கு வேண்டும். அப்படி ஒரு குணம் இல்லை என்றால், நம் உயிர் போகும் தருணத்தில் கூட அந்தச் செயல் மிகுந்த வருத்தத்தை, வலியைத் தரும்.

(இணையம்)

உப பாண்டவம்

நவீன மொழியில் பழைய கதை

ந.முருகேச பாண்டியன்

இந்தியாவைக் கதைகளின் நாடு என்று சொல்லலாம். அதற்கான சாத்தியக்கூறுகள் உள்ளன. நூற்றுக்கணக்ான மொழிகள், மாறுபட்ட தட்பவெப்ப நிலைகள். ஏற்ற இறக்கமான நிலவியல் அமைப்பு, விசித்திரமான பழக்கவழக்கங்கள்... இவற்றையெல்லாம் மீறி நாடெங்கும் பரவிக் கிடக்கும் கதைகளின் வீச்சு வியப்பைத் தருகிறது – சமஸ்கிருத மரபு, பார்ப்பனியம் காரணமாக இதிகாசங்கள் எனப்படும் இராம யாணமும் மகாபாரதமும் மக்களிடையே பரவினவெனினும், அவை இன்று ஆழமாக வேரூன்றியுள்ளன. இந்திய மொழிகளில் பல்வேறு பாட வேறுபாடுகளுடன் வழங்கி வருகின்றன. மகாபாரதக் கதைப் போக்கு, பாத்திரங்கள் காரணமாகச் செவ்வியல் வடிவத்தில் மட்டுமில்லாமல், அல்லி அரசாணி மாலை, புலவேந்திரன் மாலை போன்ற நாட்டுப்புறக் கதை வடிவங்களிலும் வழக்கிலுள்ளன. நேர் மொழிபெயப்பிலும் தழுவலிலும் மகாபாரதக் கதையானது தொடர்ந்து வெளியிடப்படுகிறது. இத்தகைய போக்கின் பகுதியாக எஸ்.ராமகிருஷ்ணன் எழுதியுள்ள *உப பாண்டவம்* நூலைக் கருத வேண்டியுள்ளது.

மாந்த்ரீக யதார்த்தக் கதை சொல்லலை ஆதாரமாகக் கொண்டுள்ள கதை சொல்லியான எஸ்.ராமகிருஷ்ணனை *உப பாண்டவம்* எழுதத் தூண்டியது யாதுவென்பது முக்கியமானது. நூற்றுக்கணக்கான பாத்திரங்கள், நல்லதும் கெட்டதுமான சம்பவங்கள், பல பாட வேறுபாடுகள் என்று கொம்பும் கிளையுமாக விரியும் மகாபாரதக் கதையின் சுவாரசியத்தில் ஈர்க்கப்பட்டு, அவரது பாணியில் மறுவாசிப் புச் செய்துள்ளார் என்று தோன்றுகிறது. ஒருவகையில் நாட்டுப்புறக் கூத்து நிகழ்வதைப் போன்றது. ஆண்டுதோறும் தொடர்ந்து நடத்தப்படு வது 'வள்ளி திருமணம்' நாடகம். பார்வையாளர்கள் மாறவில்லை; ஆனால் நடிகர்கள் புதியவர்கள். அவர்கள் எப்படி நாடகத்தை

நிகழ்த்துகின்றனர் எனபதுதான், நிகழ்த்துவதில் முதன்மை அம்சம். உபபாண்டவ முயற்சியும் ஏறக்குறைய அதே தன்மையுடையது.

மகாபாரதக் கதைக்கும் தனக்குமான உறவினை முன்னுரையில் விவரிக்கும் எஸ்.ரா.வின் சித்தரிப்பு, வெளியெங்கும் பொதிந்துள்ள கதையின் அழுத்தமான இடத்தினைச் சுட்டுகிறது. 'பீடிகை'யில் கதை சொல்லி காணச் செல்கிற பாரதக் கூத்து பற்றிய விவரணை அற்புதமாக உள்ளது. கதைசொல்லியின் தேடலும் வாய் வீச்சும் மரபு வழிபட்ட நிலையில், வாசிப்பில் பல்வேறு சாத்தியங்களுக்கு நம்மை இட்டுச் செல்கிறது. 'கனவும் நனவும்' மயங்கும் புள்ளியில், கதை என்ற வடிவத்தைச் சிதைத்து வாசகனும் பங்காளியாகிப் பயணப்படத் தயாராவது கதை சொல்லலின் நுட்பமாகும்.

கதைகளின் கதையாக விரியும் மகாபாரதக் கதையாடலின் செழுமை குறித்து வியந்து கதை சொல்லப்பட்டுள்ளது. புதிய பிரதியில் எஸ்.ராமகிருஷ்ணனின் தேர்வு பல இடங்களில் வெளிப்பட்டுள்ளது. மரபினை ஒட்டியும் வெட்டியும் செல்வது கதைப் போக்கில் நிகழ்ந்துள்ளது. பாஞ்சாலிக்கும் பாண்டவர் ஐவருக்குமான உறவானது நுட்பமாகக் கேள்விக்குள்ளாக்கப்பட்டுள்ளது. ஐந்து ஆண்களைக் கணவனாகக் கொள்ள குந்தியால் நிர்ப்பந்திக்கப்பட்டவள் பாஞ்சாலி என்ற சித்தரிப்பு கேள்விக்கிடமானது. தொல் பழங்குடியினரின் தாய்வழிச் சமூக அமைப்பின் எச்சமாகத்தான் பாஞ்சாலியைக் கருத வேண்டும். அவளுக்கு அவஸ்தை இருக்க வாய்ப்பில்லை (கடந்த நூற்றாண்டு வரை இரண்டு அல்லது மூன்று கணவன்களுடன் வாழ்ந்து வந்த கேரளத்து நாயர் இனப்பெண்களுக்குப் பெரிய பிரச்சினைகள் இல்லை என்பதை எனது மலையாள நண்பர்கள் கூறியுள்ளனர். அது இங்கு ஒப்புநோக்கத்தக்கது). கதைசொல்லிக்கு எப்படி வேண்டுமானாலும் கதையை இழுத்துச் செல்ல வாய்ப்புள்ளது என்றாலும் பூர்வீக அம்சங்களில் இழையோடும் மனநுட்பங்கள் முக்கியமானவை.

மகாபாரதக் கதையின் சிறப்பென்பது, அதன் பன்முகப்பட்ட அம்சங்கள்தான். விலாவரியாக விவாதிப்பதற்கும் தர்க்கிப்பதற்கும் பிரதியானது இடம் தந்துகொண்டேயிருக்கும். சகுனி, கிருஷ்ணன், கர்ணன்... இப்படி யார் பற்றி வேண்டுமானாலும் சாதகபாதகமான விஷயங்களைப் பேசிக்கொண்டேயிருக்கலாம். நாணயத்தின் இருபக்கங்கள் போல துரியோதனன் உங்களுக்குக் காட்சி தந்துகொண்டிருப்பார். கர்ணன், துரியோதனன் மனைவி பானுமதியைத் தடுத்து நிறுத்திட முயலும்போது கை தவறுதலாக மேகலையைப் பிடித்து இழுத்ததால், அறுந்து சிந்திய முத்துக்களை 'எடுக்கவோ, கோர்க்கவோ' என்று கேட்ட துரியோதனன் செய்கை, மனித மனோபாவத்திற்கு மிகவும் நெருக்கமானது. கர்ணன், அபிமன்யு பற்றிய தமிழர்களின் புரிதலைத் தமிழ்த் திரைப்படங்கள் தகவமைத்துள்ளன. திரௌபதியை மட்டும் தெய்வமாகத் தமிழர்கள் வணங்குகின்றனர். சகுனியின் செயல்களை

எப்படி வேண்டுமானாலும் எழுதிப் பார்க்கலாம். இவை போன்ற சாத்தியங்களுடன் வாசகனைத் தர்க்கத்தில் இழுப்பதற்கான சாத்தியங்கள் *உபபாண்டவத்தில்* குறைவாக உள்ளன.

காரண காரிய அறிவுடன் பல்வேறுபட்ட பாட பேதங்களைத் தொகுத்துத் தந்துள்ள பாரதக் கதையில், கதை சொல்லல் மூலம் அமைதி தரப்பட்டுள்ளது; பெரும்பாலான கேள்விகளுக்கு விடை தரப்பட்டுள்ளது. தொடர்ந்து கேள்விகளை எழுப்பும் விதமாகக் கதை சொல்வதுதான் பாரதக் கதையின் சிறப்பு. காந்தாரி, பீமன், சகுனி, துரியோதனன், யுதிஷ்ட்ரன்... பற்றித் தெளிவான கருத்தியலுடன் கதை விரிகிறது. அதாவது துரியோதனன் கதை விரிகிறது. அதாவது துரியோதனன் தரப்பினர் முழுக்கக் கெட்டவர்கள், பாண்டவர்கள் நல்லவர்கள் என்பது போன்று கதையாடல் உள்ளது. நுணுக்கமாகவும் விரிவாகவும் கதை சொல்லலில் ஆர்வங்கொண்ட எஸ்.ராமகிருஷ்ணன் பிசிறடிக்கும் பாத்திரங்கள் படைப்பதில் முனைப்பாக இல்லை. இதனால் பிரதியில் பயணிக்க வாசகனுக்கான இடம் குறைவாக உள்ளது. சுற்றிச் சுழன்று வாசகனையும் இழுவையில் ஆழ்த்தி வாழ்வின் பல்வேறுபட்ட போக்குகளை வெளிப்படுத்தும் பாரதக் கதையைத் தெளிவாகச் சொல்லியிருப்பது, வாசிப்பில் சுவாரசியமற்றுப் போக இடமுண்டு.

கணினி யுகத்தில் அச்சும் அமைப்பும் ஓவியமாக மிளிரும் காலத்தில் பக்கத்திற்குப் பக்கம் கொப்புளிக்கும் அச்சுப் பிழைகள், வாசிப்பைத் தடைபடுத்துவதுடன் எரிச்சலையும் தருகின்றன. ஏற்கனவே மக்களிடையே வழக்கிலுள்ள பாரதக் கதையை மீண்டும் சொல்லும்போது, புதிய பிரதியானது வாசகரை விவாதத்திற்கு இட்டுச் செல்லாதது பலவீனமாகும். எனினும் நவீன மொழியில் பழைய கதையை உற்சாகத்துடன் விலாவாரியாகச் சொல்லியுள்ள எஸ்.ராமகிருஷ்ணனின் நோக்கமும் கடும் உழைப்பும் பாராட்டப்பட வேண்டியனவாகும். பாரதக் கதையின் சில பகுதிகள்/சில பாத்திரங்கள்/சில அம்சங்களை முதன்மைப்படுத்திக்கொண்டு, இஷ்டம் போல கதையை மாய வழியில் இழுத்துச் சென்றிருந்தால் *உப பாண்டவம்* இன்னும் சிறப்படைந்திருக்கும். *உப பாண்டவம்* இருபத்தோராம் நூற்றாண்டின் மகாபாரதம் என்று சொல்ல இடமிருப்பது, எஸ்.ராமகிருஷ்ணன் கதை சொல்லலுக்குக் கிடைத்த அங்கீகாரமாகும்.

தீராநதி, ஜூன் 2002

நெடுங்குருதி

சித்திரங்களின் விசித்திரங்கள்

சுந்தர ராமசாமி

தமிழ் உலகத்திற்கு அப்பால் நம் படைப்புகளை எடுத்துச் செல்லவும் அந்நிய நிலப்பரப்புகளில் தழைத்திருக்கும் வேறுபட்ட கலாச்சாரங்கள் சார்ந்த வாழ்க்கையைப் படைப்பில் உருவாக்கவும் அவசியமான சுதந்திரம் தமிழ் எழுத்தாளர்களுக்குக் கோட்பாட்டளவில் இருக்கத் தான் செய்கிறது. இருப்பினும் இச்சுதந்திரத்தை அவர்களால் போதிய அளவு பயன்படுத்திக் கொள்ள முடிந்திருக்கிறதா? வேறு தேசங்களில் வாழும் மக்களின் வாழ்க்கையைப் பற்றிய அனுபவ அறிவு பெரும்பா லும் நம் எழுத்தாளர்களுக்கு இல்லாத நிலையில், அவர்கள் மீண்டும் மீண்டும் தமிழ் வாழ்க்கையையே வளைத்துக் கட்ட முயற்சிக்கிறார்கள்.

ஆனால் தமிழ் வாழ்க்கையின் முழுமைகளை நோக்கியேனும் நம்மால் நம் நாவல்களை நகர்த்த முடிந்திருக்கிறதா? மேல்தட்டு வாழ்க்கையைச் சேர்ந்தவர்களாலும் அவர்களுடைய கலாச்சாரங்கள், ஒழுக்கங்கள் ஆகியவற்றைப் பெருமையுடன் தழுவி நிற்பவர்களாலும் பெரும்பான்மையான மக்களின் வாழ்க்கையைக் கண்டு சொல்ல முடியுமா? அவர்களுடைய பெருமைகளும் ஒழுக்கங்களும் விரிந்து கிடக்கும் வாழ்க்கையின் மையத்தை நோக்கி நகர அவர்களை விடுவதில்லை. தமிழ் வாழ்வின் விரிவை நோக்கிய பயணங்கள் விதி விலக்குகளாகவே நமக்கு நேர்ந்திருக்கின்றன. இப்படிப் பார்க்கும்போது அந்நியக் கலாச்சாரங்களும் நம் கலாச்சாரங்களின் மையங்கள் சார்ந்த வகைபேதங்களும் வெவ்வேறு காரணங்களை முன்னிட்டுத் தமிழ்ப் படைப்புகளிலிருந்து பெரும்பாலும் விலகியே நிற்கின்றன.

காலம் இப்போது மாறி வருகிறது. படைப்பில் மறக்கப்பட்டிருந்த மனிதர்களும் அவர்களது வாழ்க்கையும் சமூகத்தின் மையங்களை நோக்கி முன்னேறிக்கொண்டிருக்கின்றன. இலக்கியப் படைப்புகளையும் இம்மையம் நோக்கி நகர்த்தும் சூழல் உருவாகி விட்டது. இச்சூழல்

படைப்பில் வாழ்க்கை சார்ந்த பரப்பை விரிக்கிறது. ஆழங்களைக் கூட்டுகிறது. மண்ணோடும் குரூர வாழ்க்கையோடும் பிணைந்து கிடப்பவர்களுடன் படைப்பு வழியாகவேனும் வாசகர்களுக்கு உறவு கொள்ள ஒரு சந்தர்ப்பம் வாய்க்கிறது. சமுதாயத்தின் பகுதி என்பது சமுதாயத்தின் முழுமை அல்ல என்பது மிக எளிய கணக்கு. ஆனால் அந்தக் கணக்கு அனுபவ அறிவாகவும் உணர்வுகளாகவும் மாறும்பொழுதே அது வலிமை பெறுகிறது.

என் நினைவில் வாழ்வின் விரிவை நோக்கிய பயணங்களின் உதாரணங்களாக இரு நாவல்கள் நின்றுகொண்டிருக்கின்றன. இமையத்தின் *கோவேறு கழுதைகளும்* யூமா. வாசுகியின் *இரத்த உறவும்* இவர்கள் விரித்த வாழ்க்கைக்குப் பின் நமக்கு இப்போது கிடைத்திருப்பது எஸ்.ராமகிருஷ்ணனின் *நெடுங்குருதி*. இந்நாவல் மேலும் ஒரு புதிய வாசலைத் திறந்திருக்கிறது. அந்த வாசல் வழியாக நம் படைப்பு மனம் வெளியே வந்தால் தமிழ் வாழ்க்கை அடிவானம் வரையிலும் விரிந்து கிடக்கும் உண்மை தெரியவரும்.

வேறு சிறந்த நாவல்கள் பலவற்றிலும் நாம் பார்த்திருப்பது போலவே *நெடுங்குருதியிலும்* மொத்தையான கதை என்று ஒன்று மில்லை. ஆனால் வாழ்க்கையின் மேடு பள்ளங்களையும் அலங்கோலங் களையும் நாம் உணரும் வகையில் ஒரு கதையைச் சொல்வதில் ஆசிரியருக்கிருக்கும் ஆசையையும் இந்நாவல் வெளிப்படுத்துகிறது. கதையைப் புறக்கணிப்பதல்ல. கதைக்கு அப்பால் இருக்கும் வாழ்க்கைக் கோலங்களையும் இணைத்துக் கொள்வதுதான் அவர் தேர்வு செய்துகொண்ட பார்வையாக இருக்கிறது.

நெடுங்குருதியில் வரிசையாக வந்துகொண்டிருப்பவை சித்திரங்கள். ஸ்டாம்பு ஆல்பத்தில் ஸ்டாம்புகள்போல் பக்கம் பக்கமாக இச்சித்திரங் கள் இடம்பெறுகின்றன. இச்சித்திரங்களைக் காலம் சார்ந்த இடைவெளி கள் விட்டும் மனிதர்கள் சார்ந்த இடைவெளிகள் விட்டும் ஆசை வெறியுடன் உருவாக்கிக்கொண்டுப் போகிறார். இந்தப் படைப்பாளி. இந்த ஆசையை நிறைவேற்றிக்கொள்வதுதான் தன் படைப்பு மனத்தின் ஒரே பணியும் பொறுப்பும் என்று கருதுவதுபோல் சித்திரங்களின் வரிசை பெரும் தொலைவை நோக்கி வளர்ந்துகொண்டே போகிறது. இச்சித்திரங்களில் வெளிப்படும் படைப்பாளியின் அக்கறைகள், கவனங்கள் ஆகியவற்றின் அளவைத் தொகுத்துப் பார்ப்பது அவ்வளவு சுலபமல்ல.

மனிதர்களுடன் காலங்கள், தட்பவெட்ப நிலைகள், ஜீவராசிகள், தாவரங்கள் இவற்றையும் சேர்த்து சொல்லிக்கொண்டே போகிறார் தன் நாவலில்.

மனித வாழ்க்கைக்கு வெளியே, அந்த வாழ்க்கையைக் கணக்கில் எடுத்துக்கொள்ளாமல் பிற ஜீவராசிகளும் இயற்கையின் கோலங்களும் சுதந்திரமாக இயங்கிக்கொண்டிருக்கின்றன. மிக மோசமான நெருக்கடி யில் ஒரு மனிதன் மற்றொரு மனிதனின் வயிற்றைக் கிழித்துக்

குடலை இழுத்து வெளியே போடும்போதும் தென்றல் வீசிக்கொண்டிருக்கிறது. கண் கூசும் வெளிச்சத்தில் மாற்றம் எதுவுமில்லை. எறும்புகள் ஊர்ந்துகொண்டிருக்கின்றன. மேகங்கள் கூடுகின்றன அல்லது கலைகின்றன. உலகின் பல்வேறு இடங்களில் கலவியில் மக்கள் தம் நினைவுகளை அழித்துக்கொண்டிருக்கிறார்கள். பிரபஞ்சத்தின் இயக்கங்கள் தொடர்ந்துகொண்டே இருக்கின்றன. இந்நிலையை மிகச்சாதாரண போதமாக மதிப்பிடுவது பெரிய விஷயமல்ல. ஆனால் இவ்வுண்மை ஒருவரது குருதியில் கலந்து வாழ்க்கைப் பார்வையின் தவிர்க்கவியலாத பகுதியாகப் படிந்து போவது அபூர்வமான மாற்றமாகும். இம்மாற்றம் எஸ்.ராமகிருஷ்ணனுக்கு நிகழ்ந்திருப்பதை இந்நாவல் வழியாக எந்த நுட்பமான வாசகனும் அறிய முடியும்.

இந்நாவலாசிரியருக்குச் சித்திரங்களில் ஆசை என்று சொன்னேன். சரியாகச் சொல்ல வேண்டுமென்றால் சித்திரங்களின் விசித்திரங்களில் தான் ஆசை என்று சொல்ல வேண்டும். மூன்று வேளை தின்று, கூடிவாழ்வதில் குழந்தைகளைப் பெற்று, ஆயுள் முடிகிறபோது வாயைப் பிளந்துவிடுகிற மனித உயிர்களும் இவருக்கு நிஜ வாழ்க்கையில் முக்கியமானவையாகவே இருக்கலாம். ஆனால் தன் படைப்பில் சகஜ ஜென்மங்களை உள்ளே விட அவரது பார்வை அனுமதிப்ப தில்லை. விதிவிலக்குகள் சார்ந்தும் விசித்திரங்கள் சார்ந்தும் ஏதோ ஒன்று சொல்ல அவருக்கு இருந்துகொண்டே இருக்கிறது.

தம் சித்திரங்களை மொழி தரும் அர்த்தத்தில் முடிந்துபோகாமல் காட்சிகளாக மாற்றும் இவரது படைப்புக்கூறும் முக்கியமானது. ஒரு திரைப்பட இயக்குநர் தன் வேட்கையை எழுதித் தீர்த்துக் கொள்வது போன்ற கற்பனையை இவர் நமக்கு அளிக்கிறார்.

நாவலில் கதைச்சரடு நாகு என்ற சிறுவன் வழியாகத் தொடங்குகிறது. பற்றி எரியும் கோடை ஓர் ஊரின் மீது கொடுமையாக இறங்குகிறது. கோடைக்காலம், காற்றடிக்காலம், மழைக்காலம், பனிக்காலம் என்று நான்கு பகுதிகளாக இந்நாவல் பிரிக்கப்பட்டிருக்கிறது. நாகுவின் இளமைக்காலச் சிநேகிதி கால் ஊனமுற்ற ஆதிலட்சமி. அவள் தனது வீட்டின் வாசல் திண்ணையிலேயே உட்கார வைக்கப் பட்டிருக்கிறாள். நாவல் தொடங்கும்போது நாகுவின் அப்பா குடும்பத்தில் இல்லை. ஓடிப்போய் விட்டிருக்கிறார். நாகுவின் தாய், அவனுடைய சகோதரிகளான வேணி, நீலா ஆகியவர்களைக் கொண்டது அக்குடும்பம். இக்குடும்பத்திற்கு வெளியே எண்ணற்ற பாத்திரங்கள் வருகிறார்கள்.

நாவலில் பெயர் அடையாளத்துடன் அழுத்தமாக இடம்பெற்றிருக்கும் ஊர் வேம்பலை மட்டுமே. இந்த ஊரும் படைப்பில் சலிக்காத வர்ணனைக்கும் தாலாட்டுக்கும் கொஞ்சலுக்கும் உரிமை பெற்றிருக்கும் ஒரு கதாபாத்திரம்தான். இந்த ஊருக்கு வருகிறவர்கள், இந்த ஊரிலிருந்து வெளியேறுகிறவர்களைச் சுற்றியும், இந்த ஊரில் நடக்கும்

மோதல், திருட்டு, விரோதம், பழிக்குப் பழி ஆகியவற்றில் நம்பிக்கை வைத்து அவற்றை இயற்கையாக ஏற்றுக் கொண்டிருக்கும் மக்களைச் சுற்றியும் கதைச்சரடு ஓடுகிறது. நாகு பெரியவனாகி அந்த ஊரின் கலாச்சாரம் அளிக்கும் சாகசங்களில் தன்னை முழுமையாக ஈடுபடுத்திக்கொள்கிறான். வன்முறை சார்ந்த மோதலில் தன் உயிரை இழக்கிறான்.

நாகு மறைந்த பின்பும் படைப்பு தொடர்கிறது. நாகு சிநேகிதம் கொண்டிருக்கும் இரண்டு பெண்களில் ஒருத்தி அவன் மனைவி; மற்றொருத்தி, அவன் தொடர்பு கொண்டிருக்கும், தன் உடலை விற்று வாழும் ஒரு பெண். இருவருமே நாகுவின் குழந்தையைப் பெற்றுக் கொள்கிறார்கள். நாவலின் பின்பகுதி நாகுவின் ஆசை நாயகியைச் சுற்றிக் கதை விரிகிறது.

யதார்த்தத்தை அடித்தளமாகக் கொண்ட நாவல்தான் இது. அந்தத் தளத்தில் நாவல் முடிந்துபோய் விட்டால் படைப்பாளியின் இலக்கியப் பார்வை என்னாவது? ஆகவே நாம் பல அதீதங்களையும் சேர்த்துப் பார்க்கிறோம். அதீதங்களும் நம் மனதைக் கவரக்கூடியவைதான் என்பதை வாசகர்கள் அறிவதும் நல்லதுதானே. அது அதிகப்படியான பரிணாமத்தை நாவலுக்குச் சேர்க்கிறதா என்பது பற்றித்தான் நாம் யோசிக்க வேண்டும்.

சித்திரங்களில் யதார்த்தமும் அதீதமும் இணைந்து கிடப்பது போலவே வாக்கியங்களிலும் அக்கலவை தொடர்கிறது. கவிதை தன் பொருளை மூடி வைத்துக்கொள்ளும்போதும் சில நேரங்களில் மிகுந்த ரசனையைப் பெறுகிறோம் அல்லவா? அதுபோன்ற கவிதை வாக்கியங்கள் நிறைய இருக்கின்றன. அதீதம் நமக்குப் புரிதலையோ அழகியலையோ தராதபோது சலிப்பு ஏற்படுகிறது. 'சூரியனின் பச்சை வெயில் கடுமையாகக் காய்ந்துகொண்டிருந்தது' (உதாரணமாக எடுத்துக் கொள்வதிலும் தவறில்லை) என்று சொல்லும்போது வாசகன் தன் கற்பனையால் எந்த அளவுக்கு அதைக் கண்டுகளிப்பான்?

கதையில் உறுத்தலை அளிக்கக்கூடியவை மரணங்களும் அகஸ்மாத்தான சந்திப்புகளும். மரணங்களில் ஒரு சிலவற்றின் மீது அவநம்பிக்கைகள் கூடுவதால் மனம் விலகிப் போய்விடுகிறது. அகஸ்மாத்தான நிகழ்வுகளும் வாழ்க்கையின் ஒரு பகுதிதான். ஆனால் அவற்றின் மீது இவ்வளவு சாய்வு கொள்வது படைப்பிற்கு ஏதோ விதத்தில் குறைவுதான். வேம்பலையில் பல நிகழ்வுகள் சொல்லப்பட்டிருப்பது போல் வேறு பல ஊர்களிலும் நிகழ்வுகள் சொல்லப்பட்டிருக்கின்றன. ஆனால் அந்த ஊர்களின் பெயர்கள் சொல்லப்படாமல்போவது தற்செயல் என்று எண்ணக் காரணமில்லை. அத்துடன் முற்பட்ட காலத்தைச் சேர்ந்த கதை இது (ஒரு சைக்கிளின் விலை இருபது ரூபாய்). இக்காலத்தைச் சேர்ந்த ஒரு கதையில் இடம்பெறும் மக்களின் ஜாதியை எதற்காக மறைக்க வேண்டும்? நாவலில் கதாபாத்திரங்களின் வளர்ச்சிக்கு அவர்களது செயல்பாடுகள் மட்டுமே பயன்படுத்தப்பட்டி

ருக்கின்றன. திரைப்படத்தில் இதுவே சாத்தியம். மொழி சார்ந்த கலையில் அப்படி அல்ல. மொழியை மனித மனத்தில் இருந்து பிரிப்பது படைப்பில் மொழிக்குரிய பங்கைக் குறைப்பதாகும். தொடர்ந்து சொன்னால் எவ்வளவோ நிறைகளையும் குறைகளையும் சொல்லலாம். ஆனால் எல்லாவற்றையும் கூட்டிக் கழித்துப் பார்க்கும் போதும் இந்நாவல் உயர்வானதுதான்.

காலச்சுவடு

நெடுங்குருதி

விசித்திரத்தின் அழகியல்

கார்த்திகைப் பாண்டியன்

ஒரு மனிதனின் அடிப்படை இயல்புகளைத் தீர்மானிக்கக்கூடிய விஷயங்கள் எவையெவை என்று சொல்லலாம்... அவர்களின் பிறப்பு? குடும்பச் சூழ்நிலைகள்?

நண்பர்கள் அல்லது உறவினர்கள்? இவை போக, இது எல்லாவற்றையும் மீறிய ஒன்றும் இருக்கிறது. அது அவர்களின் ஊர். அவர்கள் வாழும் சூழ்நிலை.

இப்போதும் எனக்கு நன்றாக ஞாபகம் இருக்கிறது. என்னுடைய எட்டாவது வயதில் குடும்பத்தோடு மதுரை சுப்ரமணியபுரம் பகுதிக்குக் குடிபுகுந்தோம். அதுவரை வீடு விட்டால் பள்ளி, பள்ளி விட்டால் வீடு. இதுதான் நான். ஆனால் அங்கே குடிபோன பின்பு என்னுடைய இயல்புகளே மாறிப்போனது. புதிய நட்புகள், தெருவோரச் சண்டைகள், எப்போதும் காதுகளில் கேட்டுக்கொண்டே இருக்கும் வசவுகள், தெரு முக்கில் உருட்டும் லங்கர்கட்டைகள், சூது, வகுப்புகளுக்கு மட்டம் போட்டு விட்டு சினிமா... அந்தப் பகுதியின் இயல்புகளில் நானும் தொலைந்து போனவனாக இருந்தேன்.

கொஞ்சம் கொஞ்சமாக நான் இன்றிருக்கும் நானாக மாறிய தருணங்கள் அவை.

சொந்த ஊரை விட்டு வெகுதூரம் விலகி இருக்கும் ஒவ்வொரு மனிதனின் மனதிலும் எங்கோ ஓர் ஓரத்தில் தங்களின் ஊரைப்பற்றிய கனவுகளும் ஆசைகளும் ஒளிந்து கிடக்கின்றன.

ஊர் என்பது வெறும் வசிப்பிடமாக மட்டும் இருப்பதில்லை. அது ஒவ்வொருவரின் உணர்விலும் கலந்த ஒன்றாகவே இருந்து வருகிறது.

எத்தனை விதமான ஊர்களைப் பற்றி நம்முடைய இதிகாசங்களில், கதைகளில் படிக்கிறோம்?

வெகு விசித்திரமான ஊர்களைப் பற்றிய கதைகளை என்னுடைய பால்யத்தில் கேட்டிருக்கிறேன். முழுக்க முழுக்கப் புதிர்களால் நிரம்பிய தெருக்களால் ஆன ஊர் ஒன்று இருந்ததாம். ஒருமுறை அதன் உள்ளே சென்று விட்டால் மீண்டு வெளியே வரவே இயலாதாம். இதைப் போலவே, பெண்கள் மட்டுமே வாழும் ஊர் ஒன்றும் இருந்ததாம். அதன் உள்ளே போகும் ஆண்கள் யாவரும் பெண்களாக மாறிவிடுவார்களாம். மீண்டும் வெளியேறிச் செல்லும்போதுதான் ஆண்களாக மாறுவார்களாம். விந்தைதான் இல்லையா?

இவை எல்லாமே மனித மனத்தின் கற்பனைதான் என்றாலும், இதன் அடிப்படை ஒன்றுதான். ஒவ்வொரு ஊரும் தனக்கென ஒரு தனித்துவமான இயல்பைக் கொண்டதாகவே இருக்கின்றன. அப்படிப்பட்ட ஒரு மூர்க்கமான ஊரைப் பற்றியும், அங்கு வாழ்ந்த மனிதர்களின் கதைகளையும் சொல்லும் நாவல்தான் எஸ்.ராமகிருஷ்ண னின் *நெடுங்குருதி*.

வேம்பலை என்றொரு கிராமம். அங்கு வசிக்கும் வேம்பர்கள் என்ற மக்கள். இவர்களின் வாழ்க்கையைத்தான் இந்த நாவல் பதிவு செய்கிறது. குற்றப்பரம்பரை என்று சொல்லி ஒடுக்கப்பட்ட ஓர் இனத்தைப் பற்றிய பதிவு என்றும் சொல்லலாம். கிட்டத்தட்ட மூன்று தலைமுறைகளைத் தொட்டுச் செல்லும், ஒரு நூற்றாண்டு காலம் நீளும் கதையை வெகு இயல்பாகச் சொல்லிச் செல்கிறார் எஸ்ரா. அவருக்குப் பிரியமான வெயில், வேம்பு மற்றும் எறும்புகள். இந்த நாவல் எங்கும் இந்த மூன்றும்தான் நிறைந்து இருக்கின்றன.

கோடைக்காலம், காற்றடிக்காலம், மழைக்காலம் மற்றும் பனிக்காலம் என்று நான்காகப் பகுக்கப்பட்டிருக்கிறது இந்தப் புத்தகம். வேம்பர்களின் வாழ்வில் வசந்தமே கிடையாது என்று இதையும் ஒரு படிமமாகக் கொள்ளலாம். நான்கு காலங்கள் இருந்தும் கோடைக்காலமே நாவலின் பிரதானப் பகுதியாக இருக்கிறது. குறிப்பாக, வெயில் மற்றும் அதன் வெம்மையை *நெடுங்குருதியை* வாசிக்கும் யாவராலும் உணர முடியும். எல்லாப் பகுதியிலுமே வெயிலும் கிட்டத்தட்ட ஒரு பாத்திரமாகவே நாவல் முழுவதும் வலம்வருகிறது. கதையின் மாந்தர்கள் எங்கு சென்றாலும் அவர்களோடு தானும் ஒருவராக வெயில் பயணிக்கிறது.

"வெயில் கூரையின் வழியாகத் தன் விரலை அசைத்தபடியே இருந்தது."

"பூனைக்குட்டி வாசல் வரை வந்து நின்றது. வெயிலின் நீண்ட கிளைகள் விரிந்து வெளிச்சத்தில் கண் கூசுவதால் திரும்பவும் இருளுக்குள் போய்விட்டது."

"உக்கிரமான வெயில்கூட அவளது குரலைக் கேட்டதும் பயந்து

ஒடுங்கிக்கொண்டது போல மப்பு போடத் துவங்கியது."

"இளங்காலையின் வெயில் ஆற்று மணலில் எதையோ எழுதிக் கொண்டிருந்தது."

"சாலையில் வெயில் வீழ்ந்து கிடந்தது."

வளைந்து நெளிந்தும் ஊர்ந்துகொண்டும், சாலைகளோடு பின்னிப் பிணைந்தும் கதையின் பாதையெங்கும் பயணித்தபடியே இருக்கிறது வெயில். வெயிலின் கொடுமை மற்றும் வெக்கையின் காரணமாகவே வேம்பலை மூர்க்கம் நிறைந்த கிராமமாக இருக்கிறதோ என எண்ணத் தோன்றுகிறது.

நெடுங்குருதியில் மையப் பாத்திரங்கள் என்று யாருமில்லை. நாகு என்ற சிறுவனின் பார்வையில் கதை ஆரம்பிக்கிறது. கொஞ்சம் கொஞ்சமாக நாகுவின் தாய், தந்தை, அவனுடைய அக்கா வேணி, மற்றொரு சகோதரியான நீலா, சிறு குழந்தையாய் இருக்கும்போதே இறந்துபோன அண்ணன் செல்வம் என ஒவ்வொருவராக அறிமுகம் ஆகின்றனர். ஒவ்வொருவருக்கும் ஒரு கதை இருக்கிறது. இதுபோக அந்தக் கிராமத்தைச் சேர்ந்த மற்ற மனிதர்களில் ஒரு சிலரைப் பற்றிய கதைகளும் வருகின்றன.

உருப்படியாய் எந்தத் தொழிலும் செய்யாத அய்யா.. அவரைக் கரித்துக்கொண்டே இருக்கும் அம்மா. இவர்களைப் பார்த்து வளர்கிறான் நாகு. சிறு வயதில் அவனுடைய உற்ற தோழியாய் இருப்பவள் ஆதிலட்சுமி. பாம்பு கடித்து அக்கா நீலா இறந்து போக, பரதேசியாய் வீட்டை விட்டு ஓடிப்போகிறார் அய்யா. தாயுடன் தன் தாத்தா ஊருக்குக் கிளம்புகிறான் நாகு. தரகு வேலை பார்ப்பவனாகிறான். சாராயம், பெண்கள் என்று வாழ்பவனுக்கு மல்லிகா என்னும் பெண்ணோடு திருமணம் ஆகிறது. ஐயாவைக் கண்டுபிடித்து மீண்டும் வேம்பலைக்கே குடி வருகிறான். இந்த நேரத்தில்தான் குற்றப்பரம்பரைச் சட்டம் வேம்பர்கள் மீது ஏவப்படுகிறது. அதற்கு அடங்க மறுத்து துப்பாக்கிக் குண்டுக்குப் பலியாகிறான் நாகு. ரத்னாவதி என்னும் பரத்தைக்கும் நாகுவுக்கும் பிறந்த திருமால் எல்லாம் தொலைத்தவனாக ஊரைப் பிரிந்து போகிறான்.

மல்லிகாவுக்கும் நாகுவுக்கும் பிறந்த பிள்ளை வசந்தா. ஒழுக்கம் கெட்ட தன் கணவனோடு மீண்டும் அவள் வேம்பலைக்குக் குடி வந்து, தன் கணவனின் பிள்ளைக்கு நாகு என்று பெயரிடுவதோடு முடிகிறது கதை. கசப்பின் மிகுதியால் நிரம்பி வழியும் மனிதர்களின் வாழ்க்கையைத் துல்லியமாகப் படம்பிடிக்கிறது இந்தப் புத்தகம்.

தீராத வேட்கையோடு பாய்ந்தோடும் காட்டாறு போகும் பாதை யெல்லாம் தன்னுடைய கிளைகளை உருவாக்கிக்கொண்டே போவது போல, நெடுங்குருதியின் பாதையில் பல்வேறு கிளைக்கதைகள் முளைத்துக்கொண்டே இருக்கின்றன.

வேம்பலை ஒரு கற்பனை கிராமம். சரி. ஆனால் அங்கு இருப்பதாக

சித்தரிக்கப்படும் மனிதர்கள் உண்மையானவர்கள். இந்த மண்ணில் நிஜமாகவே வாழ்ந்தவர்கள். அவர்கள் அந்த ஊருக்கு வந்ததெப்படி? கொற்கைப் பாண்டியனின் வீரர்களிடம் இருந்து தப்பி வந்தவர்கள் என்று ஆரம்பிக்கிறது அவர்களின் வரலாறு.

வெல்சி துரை என்னும் ஆங்கில அதிகாரியால் சிறைப்பட்டு சாகும் வேம்பர்களால்தான் முதன்முறையாக வேம்பலையில் பயம் விதைக்கப்படுகிறது. அதன் பிறகு பதவி உயர்வு பெற்று வெளியூர் செல்லும் வெல்சியும் மனச்சிதைவுக்கு ஆளாகி செத்துப்போகிறான். ஆனால் அவன் விட்டுச் சென்ற சோகமும் துயரமும் எப்போதும் தீராததாக வேம்பலையைப் பீடித்துக் கொள்கிறது.

வேம்பலையின் சுவாரசியமான மனிதர்களில் ஒருவன் சிங்கி. வாலிபத்தில் அனைவரும் பயப்படும் திருடனாக இருந்தவன். இருந்தும் சிறு பிள்ளைகளிடம் திருடுவதில்லை எனத் தனக்கென சில கொள்கைகளைக் கொண்டவனாக இருக்கிறான். ஒரு முறை காலில் காயம்பட்டு சாகக் கிடப்பவனைப் பண்டார மகள் ஒருத்தி காப்பாற்ற, சொந்த ஊரையும் திருட்டையும் மறந்து அவளோடு தங்கிவிடுகிறான். ஆனால் வயதாக வயதாக பண்டார மகள் மூர்க்கம் கொண்டவளாக மாறிப் போகிறாள். தொட்டதற்கெல்லாம் சிங்கியைக் கரித்துக் கொட்ட ஆரம்பிக்கிறாள். எனவே அவளைப் பிரிந்து சிங்கி மீண்டும் வேம்பலைக்கே வந்து வாழத் துவங்குகிறான்.

நிகழ்காலத்தில் இரண்டு கண்ணிலும் பார்வை இழந்து போனவனாகத் தன் மரணத்தை எதிர்நோக்கிக் காத்திருக்கிறான் சிங்கி. அவ்வப்போது அவனுக்குப் பழக்கமான குருவனின் குரல் கேட்டுக் கொண்டேயிருக்கிறது. சிங்கியும் குருவனும் ஆடு புலி ஆட்டம் ஆடுவதில் மிகுந்த ஆர்வம் கொண்டவர்கள். குருவன் பத்து வருடங்களுக்கு முன்பே செத்துப் போனவன். எனவே இங்கே குருவனின் குரல் மரணத்தின் அடையாளமாகவே சொல்லப்படுகிறது என நினைக்கத் தோன்றுகிறது. ஒவ்வொரு முறை ஆட்டம் ஆரம்பித்து முடியுமுன்னே குருவன் காணாமல் போகிறான். அத்தோடு சிங்கியும் குருவனை எப்படியாவது தோற்கடிக்க வேண்டும் என்பதில் முனைப்பாகவே இருப்பது மனிதனுக்கு சாவின் மீதாக இருக்கும் பயத்தைக் குறிப்பதாகக் கொள்ளலாம்.

சில மாதங்களுக்கு முன்பு நண்பர் மேவி என்னை யூடியூபில் இருக்கும் இங்கமார் பெர்க்மானின் *செவன்த் சீல்* என்னும் படத்தைக் கண்டிப்பாகப் பார்க்க வேண்டும் என்று சொல்லி இருந்தார். மனிதனும் மரணமும் ஆடும் செஸ் ஆட்டம் என்பது போன்ற கதையது. சிங்கி பற்றிய நெடுங்குருதியின் மிக அற்புதமான இந்தப் பகுதியைப் படிக்கும்போது எனக்கு அந்தப் படம்தான் ஞாபகத்துக்கு வந்தது.

கடைசியாக ரத்னாவதி. பரத்தை என்றானபோதும் நாகுவை உண்மையாக நேசிப்பவள். பார்க்கும் மனிதர்களில் எல்லாம் நாகுவைத்

தான் அவள் தேடித்திரிகிறாள். அவனுடைய பிள்ளையைத் தானாக விரும்பிப் பெற்றுக் கொள்கிறாள். நாகு இறந்துபோனபின்பு மதுரைக்கு வந்து ஒரு பால் கடையை வைத்து வாழ ஆரம்பிக்கிறாள். தன் பிள்ளை திருமாலுக்காக வாழ முடிவு செய்தாலும், காமத்தின் நீண்ட நிழல் அவளை விடாமல் துரத்துகிறது. பூபாலனை மணம் முடிக்கிறாள். அவள் வாழ்வில் மகிழ்ச்சி திரும்பியதாக நம்பிக் கொண்டிருக்கும் நேரத்தில் பூபாலன் அநியாயமாக செத்துப் போகிறான். காலம் அவளை மீண்டும் சேற்றுக்குள் வீசி எறிகிறது.

மகனைப் பிரிந்து திரும்பி வர இயலாத ஒரு பாதையில் ரத்னா பயணிக்கத் துவங்குகிறாள். இறுதியில், கடைசிவரை தன்னுடைய மகனின் முகத்தைக் கூடப் பார்க்காமல், தூக்கு போட்டுத் தற்கொலை செய்து கொள்கிறாள். நிறைவேறாத ஆசைகளில் தங்களைத் தொலைத்த எல்லா மனிதர்களின் பிரதிநிதியாகவும் ரத்னாவதி இருக்கிறாள். கடை வைத்து கவுரவமாக வாழும் ரத்னாவைக் கோபுரத்தின் மீதிருந்து பார்க்கும் கந்தர்வனின் சிலை, அவள் மீண்டும் வேசித் தொழில் செய்யத் தொடங்கியவுடன் தன் முகத்தைத் திருப்பிக்கொள்வது. அழகான படிமம்.

நாகுவின் அப்பாவோடு போய் என்ன ஆனான் என்றே தெரியாத பக்கிர், பிழைப்புத் தேடி வந்த இடத்தில் முறைதவறி வாழத் தொடங்கும் பக்கிரின் மனைவி, கால்கள் நடமாட இயலாத நிலையில் இருந்தாலும் ஊரில் நடக்கும் எல்லா விஷயங்களையும் உடனுக்குடன் தெரிந்துகொள்ளும் ஆதிலட்சுமி, வேணியைக் காதலித்துத் தோற்கும் திருமால், நாகுவைத் தன் மகனைப் போல் வளர்க்கும் தரகர் தாத்தா, புதைத்து வைத்த புதையலைப் பூதம் காப்பது போல ஊர்ந்து திரியும் லட்சுமணன், ரத்னாவதியின் தோழி ஜெயராணி மற்றும் அவளின் அத்தை, சிறு வயதில் இருந்தே தாயின் அன்பு கிட்டாமல் வளரும் திருமால், தத்துவம் பேசித் திரியும் திருமாலின் நண்பன் பவுல், நாம் ரெண்டு பெரும் ஒரே ஆளைக் கட்டிக்கிடலாம் என்று கேட்கும் வசந்தாவின் தோழி ஜெயக்கொடி. எத்தனை எத்தனை விதமான மனிதர்கள்? நாட்டார் தெய்வம் ஒன்றின் வருகையால் பணக்காரனாகும் காயாம்பூ, அதே தெய்வத்தால் ஒன்றுமில்லாதவனாக ஆகிப் போவதை என்னவென்று சொல்வது? வேம்பலையின் சாலைகளில் வழிந்தோடும் கசப்பு, அங்கு வாழும் மனிதர்களின் வாழ்க்கையிலும் நிரம்பி இருக்கிறது.

இந்த இசம், அந்த இசம் என்று நெடுங்குருதியை வகைப்படுத்த எனக்குத் தெரியாது. யதார்த்தம், கனவுலகம், மாய் யதார்த்தம் என மூன்று வெவ்வேறு தளங்களில் பயணிக்கிறது கதை. அவ்வளவே. நாம் காணும் நிஜ வாழ்வின் நிதர்சனங்களைப் பதிவு செய்யும் அதேவேளையில், விவரிக்க இயலாத கனவுகளின் பக்கங்களையும் மீள்மாய உலகின் (நன்றி:ஜெயமோகன்) நம்ப முடியா சம்பவங்களையும்அழகியலோடு நம் பார்வைக்கு வைக்கிறார் எஸ்ரா.

பண்டார மகள் இறந்து போய் கிடக்கிறாள். அவள் உள்ளங்கையில் இருக்கும் தேள் சிங்கியின் உடம்பில் ஏறிக் கொள்ளுகிறது. அவனால் அந்தத் தேளின் உபத்திரவத்தைத் தாங்கவே முடிவதில்லை. அதே போலத்தான் சிங்கியும் செத்துப் போன குருவனும் விளையாடும் காட்சிகளும். தானிய குலுக்கைக்குள் போட்டும் சாகாத மனுஷியாகவே இருக்கும் முதிர்ந்த சென்னம்மாவின் கதையும் ஒரு புதிர்த்தன்மையுடன் இருக்கிறது.

பாலைவனம் போல வெடித்துக் கிடக்கும் இடங்களின் நடுவே எப்போதும் குளிர்ந்த நீர் சுரந்துகொண்டே இருக்கும் துறவியின் சமாதி, ஊரில் இருக்கும் பெண்கள் பிடிக்கும் தண்ணீர் குடங்கள் எல்லாம் காலியாகிப் போவது, ஊருக்குள் பெயர் தெரியாத புழுக்கள் உண்டாவது, எங்கிருந்தோ வானில் இருந்து வரும் கொக்குக் கூட்டத்தால் அந்தப் புழுக்கள் அழிவது, மீன்களோடும் தவளையோடும் பேசித் திரியும் சின்னஞ்சிறு திருமால் என இந்திய நாட்டின் தொன்மையான கதைகளில் இருக்கும் மாயத்தன்மையை நாவலின் பல இடங்களில் நம்மால் காண இயலுகிறது.

இத்தனைக்குப் பிறகு, இந்த நாவலின் குறைகள் என்று எதைச் சொல்லலாம்?

முதலாவதாக நாவலின் கதை நடைபெறும் காலம் மற்றும் இடம். கதையின் பின்பாதியில் இருக்கும் விவரணைகளைப் பார்க்கும் போது இது மதுரையைச் சுற்றி நடக்கும் கதை என்பதை அறிந்து கொள்ளலாம். ஆனால் எப்போது நடைபெறுகிறது என்பதைத் தெளிவாக வரையறுத்துச் சொல்ல இயலவில்லை. கிட்டத்தட்ட நூறு ஆண்டுகளுக்கு முன்பாக நடக்கும் கதை எனக் கொண்டால் ஒரு சில இடங்களில் இருக்கும் விவரங்கள் சற்றே வசதிகள் அதிகம் உள்ளதைப் போல சொல்வதால் சிறிது குழப்பம் ஏற்படுகிறது.

இரண்டாவதாக, கதையின் அடிநாதமாக இருக்கும் குற்றப்பரம்பரை சட்டம் பற்றி இன்னும் கொஞ்சம் தெளிவாகச் சொல்லி இருக்கலாம். என்ன மாதிரியான நெருக்கடிகளுக்கு மக்கள் ஆளானார்கள். அவர்களுடைய எதிர்ப்பு எத்தகையதாக இருந்தது என்ற எந்தத் தகவல்களும் முழுமையாகச் சொல்லப்படவே இல்லை. அப்படி இருப்பின் இது சரித்திரத்தைப் பதிவு செய்யும் மிக முக்கியமான நாவலாக இருந்திருக்கும்.

மூன்றாவதாக, புற சூழல் பற்றிய வர்ணனைகள் இந்த நாவலில் மிகவும் கம்மியாகவே காணக் கிடைக்கிறது. மனிதர்களையும், அவர்களின் குணங்களையும் முக்கியமாகப் பேசுவதே எஸ்ராவின் எல்லாப் புத்தகங்களிலும் காணக் கிடைக்கும் யுத்தி. அதுவே இங்கும் நடந்து இருக்கிறது.

வேம்பலை கள்வர்கள் வாழும் ஒரு மூர்க்கமான ஊர். சரி.. ஆனால் அங்கு வேம்பர்கள் மட்டும் இல்லையே? அது போக

சாயக்காரர்கள், மற்ற ஜனங்கள் எல்லாம் வந்ததெப்படி? அந்த ஊரின் அமைப்பு எப்படி இருக்கும்? நாவலில் இவற்றுக்குப் பதில் இல்லை. ஒவ்வொரு ஊராகப் போய் தூங்கி, அந்த ஊரின் இயல்பு களைப் பேசும் மனிதனை உபபாண்டவத்திலும் சந்தித்ததாக ஞாபகம்.

கடைசியாக நாவலின் நீளம். என்னைப் பொறுத்தவரை நாகுவின் மரணத்தோடு நாவல் முற்றுப்பெறுகிறது. எனினும் காலம் காலமாக சாபம் நீடிக்கிறது என்பதைச் சொல்லும் விதமாக, நாகுவின் வாரிசு களான திருமால் மற்றும் வசந்தாவின் பாடுகளைச் சொல்லும் போது சற்றே அயர்ச்சி ஏற்படுவதைப்போல எனக்கோர் உணர்வு.

"எந்தவொரு கதையின் முடிவையும் வாசகனே தீர்மானிக்கிறான்... கூடுதலாக சில பக்கங்களை எழுதிப் பார்க்கலாம். இல்லையெனில் முன்னதாகவே முடிக்கலாம்." சமீபத்தில் எஸ்.ரா. எழுதிய ஒரு பத்தியில் சொன்னதுதான் ஞாபகத்துக்கு வருகிறது. சிற்சில குறைகள் இருப்பினும், நாவலின் தெளிவான நடையும் எஸ்ராவின் கதை சொல்லும் முறையும் அவற்றை மறக்கடிக்கின்றன.

நாவலை வாசித்து முடித்தபின்னும் வேம்பலையும், அதன் மனிதர் களும் இன்னும் நெஞ்சை விட்டு நீங்க இயலாதவர்களாக இருக்கிறார் கள். ஏன் இத்தனை கஷ்டங்களை அவர்கள் சந்திக்க நேரிடுகிறது என்று மனம் அரற்றுகிறது. அந்த உணர்வை உருவாக்குவதுதான் எஸ்ராவின் வெற்றி. கண்டிப்பாக வாசிக்கப்பட வேண்டிய புத்தகம்.

(இணையம்)

நெடுங்குருதி

எழுதித் தீராத கதை

முரளி

இருந்து என்ன ஆகப்போகிறது செத்துத்தொலைக்கலாம்,
செத்து என்ன ஆகப்போகிறது இருந்து தொலைக்கலாம்.
— கல்யாண்ஜி

பொதுவாக ஒவ்வொரு நாவலும் ஒரு வாழ்க்கை. ஒரு மனிதனை, அவனைச் சார்ந்தவர்களை, அவனது வாழ்க்கை முறையை மற்றும் சமுதாயத்தை மிகவும் நெருக்கமாக அறிமுகம் செய்து போவதுதான் நாவல். அப்படி ஒரு கற்பனை கிராமமான வேம்பலையும் அதன் மனிதர்களுமான வேம்பர்களுமே, இந்த நெடுங்குருதி. இந்தப் புத்தகத்தின் மொத்த பக்கங்களிலும் வேம்பர்கள் ஓட்டமும் நடையுமாக, மூர்க்கமான கண்களோடு அங்குமிங்குமாக அலைந்து கொண்டிருக்கின்றனர். நிச்சயம் அவர்களின் வாழ்க்கை, தேங்கிய நீர்க்குளங்களைப்போல இருப்பதில்லை. மாறாக, ஓடிக்கொண்டேயிருக்கிறது ஓர் ஆற்றைப் போல.

பொதுவாக எஸ்ராவின் எழுத்து நடை, அதிகம் அலங்காரமில்லாத, ஆர்ப்பாட்டமில்லாத ஒரு நடை. என்னைப் போன்ற மெலோட்ராமா சினிமா ரசிகர்கள் எளிதில் அவரை நெருங்கிவிட முடியுமளவிற்கு மென்மையான ஒரு நடை. இருந்தாலும் 500 பக்கங்களுக்கு சற்றே குறைந்த இந்தப் புத்தகத்தைப் படிக்க ஆரம்பிக்கும்பொழுது சிறிது யோசித்தேன். அதிலும் தொடர்ச்சியாக இருபது பக்கங்களைப் படித்துவிட்டு அதிலேயே இரண்டு நாட்கள் மூழ்கிக் கிடக்கும் என்னைப் போன்ற ஆமை வாசகனுக்கு, கொஞ்சமாய் அலுப்பு தட்டினாலும் பாதியிலேயே முற்றுப் பெற்றுவிடும் என் வாசிப்பு. சரியாக இந்த நாவலைப் படித்து முடிக்க சரியாக 43 நாட்கள் பிடித்தது. அதிலும் படிக்க ஆரம்பித்த முதல் நாளிலிருந்து அந்த

சுவாரஸ்யம் சிறிதும் குறையாமல் தொடர முடிவதுதான், இந்த நாவலின் சிறப்பு. வேம்பலையில், நாகுவோடு சேர்ந்து குருவி பார்ப்பதும், பட்டாம்பூச்சி பிடிப்பதுவுமாய் கிட்டத்தட்ட நாற்பது நாட்கள் வாழ்ந்து வந்தது போலவே உணர்கிறேன்.

நெடுங்குருதியைப் பொறுத்தவரையில், நாகுவின் பார்வையில் தொடங்கி, அவன் குடும்பத்தில் பயணித்து, வேம்பலை கிராமம் முழுமைக்கும் பரவுகிறது. தனது மாயக்கரங்களால் தன்னிடமிருந்து வெளியேறுபவர்களை மீண்டும் உள்ளே இழுத்துக்கொள்ளும் வேம்பலை கிராமத்தைப்போலவே கதையும் சில நேரங்களில் வேம்பர்களையும், வேம்பலையையும் சில நேரம் நெருங்கியும், சில நேரம் விலகியுமே பயணிக்கிறது. திடுமென எந்தத் திருப்பங்களும் இந்தக் கதையில் இல்லை. மாறாக, மிகப்பெரிய ஒரு தாக்கத்தை ஏற்படுத்தும் எந்த ஒரு நிகழ்வும் கிளையிலிருந்து உதிரும் ஒரு இலையைப்போல வெகு இயல்பாகச் சொல்லப்பட்டிருக்கிறது. அதிலும் இயற்கையோடு தன்னைப் பொருத்திக்கொண்ட அந்த வேம்பலை கிராமத்தையும், வேம்பர்களையும் எந்தவித அலங்காரமுமின்றிப் படைத்திருப்பதும், கொஞ்சமும் புறக்கணிக்கமுடியாத அவரவர் நியாயங்களையும், எந்தவித நிர்ப்பந்தமுமின்றி சொல்லிக்கொண்டே போவதுமாய் தொடர்கிறது இந்த நாவல்.

இந்த நாவலைப் படித்து முடிக்கும்போது, வாழ்வும், சாவும் எவ்வளவு இயல்பானது என்பதைக் கதைப் போக்கிலேயே உணர்ந்து கொள்ள முடியும். சர்வ நிச்சயமாக ஒன்று சொல்ல முடியும், இரண்டு கிராமங்களில், நான்கு வருடங்களுக்கு மேல் வாழ்ந்திருக்கிறேன். ஆனால் இப்படி, இவ்வளவு அருகாமையில் மனிதர்களைச் சந்தித்தது கிடையாது போலவே, வேம்பலைக்கு முன்னர் இவ்வளவு நெருக்கமாக ஒரு ஊரை அணுகியதும் கிடையாது.

கதை:

கதை நாகு எனும் சிறுவனை மையப்படுத்தி தொடங்குகிறது. பிறகு அவன் அம்மா சுப்புத்தாய், அய்யா, சகோதரிகள் நீலா, வேணி என பயணிக்கிறது. நாகுவின் அய்யா களவும் செய்யாமல், வேறு எந்த வேலையையும் செய்யாமல் தான்தோன்றித்தனமாகத் திரிபவர். திடுமென வீட்டிலிருந்து வெளியேறி பல வருடங்களுக்குப் பிறகு செருப்பு மூட்டையுடன் வீடு வந்து சேர்கிறார். பின்னொருநாளில் அவரைத்தேடி செருப்பு வாங்குவதற்கான முதலைக் கொடுத்த முதலாளி, அதை வசூல் செய்ய ஒரு பக்கீரை அனுப்பி வைக்கிறான். பக்கீரும், நாகுவின் வீட்டிலேயே தங்கி சிறு சிறு வேலைகளைச் செய்து வருகிறான். தன்னிடம் இருந்தால் செலவாகிவிடும் என்பதால் போகும்போது திரும்பி வாங்கிக்கொள்வதாக, பணத்தை நாகுவின் அம்மாவிடம் கொடுத்து வைக்கிறான். ஆனால் அய்யா அந்தப் பணத்தைக் குடித்து தீர்க்கிறார். மேலும் அதை ஒரு கட்டத்தில்

திரும்பக் கேட்கும் பக்கீரைக் குடிவெறியில் கொலையும் செய்து விடுகிறார் (இது கதையில் சொல்லப்படுவதில்லை).

பல மாதங்கள் கழிந்து, பக்கீரைத்தேடி, அவன் மனைவி வேம்பலைக்குத் தன் இரு பெண் குழந்தைகளோடு வருகிறாள். அவளை நேர்கொள்ள தயங்கும் அய்யா, பக்கீர் வெளிநாடு சென்றிருப்பதாகச் சொல்லி சமாளிக்கிறார். பக்கீரின் மனைவியோடு, நீலாவும் வேணியும் பரிச்சயமாகின்றனர். நாகு அவள் குழந்தைகளோடு திரிகிறான். பஞ்சு பறிக்கப் போன இடத்தில் பாம்பு கடித்து நீலா இறந்து போகிறாள். பிறகு வேணிக்குத் திருமணம் நடக்கிறது. மீண்டும் அய்யா பரதேசம் கிளம்புகிறார்.

சுப்புத்தாயின் அய்யா தன் மகளின் நிலையைக் கண்டு அவளைத் தன்னோடு அழைத்து செல்கிறார். வேம்பலையின் சோகம், அவர்களை எங்கும் பின்தொடர்ந்தபடியே இருக்கிறது. இடையே அம்மா இறந்து போகிறாள். நாகு வளர்கிறான். தாத்தாவோடு சேர்ந்து மாட்டுத்தரகு செய்கிறான். அங்கு ரத்னாவதி என்னும் பரத்தையோடு இணக்கம் கொள்கிறான். குடிப்பதும்,ரத்னாவதியோடு சல்லாபிப்பதுமாயிருக்கும் நாகு, ஒருநாள் ரத்னாவதியோடு கோவிலில் இருக்கும்போது அய்யாவைப் பார்க்கிறான். பிச்சைக்காரர்களோடு ஒருவராய் இருக்கிறார். மிகுந்த வற்புறுத்தலுக்குப் பிறகு அவரைத் தன்னோடு அழைத்து வருகிறான். ஆனால் தாத்தா ஒன்றுக்கும் உதவாமல் பரதேசம் போன நாகுவின் அய்யா மீது கோபத்தில் உமிழ்கிறார். ஒரு கட்டத்தில் நாகு அய்யாவைக் கூட்டிக்கொண்டு வேம்பலைக்கே திரும்புகிறான். மீண்டும் தன் சகாவான செல்லையாவோடு சேரும் அய்யா இயல்பு நிலைக்கு மீண்டு வருகிறார். மீண்டும் களவுத்தொழில் சூடுபிடிக்க ஊரில் கறிவாடையும், சாராய வாடையும் மிதக்கிறது,மாடு களவாட நாகுவும் போய்வருகிறான். ஒரு களேபரத்தில் ஒரு சக வேம்பனைக் கத்தியால் குத்திவிட்டு வேம்பலையை விட்டு வெளியேறுகிறான். மீண்டும் தாத்தாவிடம் சேர்கிறான்.

மீண்டும் வேம்பலை, ஒரு துர்க்கனவாகத் தொடர்கிறது. இறந்து போன நீலா அக்கா இவனை அங்கே அழைப்பது போல கனவு காண்கிறான். ஒரு கொலையைச் செய்துவிட்ட பயம் அவனை அலைக்கழிக்கிறது. பித்துப் பிடித்ததுபோல, நோய் கண்டவனைப் போல கிடக்கிறான். அவனுக்கு மந்திரித்து வர கோவிலுக்கு அழைத்துச் செல்கிறார் தாத்தா. அங்கே வேம்பலை தோழி, சவளைக்கால் ஆதிலட்சுமியைப் பார்க்கிறான். அவள் திருமணம் செய்து கொண்டால் என்ன? என்கிறாள். தாத்தாவிற்கும் அது சரியெனப்பட, நாகு திருமணம் செய்துகொள்கிறான். அவன் மனைவி மல்லிகாவை ரத்னாவதியோடு ஒப்பிட்டுப் பார்க்கிறான். அங்கே ரத்னாவதியோ, செய்துவந்த தாசித் தொழிலை நிறுத்திவிட்டு நாகுவால் உருவான குழந்தையைப் பெற்றெடுத்து வளர்க்க முடிவெடுக்கிறாள். பிள்ளையைப் பெற்றெடுக்க ஒத்தை ஆளாக எங்கோ இருக்கும் தன் அத்தையைத் .

தேடிச் சேர்கிறாள். இங்கே வேம்பலையில் இருக்கும் வேம்பர்களைக் கைநாட்டு எடுக்க அவர்களைத் தேடிப் பிடிக்கிறது போலீஸ். நாகுவும் அய்யாவும் மீண்டும் வேம்பலைக்கே வந்து சேர்கின்றனர். கைநாட்டு வைத்துவிட்ட நூற்றுச் சொச்ச வேம்பர்களையும் தினமும் இரவில் மைதானத்தில் அடைத்து வைத்து காலையில்தான் விடுவிக்கிறது போலீஸ்.

களவு தவிர வேறு எதும் அறியாத வேம்பர்களுக்கு, கைகளைக் கட்டியது போல இருக்கிறது. மூர்க்கமான அவர்கள் வெகுண்டு இன்ஸ்பெக்டரைக் கொன்றுவிட்டு ஸ்டேசனுக்குத் தீ வைக்கின்றனர். மேலும், பெரிய துப்பாக்கிப் படையோடு திரும்ப வரும் காவல்துறை, வேம்பலையில் துப்பாக்கிச் சூடு நடத்துகிறது. அதில் நாகு செத்துப் போகிறான். அங்கே நாகு இறந்தது தெரியாமல் ரத்னாவதி ஒரு ஆண் குழந்தையைப் பெற்றெடுக்கிறாள். தன் அய்யா பெயரான திருமால் என்ற பெயரை வைக்கிறாள். நாகு திருமணம் செய்துகொண்டு வேம்பலைக்குச் சென்றதை அறிந்த ரத்னாவதி, அவனைச் சந்திக்கும் பொருட்டு வேம்பலைக்கு செல்லும் அவள், நாகு இறந்திருப்பதை அறிகிறாள். நாகுவின் அய்யா ரத்னாவதியை அடையாளம் காண் கிறார். மல்லிகாவை நேர்கொள்ள முடியாமல், உடனடியாக ஊர் திரும்புகிறாள். நாகு இறந்ததைச் சொல்லி தன் அத்தையிடம் பிதற்று கிறாள். அப்பாவை அறியாமலே வளரும் திருமாலின் மீது அதீத பாசம் கொள்கிறாள். திருமால் நாகுவைப் போலவே இருக்கிறான். தவளையோடும், மீன்களோடும்,கோவில் யானைகளோடும் சதா பேசிக்கொண்டே இருக்கிறான். தொழிலை நிறுத்திவிட்ட ரத்னாவதி ஒரு பால்கடை வைத்து நடத்துகிறாள். தன் மகனை மிஷனரி பள்ளியில் சேர்த்து படிப்பிக்க விரும்புகிறாள். அதே சமயம், இளமை அவளின் இரவுகளை நீட்டிக்கிறது. யாரையாவது கல்யாணம் செய்து கொள் என்கிறாள் அத்தை. தன்னை விரும்பும் பூபாலன் என்பவனைத் திருமணமும் செய்துகொள்கிறாள். மிகுந்த நல்லவனான அவனும் ஒரு கட்டத்தில் இறந்துபோகிறான். மிஷனரி பள்ளியில் படித்த திருமால், வளர்கிறான். கிருத்துவப் பாதிரியார் பயிற்சிக்குச் செல்கிறான், பின் கம்யூனிச சிந்தாந்தத்தால் ஈர்க்கப்பட்டு அங்கிருந்து வெளியேறி விடுகிறான். தன் தாயின் மறைவிற்குப் பிறகு அந்த ஊரிலேயே இருக்கப் பிடிக்காமல், பொதுநலப்பணிகள் செய்ய பெல்காமிற்குச் செல்கிறான்.

அதேபோல மல்லிகா நாகு இறந்த பின்னர், தன்னை அழைத்துப் போக வரும் பெற்றோரிடம் தன் சிசு இங்கே வேம்பலையிலேயே பிறக்க வேண்டுமென சொல்லி அனுப்பிவிடுகிறாள். அவளுக்கு ஒரு பெண் குழந்தை பிறக்கிறது. வசந்தா எனப் பெயரிடுகிறாள். சிறு வயதில் பேச்சு வராமல் சிரமப்படுகிறாள் வசந்தா. ஒரு கட்டத்தில் நாகுவின் அய்யாவும் இறந்துவிட, ஊருக்கே திரும்புகிறாள். ஹாஸ்டலில் தங்கிப் படித்து வரும் வசந்தாவும், ஜெயக்கொடியும் தோழிகள். இருவரும் ஒருவனையே காதலிக்கின்றனர், இருவரும் அவனையே

திருமணம் செய்துகொள்ளலாமெனவும் சிந்திக்கின்றனர். இதையறிந்து அவளுக்கு உடனடியாகத் திருமணம் செய்தும் வைக்கின்றனர். இந்தத் திருமணத்தில் உடன்பாடில்லாத அவள், தன் கணவனோடு சண்டை யிட்டுக்கொண்டு அம்மா வீட்டிற்கே வருகிறாள். பிறகு மல்லிகா சமாதானம் செய்ய, இணங்குகிறாள். தன் தந்தையின் பிறப்பிடமான வேம்பலைக்கே செல்ல முடிவெடுக்கிறாள். தன் கணவனோடு வேம்பலை வரும் அவளுக்கு ஒரு ஆண் குழந்தை பிறக்கிறது. அவனுக்கு நாகு என பெயர் வைப்பதோடு நாவல் முற்றுப் பெறுகிறது.

ஊரும், சாரமும்.

அப்பாவின் வேலையின் காரணமாக, என்னுடைய முதல் பதினான்கு வருடங்களில் இரண்டு வருடங்களுக்கு ஒரு ஊர் என்று மாறிக்கொண்டே இருந்தோம். இன்னமும் சொந்த ஊர் எது? என்று கேட்டால் ஒருவித தயக்கத்தோடு அப்பா பிறந்த ஊரைச் சொல்லி வைப்பேன். இதுதான் என் பால்யம். இங்குதான் நான் வளர்ந்தேன் என எந்த ஊரையும் முன்னிலைப்படுத்த முடியாதபடி ஒரு வாழ்க்கை. ஆனால், விழித்திருப்பதைக் காட்டிலும் அதிகம் தூங்கிக்கொண்டிருந்த அந்த பால்யகாலத்தில், எனக்கும் சொந்தமாக ஒரு ஊர் இருந்தது. கனவில் அதன் வீதிகளில் சுற்றித் திரிந்திருக்கிறேன்.

அது பாட்டியின் கதைகளில் வரும் கற்பனையான ஊர். அந்த விசித்திரமான மக்களும், 'எல்லாம் நல்லதுக்குத்தான்' என்று சொல்லிக் கொண்டிருக்கும் மந்திரியும், கட்டைவிரல் இல்லாத ராஜாவும், ரெட்டைச் சடை ராணியும் என ஒவ்வொருவருக்கும் ஒரு கதை இருக்கும். ஒவ்வொரு இரவுகளிலும் குடும்பம் குடும்பமாய் அந்த ஊருக்குள் நுழைவதும், பின் கனவுகளில் அலைவதுமாக தொடர்ந்தன இரவுகள். அடுத்தநாள் இரவு கதையை ஆரம்பிக்கும் முன்னர் "எங்க விட்டேன்" என்று கேட்கும் பாட்டியிடம் சரியாகச் சொல்லவேண்டு மென, விட்ட இடத்தைக் கெட்டியாகப் பிடித்துக்கொண்டு காத்திருந் திருக்கிறேன் அடுத்த இரவுகளுக்காக. சில நாட்கள் அம்மா, அப்பா கூட விட்ட இடத்தைச் சுட்டியிருக்கிறார்கள். ஒவ்வொரு இரவுகளிலும் விட்டதிலிருந்து தொடங்கும் அவர்களின் வாழ்க்கை. இன்னமும் அந்த ஊரைப் பற்றிய ஆசைகளும் கனவுகளும் மனதில் ஏதோ ஒரு மூலையில் ஒளிந்து கிடக்கின்றன.

நெடுங்குருதி வாசிப்புகூட அப்படித்தான், தினமும் இரவு 23-30 பக்கங்களை வாசித்து வாசித்து தான் முடித்தேன். பாட்டி கதை களில் வரும் ஊரும், மனிதர்களையும் கனவுகளில் மட்டுமே தொடர முடிந்தது. நெடுங்குருதியின் அனுபவம் விழித்திருக்கும் போதும் தொடர்கிறது. நாவலின்படி வேம்பலையில் நீண்ட கோடை இருக்கிறது, வலுத்த காற்றும், மழையும், பனியும் கூட வருகிறது. வசந்தகாலம் என்ற ஒரு காலத்தைப் பற்றிய எந்தக் குறிப்பும் இல்லை. இது வேம்பலைக்கு வசந்த காலமில்லை என்பதையும் வேம்பர்களின்

காலத்தில் வசந்தமே இல்லை என்பதையும் சொல்லாமல் சொல்கிறது. இந்த நாவலில் எனக்கு மிகவும் பிடித்தமான ஒரு விஷயம், வெயில். நானூறு பக்கங்களுக்கும் மேலாக வெயில் ஒரு கதாபாத்திரமாகவே வருகிறது.

வேம்பர்கள்

எந்தவிதமான எதிர்பார்ப்புகளுமின்றி, காட்டாற்றில் பயணிக்கும் இலையில் உள்ள எறும்பினைப் போல வேம்பர்கள். கள்வெறியேறிய கண்களோடும், எப்போதும் மூர்க்கமோடலையும் வேம்பர்கள். பிறப்பும் இறப்பும் எத்தனை இயல்பென புரிந்துகொண்டும்,அதே இயல்போடு அதை ஏற்றுக்கொள்ளும் மனிதர்களுமாய் வேம்பர்கள். களவையே தொழிலாகச் செய்யும் வேம்பர்கள். களவாடி ஊர் திரும்பிய பொழுதுகளில், ஒளிந்துகொள்ள வசதியாக பனையிலில் வேம்பிலும் நாட்கணக்கில் தங்கியிருக்கின்றனர். மேலும் நிசப்தங்கள் நிறைந்த பகல் பொழுதுகளிலும், தொழிலற்ற காலங்களில் வெயில் கழுத்து வரை ஏறும் வரையில் உறங்கிக் கிடக்கும் வேம்பர்கள். வெயிலுக்கு கருகி, ஒரு சிறு மழைக்கு துளிர்த்துக் கொள்ளும் வேம்பினைப் போல அத்தனை இயல்பானது வேம்பர்களின் வாழ்க்கை. கடுமையான வெக்கையின் காரணமாக, இயற்கையாகவே மூர்க்கமேறிப்போன வேம்பர்களில் பெண்கள் அனைவரும் கணவனை இழந்தோ, இருந்தும் பயணற்றோ, குடும்ப பாரத்தை தோளில் போட்டுக்கொண்டு, இரவுகளில் விழித்தபடி கதை முழுக்கவும் சோகம் பீடித்தே இருக்கின்றனர். வேம்பலைக்கும் அவர்களின் பிறந்த ஊருக்குமாய் அலைக்கழிக்கப்படும் நிலையும் அவர்களை உள்ளூர இறுகிப் போக வைக்கிறது.

வேம்பலை

வெயில் போகும் பாதையில், ஓங்கி நிற்கும் பனைகளும், கள்ளிச்செடிகளும், வேலிப் புதர்களில் விஷப் பாம்புகளுமாய் வேம்பு நிறைந்த வேம்பலை. எறும்புகள் கூட வாழ மறுத்து புறக்கணிக்கும் உக்கிரமான வேப்பத்தைக் கொண்ட வேம்பலை. கள்ளம் தலையெடுக்கும் பொழுதுகளில் கறிவாசமும், கள் வெறியேறிய வேம்பர்கள், மூர்க்கமாக அலையும் வேம்பலை. வெக்கையில் தகித்து முறுகும் ஓடுகளும், கதவுகளற்ற வீடும் கூரையுமாய் வேம்பலை. வெக்கையேறி பிசுபிசுத்த நீண்ட பகலைப்போல ஒவ்வொரு வீட்டிலும் விடியாத துயரத்தை சுமந்தபடி உறக்கமற்று விசும்பிய பெண்கள் புரண்டு படுத்தபடியிருக்கும் இரவுகள் நிறைந்த வேம்பலை.

யதார்த்தம்

யதார்த்தமும், மாயத்தன்மையும் கலந்த, கற்பனைக் கிராமமாகவே இருக்கிறது வேம்பலை. சிறு வயதில் வானில் பறக்கும் பறவைகளோடு பேசும் நாகுவின் மகன் திருமால், அவனையே ஒத்து தவளைகளோடும், மீன்களோடும், கோவில் கல் யானைகளோடும் பேசுகிறான். பரத்தை

தொழில் செய்யும் ரத்னாவதி, நாகுவோடு கொண்ட காதலால் தன் தொழிலை நிறுத்திக்கொண்டு அவனால் உருவான குழந்தையைப் பெற்று வளர்க்க விரும்புவதும், பால் கடை நடத்திப் பிழைப்பதும், கொடுத்த காசைத் திருப்பிக்கேட்கும் பக்கீரைக் குடிவெறியில் கொலை செய்துவிடும் அய்யா, முதலில் பக்கீரின் மனைவியைத் தவிர்ப்பதும், பின்னர் அவளே ரெட்டியாருக்குத் தொடுப்பாகிய பின்னர், தன் மீதான குற்றஉணர்ச்சி நீங்கி அவளை விமர்சிப்பதும் என யதார்த்த மான கிராமத்து மனிதர்களும் கதை நெடுக நிறைந்திருக்கின்றனர்.

மாயத்தன்மை:

போல்வே, இறந்துபோன குருவனோடு ஆடுபுலி விளையாடும் சிங்கி கிழவன், வயதில் மூத்து தானியக் குலுக்கைக்குள்ளாகவே கரைந்து போகும் சென்னம்மா கிழவி, கற்களைத் தேய்த்து மாம்பழ வாசனை வரச்செய்யும் ஆதிலட்சுமி, ஆகாயத்தில் மிதக்கும் பெருமாள் சுழிகொண்ட பசு, மீன்களோடு பேசும் திருமால், மனைவியின் பச்சையிலிருந்து சிங்கி கிழவனின் கைகளில் ஏறிக்கொள்ளும் தேள், வேணியின் கைக்கு எட்டாத கிணற்றுத் தண்ணீர், வேம்பர்களின் குதிகாலில் பிறக்கும்போதே வரும் தழும்பு இப்படி பல மாயத்தன்மை கொண்ட பகுதிகளுமாகவுமே வேம்பலை இருக்கிறது.

இது வேம்பலையின் கதை மட்டுமல்ல, பருத்த வேம்பின் கிளை களைப்போல பல திசைகளில் கிளைத்துச் செல்கிறது கதை. கிட்டத் தட்ட ஒரு நூற்றாண்டின் கதை, மூன்று தலைமுறையின் கதை, இந்த *நெடுங்குருதி.* வெயிலைக் குடித்து மூர்க்கமேறிப்போன வேம்பலை என்னும் கிராமத்தின், அதன் மக்களுக்குமிடையே கைப்பிடித்துக் கொண்டு போய் நிறுத்திவிட்டு வருகிறது எஸ்.ரா.வின் எழுத்து. வேம்பர்கள், கள்வர்கள். ஆனால், கதையின் போக்கில் நமக்கு எங்குமே அவர்களின் மீது கோபமோ, வெறுப்போ வருவதில்லை, மாறாக ஒரு பரிதாபமே மிஞ்சுகிறது. ஏன் இவர்களின் நிலை இப்படியே இருக்கிறது. ஏன் ரத்னாவதி சாகணும், ஏன் நாகு சாகணும்னு மனம் பதைபதைக்கிறது. அம்மா இறந்துவிட்டதை அறிந்த திருமால், ஆழமாகப் பெருமூச்சு விடுகிறான். பின் சொல்கிறான், "அம்மாவைப் பார்த்துப் பல வருடமாகிவிட்டது." 463 பக்கங்களாக அடக்கி வைத்திருந்த கண்ணீர் முட்டிக்கொண்டு வெளியேறுகிறது. அடுத்த எட்டு பக்கங்களில் நாவல் முடிந்துவிடும். ஆனால் அதை வாசிக்க எனக்கு இரண்டு நாட்கள் பிடித்தது.

முப்பது வருட வாழ்க்கை நிறைய கற்றுக் கொடுத்திருக்கிறது. நாகு, அய்யா,தாத்தா, அம்மா சுப்புத்தாயி, வேணி, நீலா, சிங்கி, பக்கீர், அவன் மனைவி, ரத்னாவதி, வசந்தா, பூபாலன், திருமால் இப்படி வேம்பலை மனிதர்களை இனி வரும்நாட்களில் எப்படியும் சந்திக்கத்தான் போகிறேன். எஸ். ராமகிருஷ்ணனின் *நெடுங்குருதி,* சமகாலங்களில் தமிழில் உருவான மிகச் சிறந்த நாவல்களில் ஒன்று.

(இணையம்)

நெடுங்குருதி

தமிழ்மரபும் தொல்பழங்குடிக் கதைகளும்

ந.முருகேசபாண்டியன்

வாழ்வின் புனைவுகளும் விநோதங்களும் பல்வேறு தளங்களில் உடல்களின் வழியாகக் கசிந்துகொண்டிருக்கின்றன. இறந்த காலத்திற்கும் (Non past) இறப்பல் காலத்திற்குமிடையிலான பிரமாண்டமான கோடு தகர்ந்துபோய் நினைவுகளின் வழியே கட்டமைக்கப்படும் மனித இருப்பு, திசையெங்கும் மிதக்கிறது. நிலமும் பொழுதுமாக விரிந்திடும் சங்க இலக்கியப் பின்புலத்தில், நவீனத் தமிழ் எழுத்து இலக்கற்றுச் சுழல்கிறது. இத்தகு சூழலில் தொல்பழங்குடிக் கதைகளினால் கட்டமைக்கப்பட்டுள்ள எஸ்.ராமகிருஷ்ணனின் நெடுங்குருதி பிரதியானது கடல் இரைச்சல்போல வாசிப்பில் சலனத்தினை ஏற்படுத்திக்கொண்டிருக்கிறது.

வேம்பலை கிராமம் அடிக்கடி வறட்சிக்குள்ளாகும் வறண்ட பூமி. மழை மறைவுப் பிரதேசம். வேம்பலையினை மையத் தளமாகக் கொண்ட உரையாடல் மனிதர்களின் ஊடே விரிகின்றது. தமிழ் நிலப்பரப்பில் பாலைநிலமானது, பண்டைக் காலத்திலிருந்தே முல்லையும் குறிஞ்சியும் முறைமையில் திரிந்து என்று அடையாளப்படுத்தப்படுகிறது. கார் காலத்தில் ஓரளவு வளமான நிலம், கோடைக் காலத்தில் தவிக்கும் வெயிலால் அலையாய்க் காந்துகிறது. பாலை நிலத்தில் ஆறலைக் கள்வர்கள் மக்களாகவும் 'வழிப்பறி' முதன்மைத் தொழிலாகவும் அங்கீகரிக்கப்பட்ட மரபானது இனக்குழு வாழ்க்கையுடன் தொடர்புடையது. கால்நடைகளைக் கவர்தலைப் புற ஒழுக்கமாகக் கொண்ட சங்கத் தமிழர் மரபின் எச்சமாக வேம்பர்களின் குடிமரபுக் கதைகளுடன் நாவலின் முற்பகுதி விரிந்துள்ளது.

வேம்பலை ஊரின் கதை, ஊரைச் சுற்றிலும் வெக்கையடிக்கும் அத்துவான வெளியின் கதை, மக்களின் அன்றாட வாழ்க்கையுடன் பின்னியுள்ள வெயிலின் கதை, பழங்குடியினரின் பூர்விகக் கதை, அதியற்புதப் புனைவுகளின் கதை... பல்வேறு கதைகளின் ஒருங்கிணைப் பில் மூன்று தலைமுறையினரின் பாரம்பரிய வாழ்க்கை நாவலாக வடிவெடுத்துள்ளது. நாவலின் முற்பகுதியில் வெயில் கதை மாந்தராகி யுள்ளது. சுள்ளென வெயிலடிக்கும்போது, திண்ணை, வேப்பமரத்தடி களில் வேம்பர்கள் மன இறுக்கத்துடன் உறங்கிக் கொண்டிருக்கின்றனர். வேம்பர்களின் தூக்கம் என்பது செயலற்ற தன்மை அல்ல. உடலும் மனமும் நன்கு வினையாற்றுகையில், வேம்பர்கள் பாவனையாகத் தூங்கி வழிகின்றனர். கும்மிருட்டு அப்பியிருக்கும் இரவு வேளையில் ஆந்தையைப்போலப் புத்திக் கூர்மையுடன் செயற்படும் வேம்பர்கள், தூக்கத்தினை வாழ்வதற்கான ஆதாரமாகக் கருதுகின்றனர். தூக்கமும் கனவும் உரையாடலில் குறியீட்டுப் பொருளாகிப் புனைவின் அர்த்தம் குறித்துக் கேள்வியெழுப்புகின்றன. நாகுவின் ஆழ்மனத்தில் தொடர்ந்து அங்குமிங்கும் பறந்திடும் பறவைகள், குறியீட்டு நிலையில் எழுதப்படாத கதையின் வெளிப்பாடுகள்.

வேம்பர்களின் குடிப்பெருமையும் மனத்துணிவும் மூர்க்கமும் வரம்பெற்றவை. வறண்ட பாலை நிலச் சூழல் காரணமாக உயிர் இருப்பினுக்கான போராட்டத்தினை நோக்கித் தள்ளப்பட்டவர்கள், ஒரு நிலையில் விட்டேத்தியான மனநிலையுடன் வாழ்ந்து வருகின்றனர். புனைவுகளையும் நனவுகளையும் கடந்து சாகசத்துடன் வாழ நிர்பந்திக் கப்பட்டவர்களுக்கு நாளை என்பது மற்றுமொரு நாள்தான். எந்தவொரு நிலையினையும் எதிர்கொண்டு, ஆயுதத்தினைச் சாதாரணமாகப் பிரயோகிக்கப் பழகியவர்களுக்குத் 'துணிவு' என்பது அன்றாட நடைமுறை அம்சம். வழிபறிப், களவினுக்குப் பின்னர் பட்டைச் சாராயம், இறைச்சி என்று களித்துக் கொண்டாடும் வேம்பர்களின் தெருக்களில் எப்பொழுதும் கோழி இறகுகள் பறந்து கொண்டேயிருக் கின்றன.

நாகு நிகழ்காலத்தின் மையம். அவனுடைய அய்யா, அம்மா, வேணியக்கா, நீலா அக்கா, தாத்தா, அவனுடன் பழகிய ரத்னாவதி, மகன் திருமால், மல்லிகா, வசந்தா மட்டுமில்லாமல் ஏகப்பட்ட பாத்திரங்களின் வழியே கதையின் புனைவு விரிகின்றது.

குடும்பத்தினை மையமாகக் கொண்டு இயங்கும் கதையானது, வெவ்வேறு புதியதான கதைகளின் வழியாக மீண்டும் மீண்டும் புதிய கதைகளை உற்பத்தி செய்துகொண்டேயிருக்கிறது. ஊமை வேம்பு முதலான மரங்களும், வேம்பலை வெளியும் இறுகிப்போய்க் கதைகளை முடிவற்றுத் தோற்றுவிக்கின்றன. சராசரி மனிதர்களைப் போல வேம்பர்களுக்கிடையில் உணர்ச்சிப் பரிமாற்றம் நிகழுமா என்ற ஐயம் வாசிப்பில் வெளிப்படுகிறது. வழமையிலிருந்து மாறுபட்டு மங்கலான காட்சிகள் வழியே பதிவாகியுள்ள சித்தரிப்புகள் வேம்புகள்

பற்றிய புனைவுகளை உருவாக்குகின்றன. அவர்களுக்கிடையில் இயல்பான உரையாடல்கூட அதிகாரத்துவ மொழியின் வழியே கட்டமைக்கப்பட்டுள்ளது. குடும்ப உறவுகள் வேம்பர்களுக்கு வாழ்வின் ஆதாரமாக இல்லை.

ஆண்மொழியில் விவரிக்கப்பட்டுள்ள புனைவில் தொடர்ந்து பெண்களின் உடல்கள் வாதனைக்குள்ளாக்கப்படுகின்றன. கிணறு வெட்டும் வேலைக்குப்போன நாகுவின் அய்யா, எவ்விதமான தகவலும் இல்லாமல் காணாமல் போய்விட்டார். நாகுவின் குடும்பப் பெண்கள் ஒரு குடம் தண்ணீருக்காகக் கொதிக்கும் வெயிலில் பல மைல்கள் நடந்து திரும்பும்போது பெண்களின் உடல் வெயிலினால் சித்ரவதைக்குள்ளாகின்றது. மூன்று குழந்தைகளை வைத்துக்கொண்டு மனைவி என்ன செய்வாள் என்பது குறித்து அக்கறையற்ற நாகுவின் அய்யா திடீரென வீட்டிற்குத் திரும்புகிறார்; வீட்டின் ஓரத்தில் செருப்பு மூட்டையை வைத்துவிட்டு எவ்விதமான மனச்சஞ்சலமும் இல்லாமல் அயர்ந்து தூங்குகிறார். அவர் வீட்டில் இல்லாதபோது அக்குடும்பத்தினரின் நிலை என்ன என்பது குறித்துக் 'குற்றமனம்' அவருக்கு எதுவுமில்லை. எது குறித்தும் அக்கறையற்ற அவருடைய மந்த நிலையினை எப்படி மதிப்பிடுவது? வேம்பலையில் வாழ்தல் என்பது ஆணின் மொழி வழியே எங்கும் உறைந்து கிடக்கின்றது. சன்னமாக மறுப்பினைத் தெரிவிக்கும் பெண்ணின் உடல்மீது வன்முறை அழுத்தமாக ஏவப்படுகிறது. உதவி செய்ய வந்த பக்கீரின் பணத்தினைத் திருடிக் குடித்து தீர்த்துவிட்டு, எவ்விதமான பதட்டமும் இல்லாமல் இயல்பாக வீட்டினில் இருக்கிறார் அய்யா. ஆனால் அவருடைய மகளான நீலாவின் மரணம் தாங்கவியலாத துக்கத்தினைத் தருகின்றது. இறுதியில் திருச்செந்தூர் கோயிலில் பிச்சையெடுக்கிறவராக மாறிப் போகின்றார். வன்முறையினை வாழ்வின் அங்கமாகக் கருதும் வேம்பர்களின் அன்றாட வாழ்க்கையின் ஏதோ ஒருநிலையில், வாழ்வின் துக்கம் பருந்தின் நிழல் போல படர்கின்றது.

சக மனிதர்கள் மீது ஏவப்படும் வன்முறை வேம்பலையில் இயல்பான அம்சமாகக் கருதப்படுகிறது. அய்யா மீண்டும் காணாமல் போதல், நீலாவின் மரணம், வேம்பலையிலிருந்து கிளம்பிய நாகு, நல்லுவின் குடலைக் குத்திச் சரித்தல், வேம்பலைக்கு மீண்டும் வந்த நாகு காவலரால் கூட்டுக்கொல்லப்படுதல்... தொடரும் சம்பவங்கள் வன்முறையின் மீது கட்டமைக்கப்பட்டுள்ளன. ஒடுக்குமுறை, கண்காணிப்பு தண்டனையை அடிப்படையாகக்கொண்டது இந்தியச் சமூகம் என்பதற்கு நாகுவின் குடும்பக் கதை காட்சியாக உள்ளது.

குல மூதாதையர், குடும்பப் பின்புலம் என்று மரபு வழியாக விரிந்திடும் கதையாடலில் கொடூரம், நசிவு, பேரழிவு, வன்முறை ஆகியன இயல்பாகத் தோய்ந்துள்ளன. உடல்ரீதியாக அடக்கியொடுக்கப்படும் சூழலில் வாழ நேர்ந்திடும் வேம்பர்கள் சுய இருப்பினுக்காகப்

பிறர் மீது செலுத்தும் வன்முறையானது நாளடைவில் உறவினர், குடும்பத்தினர் மீது பாய்கின்றது. இத்தகைய வேம்பர்களின் மீது அரசாங்கத்தின் அடக்குமுறையும் வன்முறையும் அழுத்தமாகப் பாய்கின்றன. வெல்ஸ், கெல்லீஸ் போன்ற ஆங்கிலேய ஏகாதிபத்திய கொடுங்கோலர்கள், அதிகாரத்தின் மூலம் வேம்பர்களின் மீது செலுத்தும் வன்முறையானது தொல்பழங்குடி மரபு வழிப்பட்ட வாழ்க்கையினைச் சிதைக்கின்றது. குழந்தைகள், வயசாளிகள், மனமக்கள் போன்றோரிடமிருந்து திருடுவதில்லை என்ற நியதியைப் பின்பற்றும் வேம்பர்கள் நவீன சமூகத்திலிருந்து அகற்றப்படவேண்டியவர்கள் என்ற அதிகாரத்தின் குரல், கால மாற்றத்தின் வெளிப்பாடாகும்.

சிதைவு, இழப்பு, கொண்டாட்டம் என எல்லாவற்றையும் விழுங்கி விட்டு, வேம்பலை மாயச்சுழலுக்குள் புதைந்து மௌனமாக உறைந்திருக் கிறது. எதிரிகளிடமிருந்து வேம்பர்களைக் காப்பாற்றுவதற்காக, இரண்டாகப் பிளந்து அவர்களை விழுங்கிய வேப்பமரம் என்ற தொல் பழங்கதை, வேம்பர்களின் பூர்வீகத்தினை மாந்த்ரீகத்துடன் தொடர்புடையதாக்குகிறது. வேம்பர்கள் மாந்த்ரீகர்கள் போல கண்ணிமைக்கும் நேரத்தில் மறைகின்றனர்; பல குரலில் பேசுகின்றனர்; எதிராளியை வீழ்த்திட அபூர்வமான தந்திரங்களைப் பிரயோகிக்கின்ற னர். திருட்டின்போது உச்சகட்ட தந்திரத்துடன் இயங்குகின்றனர். தந்திரமும் கபடமும் வேம்பர்களின் விழிகளில் மின்னுகின்றன. இதனால் செவி வழியாக வேம்பர்கள் வெளியெங்கும் மிதந்து அலைகின்றனர்.

காவலரின் தந்திரத்தினால் பிடிக்கப்பட்ட வேம்பனைச் சுட்டுக் கொன்றதற்காகப் பழிவாங்கிட குரங்குடன் வேடிக்கை பார்ப்பது போல வந்த வேம்பன் திடீரென பாய்ந்து வெல்ஸின் கழுத்தினை அறுத்துவிட்டுத் தப்புகிறான். எதிராளியைக் கொல்வதற்காகக் கழுத் தினை அறுப்பது என்பது வேம்பர்களிடையே வழக்கிலுள்ள நடை முறை. வேம்பலைக்குத் தன்னுடைய ஆயுதப்படையினருடன் வந்த வெல்ஸ் நாற்பத்திரண்டு வேம்பர்களைத் தலைகீழாக மரத்திலிருந்து கட்டித் தொங்கவிட்டுச் சுட்டுக் கொல்கிறான். ஊரிலிருந்த வயசாளிகள், பெண்கள், குழந்தைகள் ஆகியோரின் குரல் நரம்பினையும் ஆயுதப்படை யினர் அறுத்தெறிகின்றனர். தெருவெங்கும் ரத்தம் பீறிடுகின்றது. நாகுவிற்கும் ரத்னாபாய்க்கும் பிறந்த குழந்தையான திருமாலின் குதிகாலிலும் வெட்டுக் காய அடையாளம் உள்ளது என்று தொன்மக் கதையாடல் நவீன காலத்திற்கும் விரிகின்றது. வேம்பர்களின் வீர்யமான இயக்கம் தடைபட்டுவிட்டது என்ற தகவல் பிரதியில் நுட்பமாகப் பதிவாகியுள்ளது.

வேம்பர்களின் கழுத்தில் அவிழ்க்கவியலாத இரும்பு வளையம் பூட்டப்படுகின்றது; கைரேகைகள் பதிவு செய்யப்படுகின்றன. இரவு முழுக்கக் கச்சேரிக்கு அருகில் புதிதாக நிறுவப்பட்ட பட்டிக்குள் வேம்பர்களை அடைத்து வைத்துக் காவலர்கள் கண்காணிக்கின்றனர்.

வேம்பர்களின் தன்மானத்திற்கும் கௌரவத்திற்கும் விடப்பட்ட சவால் காரணமாகக் கிளர்ந்தெழுந்த வேம்பர்கள் கொலை, தீ வைப்பு முயற்சிகளில் ஈடுபடுகின்றனர். வன்முறையின் மூலம் ஏற்பட்ட அழிவுகளை விட வேம்பலை புனைவின் வழியே புதிய கதைகளை உருவாக்கிக்கொண்டேயிருக்கிறது. வேம்பர்களின் மரபு வழிப்பட்ட மனநிலை சிதைவடைவதுதான் வன்முறையின் உச்சம். நாவல் முழுக்க உறைந்துள்ள ஒடுக்குமுறையினைவிட வன்முறை மூலம் மனதில் உருவாக்கப்படும் பயம்தான் அதிகாரம் செயற்படும் நுட்பமான தளமாகும்.

நாவலின் இன்னொரு முக்கியமான அம்சம் வெளியிலிருந்து வரும் மனிதர்களுக்கும் வேம்பலைக்குமான தொடர்பாகும். சக மனிதன் குத்தப்பட்டுக் குடல் சரிய நேர்ந்தாலும் காவல் துறையினை அணுகிடாமல், தங்களுக்குள்ளேயே பேசித் தீர்த்துக் கொள்ளும் சூழலில் வேம்பலை புறவுலகிலிருந்து துண்டித்துக் கொண்டு தன்னளவில் தனித்துச் சுயேச்சையானதாகச் செயற்பட முயலுகிறது. இந்நிலையில் வெளியார் கிராமத்திற்குள் நுழைவது எச்சரிக்கையுடன் கண்காணிக்கப்படுகிறது. சிறிய தந்திர வேலைகளை அறிந்த இரு பரதேசிகள் வெளியிலிருந்து வேம்பலைக்கு வருகின்றனர். அவர்களுக்கு வேம்பர்களிடம் பேச, பகிர்ந்துகொள்ள நிறைய விஷயங்கள் உள்ளன. வேம்பலையில் புறவுலகுத் தொடர்பு என்பது பரதேசிகள் போன்றவர் மூலம்தான். பூர்விகத் தொழில் செய்யாமல் வறண்ட பூமியில் சோர்ந்து வறுமையில் வாடும் வேம்பர்களால் பரதேசிகளுக்குத் தர எதுவுமில்லை. நடக்கவியலாத சிறுமியான ஆதிலட்சும் தரும் உணவுதான் பரதேசிகள் பசியாறப் பயன்படுகிறது. சூழல் மாறும்போது வேம்பர்களின் இயற்கையான குணங்களும் மாறுகின்றன.

நிர்வாணமான ஜைனத் துறவியர் மூவர், கிறிஸ்தவ மத போதகர், ஊர் ஊராகச் சென்று தூங்கியெழும் விநோதமான மனிதன், பள்ளி ஆசிரியர் போன்றோர் வருகையினால் வேம்பலையில் சிறிய அதிர்வுகள் ஏற்படுகின்றன. மீளாத்துயிலில் தனக்குள் வாழ்ந்துவரும் வேம்பலை, மங்கலான தோற்றத்தில் உறைந்திருப்பதனை வெளியாரின் வருகை பெரிதும் பாதிக்கவில்லை. உப்பாற்றுக் கரையில் கோயில் கொண்டிருந்த கரையடி கறுப்புத் தெய்வம் கோபித்துக் கொண்டு அங்கிருந்து கிளம்பி வேம்பலைக்கு வந்த சம்பவம் நாவலில் முக்கியமானது. பங்காளிக்கிடையில் வெட்டுக்குத்துக் காரணமாகக் கறுப்புவிற்குச் சில வருடங்காகப் பூசை நடைபெறவில்லை. இதனால் கோபமடைந்த கறுப்பு ஆற்றங்கரையை விட்டுக் கிளம்பிப் போகிறது. பின்னர் அங்கிருந்து வேம்பலைக்குச் செல்கிறது. அருள் வந்து ஆடும் பூசாரியுடன் வேம்பலையில் கறுப்பு குடிகொண்டுள்ள இடம் தேடி மூவர் வருகின்றனர். தெய்வ சந்நதம் வந்து ஆடிய பூசாரி கறுப்பு இருக்குமிடத்தைச் சொல்ல, அங்கு கோயில் கட்ட ஏற்பாடு நடக்கிறது. தெய்வம் மனிதனைவிட அளப்பரிய ஆற்றல் மிக்கது என்ற வைதிகக் கோட்பாடு

இங்கு மறுதலிக்கப்படுகிறது. நாட்டார் தெய்வம் மனிதர்களைப் போலவே சின்ன விஷயத்துக்கெல்லாம் கோபமடைகிறது. இப்போக்கு தொல் பழங்குடியினரின் சமய நம்பிக்கையின் வெளிப்பாடு. கறுப்பு கோபித்துக்கொண்டு இடம் மாறிய சம்பவமானது, பழங்குடியினரிடையே வாய்மொழி மரபு மூலம் பரவுகின்றது. மனிதர்களுக்கும் தெய்வத்திற்குமான உறவு இயல்பானது என்ற பழங்குடி நம்பிக்கை நாவலில் நுட்பமாகப் பதிவாகியுள்ளது.

'பிடிமண்' அள்ளிக்கொண்டு போனால், சாமியும் தங்கள் பின்னாடி வந்துவிடும், பின்னர் தாங்கள் தங்குமிடத்தினையொட்டிச் சாமியை உருவேற்றிக் கொள்ளலாம் என்பது நாட்டார் ஐதீகம். தொல்பழங்குடிச் சமூகத்தினருக்கு ஏதாவது ஒருவகையில் தெய்வம் அவசியம் மேவை. வன்முறை, கண்காணிப்பு என்று அதிகாரம் நிலவும் சமூகத்தில், தங்களுடைய குலத்தின் மேன்மையை நிறுவிட ஒவ்வொரு குலத்தினருக்கும் தெய்வம் தேவைப்படுகின்றது. மேலும் புறவாழ்க்கையின் நெருக்கடிக்குள் வெளியில் தேட முயலுகிறது; அதற்கான தொன்மப் படிவங்களைக் கட்டமைப்பதன் மூலம் அப்பாலை உலகுடன் தொடர்பு கொள்ள முயலுகிறது. இத்தகைய தொன்மங்களைப் பொதுப் புத்தியில் ஏற்றுக்கொள்ளும் வகையில், சமூக வரலாறு புனைவாகக் கட்டமைக்கப் படுகிறது. வேம்பர்கள் போன்ற இனக்குழுக்கள் தங்கள் அடையாளத்தினைத் தக்க வைத்துக்கொள்ளப் புனைவுகள் அவசியம் தேவை.

ஒவ்வொரு தளத்திலும் இருப்பினுக்காகப் போராடிக்கொண்டிருக்கும் மனிதர்களுக்கு எதுவும் அற்புதம் இல்லை; மிகச் சாதாரணமானதும் இல்லை. அத்துவானக்காட்டில் சிறிய கொட்டகையில் தங்கி சாமியாரின் ஜீவ சமாதியில் அணையாமல் எரிந்து கொண்டிருக்கும் விளக்கினுக்கு அருகில் இடையன், குளிர்ந்த சுனை நீரை வழிப்போக்கர்களுக்கு வழங்கிக்கொண்டிருக்கிறான். சாமியார் முன்னர் உயிரோடிருந்தபோது, பாறையில் கை வைத்தவுடன் உருவான சுனை என்ற புனைவு எங்கும் பரவியுள்ளது. அது குறித்து யாருக்கும் எவ்விதமான கேள்விகளும் இல்லை. அதுபோல தாத்னாச்சாரி வெறும் வெற்றிலை, பாக்கினை மட்டும் தட்சிணையாகப் பெற்றுக்கொண்டு சொல்லும் குறியானது சரியாக இருப்பது எளிதில் புறக்கணிக்கக் கூடியதல்ல. மாந்தரீகம் தொல் பழங்குடியினரின் வாழ்க்கையுடன் பின்னிப் பிணைந்துள்ளது. மனித வாழ்க்கை இன்று நவீனமானதாகவும் நாகரிகமானதாகவும் மாறிவிட்டதாகப் பொதுப் புத்தி நிலவும் சூழலில், மாந்தரீகப் புனைவு எல்லா நிலைகளிலும் கலந்திருப்பதுதான் வாழ்வின் விநோதம்.

எஸ்.ராமகிருஷ்ணன் மொழி விவரிப்பின் மூலம் புனைந்திடும் உலகு வசீகரமானது. வெற்றிலை வியாபாரி சத்திரம் என்ற பழைய கட்டிடம், பாண்டியர் காலத்து வரலாற்றுப் பின்புலமுடையது என்ற கூடுதல் தகவல் மூலம் வேறு பரிமாணத்தினைப் பெறுகின்றது. அதிலும் திருமா பத்தினி தன்னுடைய ஒற்றை முலையினைத் திருகி வீசி எறிந்தபோது, வீழ்ந்த இடம் இன்னும் தகிக்கின்றது

என்ற படிமம் வாசிப்பில் பிரமிப்பை ஏற்படுத்துகின்றது. ஆண்டாள் கோவில் கோசாலை, மதுரை கல்மண்டபம், ராயர் மண்டகப்படி, மிஷனரி பள்ளிக்கூடம் போன்ற கட்டிடங்கள் பற்றிய விவரிப்பும் புவியியல் காட்சியும் புராதனத் தன்மையுடன் வெளிப்படுகின்றன. அதே நேரத்தில் மெஜஸ்டிக் லாட்ஜ் பற்றிய விவரிப்பு மிகச் சாதாரண மாக இடம் பெற்றுள்ளதையும் இங்கு ஒப்பு நோக்க வேண்டும்.

மூன்று தலைமுறையினரின் கதையாக விரிந்துள்ள நெடுங்குருதி நாவலில் வாழ்க்கைப் பேராற்றில் சுழித்தோடும் சுழிகளாகவும், அவற்றில் சுழலும் புனைகதைகளாகவும் மனிதர்கள் சுழன்று கொண்டே இருக்கின்றனர். பாரம்பரியமான மரபின் பெருமையை இழந்து, நடப்பு வாழ்க்கையில் கசந்து போய்ச் சலித்திடும் மனிதனுக்கு எதிலும் பிடிப்புக் கொள்ள இயலாதவாறு சூழல் வெறுமையாக இருக்கிறது. ரத்னாபாய் தன் மகன் திருமலையை மிஷன் பள்ளியில் தங்கிப் படிக்கச் சேர்த்துவிட்டு, மீண்டும் விபச்சாரத் தொழிலுக்குத் திரும்புவதை எப்படி அர்த்தப்படுத்துவது என்பது சிக்கலான கேள்வி. அதற்கான காரணங்கள் நுட்பமானவை. அவளுக்குள் பொதிந்துள்ள நல்மனம் காரணமாக நாகுவின் குழந்தையினைப் பெற்றெடுக்கிறாள். நாகுவின் மரணத்திற்காகத் துயரமடைகிறாள். எனினும் மனத்தினைத் தேற்றிக்கொண்டு திருமாலினை வளர்க்கிறாள். திடீரென பூபாலன் இறந்தவுடன் அவளுக்குள் கசப்பு பொங்குகின்றது. நடப்பு வாழ்க்கை யின் மீதான நம்பிக்கையை இழந்த ரத்னபாய் மீண்டும் பழைய தொழிலுக்குத் திரும்ப முடிவெடுத்தது, அவளுடைய மன உளைச்சலின் உச்சமின்றி வேறு என்ன? தொடர்ந்து தன்னைச் சுயவதைக்குள்ளாக்கிக் கொண்ட அவள் இருத்தல் மீது நம்பிக்கை இழந்து, மெஜஸ்டிக் லாட்ஜ் அறையில் தூக்கில் தொங்கித் தன்னையே மாய்த்துக் கொள்கிறாள். இதற்கு நேர் எதிரான தளத்தில் நாகுவின் மனைவியான மல்லிகா. திருமணமான சில மாதங்களில் தன்னுடைய கணவன் இறந்தாலும், விடாப்பிடியாக வேம்பலையில் தங்கியிருக்கிறாள். எல்லா நிலைகளிலும் மனஉறுதியுடன் செயற்படும் மல்லிகாவின் மகளான வசந்தா, மீண்டும் தன்னுடன் சேர்ந்து வாழ வந்த கணவனான சேதுவை அழைத்துக் கொண்டு வேம்பலைக்கு வருகிறாள். வேம்பலையின் வெக்கையில் கங்குபோல கனன்று, மனிதர்கள் வெளியேறினாலும் இன்னொரு நிலையில் மாயச்சூழலில் அகப்பட்டது போல மனிதர்கள் வேம்பலையி னால் ஈர்க்கப்பட்டுக்கொண்டிருக்கின்றனர்.

நாவலின் முற்பகுதியில் வேம்பலையை மையமிட்ட புனைகதை தொன்மங்களுடன் கவித்துவமாகக் கட்டடமைக்கப்பட்டுள்ளது. எதுவும் நடைபெறுவதற்கான நிகழ்வுகள் நிரம்பிய வேம்பலையில் மாயவழிப்பட்ட புதிராகக் கதைத் தளம் சுழல்கின்றது. இதனால்தான் குலுக்கைக்குள் இறக்கப்பட்ட சொர்ணம்மா பற்றிய கதைகளும் பிரதிக்குள் கரைந்து போகின்றன. சமூக வெளியில் புதைந்து கிடக்கும் கதைகளின் வழியே உருவான புனைவு மொழியானது தொடர்ந்து

பிரதியினைத் தகவமைக்கிறது. தொகுத்துக் காண இயலாதவாறு கிளை பிரிந்து செல்லும் கதைகளின் வீச்சும் கதையாடல் வழியே மறு உருவாக்கம் செய்யப்பட்ட பிரதியின் ஆழமான வெளிப்பாடும் மாறுபட்ட அனுபவங்களை வாசிப்பில் தந்துகொண்டே இருக்கின்றன. இன்னும் சொல்ல வேண்டிய கதைகளின் களஞ்சியமாக வேம்பலையில் புனைவு உள்ளது என்று தோன்றுகின்றது. பாமரபுக் கதைகள், தொன்மங்கள், வாய்மொழி வரலாறு, கர்ண பரம்பரைக் கதைகள் மூலம் எவ்வளவோ சொல்லப்பட்டாலும், அவை இன்னும் எழுதப் படாமல் எங்கும் புதைந்திருக்கும் கதைகளை நினைவூட்டுகின்றன. இது ஒரு புனைவு மொழி விளையாட்டு. மொழி வழியே எஸ்.ராமகிருஷ்ணன் சித்தரிக்கும் உலுகினுக்கப்பால், இன்னும் நிரம்ப உள்ளன என்ற பார்வை நாவலின் ஆகப் பெரிய பலமாகும்.

வேம்பலைக் கிராமத்தினை முன்வைத்துச் சொல்லப்பட்டுள்ள கதைகள் வெளிப்படையானவையாகத் தோன்றினாலும், அவை ஒருவிதமான மாயத்தன்மையுடன் புரள்கின்றன. இன்னும் கண்டறியப் படாத உலகினை நோக்கிப் பயணிப்பதற்காக வாசகனைத் தூண்டு கின்றன. கதைமாந்தர் விவரிப்பிலும் அவிழ்க்கப்படாத முடிச்சுகள் நிரம்ப உள்ளன. இதனால் நாவலின் குறுக்கு நெடுக்கில் பயணிப்பதற் கான தோதுகள், வாசிப்பினை உற்சாகம் மிக்கதாக்குகின்றன.

‘நெடுங்குருதி’ நாவலினை வேறுவகையிலும் விவரிக்கும் சாத்தியம் உள்ளது. பண்டைய பெருமையினைச் சாதியத் தளத்தில் nostalgia ஆகச் சொல்லப்பட்டுள்ள புனைவு என்றும் குறிப்பிடலாம். பழம் பெருமை அல்லது சீரழிவு குறித்துப் பிரதியானது முழுக்க அதீதப் புனைவு மொழியின் வழியே கட்டமைக்கப்பட்டுள்ளது. அது நடப்பு வாழ்க்கையினை அறிதலைவிட கடந்த காலம் குறித்த பிரமையினை உருவாக்குகின்றது; அளவுக்கதிமான தொன்மக் கதை களால் பிரதி நிரம்பி வழிகிறது என்று கூற இடமுண்டு. இன்று பொருளியல், பண்பாட்டுத் தளத்தில் எல்லாவற்றையும் இழந்து முகமிழந்து அடையாளமாற்றுப் போகும் தமிழகச் சூழலில் தொன்மங் களும் பழ மரபுக் கதைகளும் தேவைப்படுகின்றன. உலகமயமாக்கலின் விளைவாக ஒற்றைக் குரலினை உயர்த்தி எல்லாவற்றையும் வணிகமய மாக்கும் நுகர்வுப் பண்பாட்டுச்சூழலில், நெடுங்குருதி நாவலானது பல்வேறு போக்குகளை முன்னிறுத்தி, அதிகார மையத்தினுக்கு விடப்பட்ட சவாலாக விளங்குகிறது. தொல்குடித் தமிழரின் வாழ்க்கை யினை மறுவுருவாக்கம் செய்திட முயலும் நாவலின் கதையாடல் முன்னிறுத்தும் அரசியல் முக்கியமானது. அது இறுகிப்போன தமிழர் வாழ்க்கைப் பரப்பில் அதிர்வுகளை ஏற்படுத்த முயலுகிறது; தொடரும் விவாதங்களின் மூலம் புதிய போக்கினை அறிமுகப்படுத்த விழைகிறது. அவ்வகையில் நெருங்குறுதி நாவலானது தமிழ் மரபின் அடையாளமாக வெளிப்பட்டுள்ளது.

வல்லினம்

நெடுங்குருதி

களவாடப்பட்ட வாழ்வின் மெல்ல கலையும் நிச்சலனம்

ரெ.பாண்டியன்

இது யாருடைய கதை ?

முதலில் இது நாகுவின் கதை; அடுத்து நாகுவின் குடும்பத்தின், சந்ததியின் கதை; பிறகு இது வேம்பலை கிராமத்தில் வாழும் ஒரு குடும்பத்தின் கதை; அப்புறம் இது வேம்பர்கள் என்னும் குழுவைச் சேர்ந்த ஒரு குடும்பத்தின் கதை. இன்னும் அதே வேம்பலையில்வாழும் வேம்பர்களின் கதை.

நாவல் மறுபரிசீலனைக்கு எடுத்துக்கொள்ளும் சமூகத்தின் பார்வை எது?

கள்ளர்கள் அல்லது கொலைஞர்கள் பிறர் பொருளை அபகரிப்பதைத் தொழிலாகக் கொண்டு வாழ்பவர்கள்.

எந்த நிலையிலும் அடுத்தவனை வஞ்சிக்காமல் இருக்கவேண்டும் என்பது காவியங்கள் ஏற்றிப்பிடிக்கும் தர்மம்.

ஆனால், வேம்பர்களின் வாழ்வை அபகரித்த வரலாற்று, அரசியல், சமூகவியல் காரணிகள் யாவை? அவற்றை எளிதாகக் கண்முன் அடையாளப்படுத்த முடியுமா?

இந்தக் காரணிகளை வேம்பர்களே எதிர்கொண்டுள்ளனரா அல்லது அவர்களை எதிர்கொள்ள விடாமல் வைத்திருக்கும் உள் நிலவரம் என்ன? வேம்பர்கள் அவர்களது களவு வாழ்வில்கூட கடைப்பிடிக்கும் சில நெறிமுறைகளுக்கான அர்த்தம் என்ன? அவன் அந்த நெறிமுறைகளுக்கு வந்தடைந்த அனுபவம் என்ன?

அவர்களின் சந்ததியில் விலகல்கள் உண்டா? (இவை நாவல் ஆராயும் கேள்விகள்)

ஒரு வேம்பனின் கதையை எப்படிச் சொல்லலாம்?

கதையின் பிரதான கதாபாத்திரங்கள் நாகு, நாகு அய்யா, ரத்னா. நாகு இரண்டுங்கெட்டான் மனநிலை வளர்ச்சியுடையவன்; அவன் அவனது அய்யாவைப்போல திடசித்தமான திருடனில்லை; பயப் பிராந்தியோடு வளர்ந்தவன். ஆனாலும் திருட்டில் ஈடுபட்டு, குறை ஆயுளில் இறந்துபோகிறான்.

ரத்னா நாகுவின் நகர்ப்புறத்து வடிவம். பர்மாக்காரனின் வன்புணர்ச்சியில் தைரியம் எல்லாம் வடிந்துபோகிறது; காலம்முழுக்க தனது தனிமையைத் தொலைக்க, போராடித் தோற்றுப்போகிறாள்.

நாகு, ரத்னா இருவருமே தனியான ஆளுமை உடையவர்கள் இல்லை. கள்ளன் என்றும் விலைமாது என்றும் பொதுமைப்படுத்தும் பெயர்களுக்குள் பெரும் தத்தளிப்பு நிறைந்த மனிதர்கள் இருப்பதை இருவரும் பிரதிநிதிக்கிறார்கள்.

வெளியில் "சாமி மாதிரி"யான கடினசித்தம் படைத்த நாகுவின் அய்யா தனது குடும்ப வாழ்வில் ஏற்படும் வீழ்ச்சிகளால் (பொருள்ஈட்டு வதில் தோல்வி, நீலாவின், நாகுவின் மரணங்கள்) உள்ளூர உடைந்து போகிறார்.

ஒரு காலத்தில் பலராலும் அஞ்சப்பட்ட சிங்கி என்கிற வேம்பன் காதலுக்காகத் திருட்டுத்தொழிலையே விட்டுவிட்ட பிறகும், மீதி வாழ்வைச் சீரழிந்த நிலையிலேயே தொடரவேண்டிய அவலம்; அவன் ஒரு சிறுவனாக, தன் தாய் வேம்பனின் மனைவி என்பதால் அடைந்த அவமானங்களைப் பற்றிய ஞாபகங்களோடு முதுமையின் தனிமையில் கழித்துக்கொண்டு, இறந்துபோன கூட்டாளி குருவனோடு ஆடுபுலி ஆட்டத்தில் ஈடுபட்டிருக்கிறான்.

இடுப்பு விலகிய லட்சுமணனைத் திருடுபோன களவு நகைகளுக்காக அவன் மகன் சீனி வேல்கம்பால் கொன்றுவிட்டு, பிறகு உண்மையைத் தெரிந்துகொண்டு, பழிவாங்கப் புறப்பட்டு, அவனும் பழியாகிறான். இடுப்பு விலகி, கழுத்தில் ஆயுளுக்கும் கொண்டி மாட்டப்பட்ட வேதனைக்குரல் ஊர் முழுக்க கேட்டுக்கொண்டிருக்கும் சூழல்.

வேம்பர் குடும்பத்துப் பெண்களான சுப்புத்தாய், வேணி, மல்லிகா போன்றவர்கள் ஆளுமையற்றவர்களாக, துயரத்தை மௌனமாக எதிர்கொள்பவர்களாக இருக்க, பக்கீரின் விதவை மனைவி ஆளுமை மிக்கவளாக வேம்பலைக்குள் நுழைகிறாள். வேம்பர் சந்ததியில் கண்ணீரை விலக்கி வைக்கும் முதல் பெண் வசந்தா.

வசந்தாவும் திருமாலும் நாகு அய்யாவின் நிகழ்கால தலைமுறை சந்ததியினர் (சிறு கதாபாத்திரங்கள்தான்). நாகு அய்யாவின் / வேம்பர் களின் பரம்பரையில் ஏற்பட்டுக்கொண்டிருக்கும் மாற்றங்களின் குறியீடாக வசந்தாவும், திருமாலும் வருகிறார்கள்.

வசந்தாவின் ஆளுமை துலங்க கிட்ணா–சேது–சங்கு,தோழி–குருநாதன் ஆகியோருடனான அனுபவங்கள் விரிகின்றன; திருமாலின்

ஆளுமை துலங்க பவுல்—கிருபை—தங்கபுஷ்பம்—லயனல்சார்—இறையியல் பள்ளிஅனுபவங்கள் விரிகின்றன. புத்திசாலித்தனமாகப் பிழைத்துக் கொள்பவன் காயம்பு.

இவ்வளவு பேர் இருக்க, குறை ஆயுள் உடைய நாகு பிரதான பாத்திரம் ஆனது ஏன்?

கள்வர்களின் சந்ததியின் விலகல் புள்ளி நாகு. முதன்முதலாக (சின்னுவின்) இரத்தம் பார்த்து, மனக்கலக்கத்துக்கு உள்ளானவன். அத்தோடு அவனது சந்ததி வேம்பலையின் சாபத்தை எதிர்கொள்ள இரண்டு வழிகளில் பிரிகிறது. ஒன்று, வேம்பர் மரபோடு தன்னைத் துண்டித்துக்கொள்கிறது (திருமாலின் பாதை) ; மற்றொன்று, வளர்த்துக் கொண்ட தனது ஆளுமையோடு, வேம்பலைக்குத் திரும்புகிறது (வசந்தாவின் பாதை).

நாகு அய்யாவின் வீழ்ச்சியின் தொடர்ச்சி நாகு; நாகு அய்யாவின் பாதிப்பு வசந்தாவிடமே தொடர்கிறது. தானறியாத, குறை ஆயுளில் மறைந்த தந்தை பற்றிய ஏக்கம் ஒரு புதிய கனவின் தொடக்கமாகிறது.

வேம்பர் வாழ்வின் கதியில் எதிர்படும் முரண் எது ?

1. இயற்கையின் வஞ்சனை: பகல் பற்றி எரிவது போன்ற தீவிரம் கொள்ளும் வெக்கை.

வெக்கையின் விளைவான வறட்சி. ஊரைவிட்டுக் கிளம்பிப்போன மனிதர்களால், சூன்யமாய் காட்சியளிக்கும் கிராமம். அன்றாட வாழ்விற்கு அலைக்கழிக்கப்படும் நிலையும், கடுமையான தனிமை உணர்வும் மனிதர்களை உள்ளூர இறுகிப் போக வைக்கிறது.

2. வாழ்க்கையின் வஞ்சனை: அசம்பாவிதங்களின் தொடர் சம்பவிப்பு.

நீலாவின் மரணம் அம்மாவைக் கொல்கிறது; அம்மாவின் மரணம் நாகுவைத் தடம் புரள வைக்கிறது; சின்னுவின் இரத்தம் பார்த்தல், நாகுவை அதிர வைக்கிறது. நாகுவின் மரணம் மல்லிகா / ரத்னாவதி ஆகியோரின் வாழ்வை நிர்க்கதியாக்குகிறது; இரண்டாவது வாய்ப்பாக வரும் பூபாலனின் மரணம் ரத்னாவதியை பழைய வாழ்வுக்குத் திரும்பச் செய்கிறது.

3. காலத்தின் வஞ்சனை

கொற்கை பாண்டியனின் வீரர்களுக்குத் தப்பி வந்த வரலாறு; வேல்சிதுரையால் துன்புறுத்தலுக்கு உள்ளானது; 42 வேம்பர்கள் கொல்லப்பட்டது; மற்றவர்களின் குதிகால் நரம்பும் குரல்வளைநரம்பும் வெட்டப்பட்டது ; வேம்பனின் கண்களில் நிரந்தரமாகக் குடிகொண்ட பயம்.

பிறகு மீண்டும் களவுக்குப் புறப்பட்டு, போலீசின் கைரேகை வேட்டை, கச்சேரி காவல் என்று அவர்களின் வீழ்ச்சி தொடர்கிறது.

'நாகு'வின் சாத்தியப்பாடுகள்

திருட்டுத் தொழிலிலிருந்து நாகுவின் விலகலைச் சாத்தியப்படுத்தி யிருக்கக்கூடியவள் அவனின் அம்மா சுப்புத்தாய். கனகாம்பரத்தின் தலையை அவன் உடைத்ததற்காக, அவனுக்கு சூடுபோட்டவள். அவன் சூரிக்கத்தியைத் தீட்டுவதை தாத்தாவைப்போல பார்த்துக் கொண்டிருந்திருக்கமாட்டாள்.

நாகு பழைய வரலாற்றை நேர் செய்யக்கூடிய வாய்ப்பைப் பெற வேண்டி இருந்தவன்; அம்மாவின் மரணம் அவனைத் திசையற்ற வெளியில் அலையவைத்து விடுகிறது. ஆனால், சிங்கி திருட்டுத் தொழிலை தெய்வானை மீது கொண்ட காதலினால் விட்டுவிட்டா லும், தெய்வானை கொடூரமானவளாக மாறிப்போகிறாள்.

வழிதவறி திருட்டில் நுழைந்து, அதன் சவாலை எதிர்கொள்ள முடியாமல் வாழ்வை இழக்கிறான் ஒருவன்; வழிதவறி திருட்டைக் கைவிட்டு குடும்ப வாழ்வில் நுழைந்தவன், தாம்பத்யத்தின் சவாலை எதிர்கொள்ளமுடியாமல் தனிமைப்படுகிறான்.

நாவலின் ஆரம்பத்தில் அம்மாவுக்கும் அப்பாவுக்கும் கடும் சண்டை நடக்கிறது; வேணி அக்காள் அழும் குரல் தெருவில் வீட்டை நோக்கி நடந்துவந்து கொண்டிருக்கும் நாகுவுக்குக் கேட்கிறது. உடனே அவன் திரும்பித் தெருவை நோக்கி நடக்கிறான். சிறுவயது மனதில் ஏற்படும் இதுபோன்ற பதட்டங்கள் எவ்வளவு தூரம் பிற்கால வாழ்வைத் தடுமாற்றங்கள் உள்ளதாக ஆக்குமென்பதற்கு நாகுவின் பிற்பகுதி வாழ்வே உதாரணம்.

நாகு அய்யாவின் பாதை

பக்கீரைக் கொன்றது நாகு அய்யா; பக்கீரின் மனைவி இரு சிறு குழந்தைகளை வைத்துக்கொண்டு, சுயதொழில் முயற்சியாலும் பிறகு ரெட்டியாருக்கு 'தொடுப்பாகி'ப் போவதாலும் குடும்பத்தை கரை யேற்றுகிறாள்; நாகுவும் வேணியும் வேம்பலைக்கு வரும்போதெல்லாம், பக்கீரின் மனைவியைக் காணச்செல்கின்றனர். ஆனால், நாகு அய்யா பக்கீரின் மனைவியை நடத்தை கெட்டவள் என்று திட்டுகிறார்.

இந்த இடத்தில் நாகு அய்யாவின் மனோபாவம் என்ன? அவர் என்ன எதிர்பார்க்கிறார்?

விதவையானவுடன் பக்கீரின் மனைவி சுப்புத்தாயைப்போல கண்ணீரும் கம்பலையுமாகக் காலம் தள்ளவேண்டும் என்று எதிர்பார்க் கிறார். வேணி திருமணமாகிப் போகும் தருணத்தில் "என்ன கஷ்டம் வந்தாலும் உன் அம்மாவைப்போல தைரியமாய் இருக்கணும்" என்கிறார். அதாவது, சுப்புத்தாயின் வாழ்வை உருக்குலைக்க செய்வதை யெல்லாம் செய்துவிட்டு. அவர்நினைத்தால் குடும்பத்தைவிட்டு ஓடிப் போய் விடுவார், பிறகு சாவகாசமாகத் திரும்பி வருவார். இருக்கும் கொஞ்சநஞ்ச குடிநீரையும் கால்கழுவப் பயன்படுத்துபவராக நாவலில் அவர் அறிமுகமாகிறார்.

ஆணாதிக்கம் பற்றி நேரடியாக நாவலில் பேசப்படாவிட்டாலும், நாவலில் வரும் அத்தனை பெண்களும் (சுப்புத்தாய், மல்லிகா, வேணி, ரத்னாவின் பிற்பகுதி வாழ்வு) துயர நிழல்களாகவே வருகிறார்கள்; வசந்தாவையும் பக்கீரின் மனைவியையும் தவிர. பிறகு பெண்களுக்கு பேய் பிடிப்பது பற்றியும், ஆண்களுக்குப் பேய் பிடிப்பதில்லை என்றும் சொல்லப்படுகிறது. இந்தப் பெண்களைப் பிடித்த பேய் ஆணைத் தவிர வேறு யார்?

வேம்பலையின் சாபத்துக்கும் இவர்களின் கண்ணீருக்கும் சம்பந்தம் உண்டா? ரத்னா வேட்டைக்குத் தப்பிய மிருகங்களுக்கு ஏற்படும் மூர்க்கம்போல ஏற்பட்டு மாறிவிடுகிறாள்; மல்லிகா "வேலைப் பைத்தியமா"கிறாள்; ஏன் என்று கேட்டால், ஓங்காரித்து அழத் தொடங்குகிறாள்; சிடுசிடுப்பாகிப் போகிறாள்;

நாகு அய்யாவின் பிற்பகுதி வாழ்வில் ஒரு மாற்றம் ஏற்படுகிறது; வாழ்வின் கொடும் வெக்கையிலிருந்தும் தாங்கொண்ணா துயரத்திலிருந் தும் ஓடி ஒளிவதல்ல, மல்லிகாவிற்கும் வசந்தாவிற்கும் ஆசுவாசத்திற் காக சாய்ந்துகொள்ளும் ஒரு சுவராகவாவது இருப்பதுதான் தனது குறைந்தபட்ச நல்லது செய்தலாக இருக்கும் என்கிற நிலைக்கு வருகிறார்.

நாகு அய்யாவோடு ஒப்பிடும்போது நாகுவுக்குத் தன் வேணி அக்கா வாழ்நிலைபற்றியும் வெற்றிலைச் சத்திர விலைமாதுபற்றியும் வருத்தம் ஏற்படுகிறது. ரத்னாவின் தோழியின் மகளை மடியில் வைத்து முடி இறக்க சம்மதிக்கிற அளவுக்குத் திறந்த மனோபாவம் அவனுக்கு இருக்கிறது.

வேம்பனின் நிகழ்கால வேர் 1: வசந்தா

கல்லூரிக்குமேல் வட்டமிடும் பருந்து வேம்பலையைச் சேர்ந்தது என்று வசந்தாவுக்குத் தோன்றுகிறது. நாவலில் அவள் தற்கொலையிலி ருந்து உயிர்பிழைப்பதன் மூலம், அவள் "மறுபிறப்பு எடுத்துவிட்டாள்; அவளை இனி வேம்பலையின் சாபம் ஒன்றும் செய்யாது".

வசந்தாவுக்குப் படிப்பு பிடிக்கவில்லை; தினமும் தலையில் கொட்டுவாங்கும் வசந்தா; ஆனால் அவள் அழுவதேயில்லை; யாரும் அழுதாலும் பிடிப்பதேயில்லை; அவள் புது டீச்சருக்கு வணக்கம் சொல்வதில்லை; அதனால் ஏற்படும் தண்டனைக்கு வேதனைப்படுவ தில்லை; அவளுக்கு இருட்டில் உட்கார்ந்திருப்பது பிடிக்கும்; அவளைப் பார்க்க யாரும் வருவதில்லை; அவளுக்கும் அம்மாவிடம் பேசப் பிடிப்பதில்லை; ஆனால், வேம்பலைக்கு வந்துவிட்டுச் சென்றபிறகு, அம்மாவின் நிலை மீது வருத்தம் ஏற்படுகிறது. பழைய வேம்பலை வாழ்வு அம்மாவைப்போன்ற எளிய மனிதர்களின் வாழ்வின் மீது நிகழ்த்திய தாக்குதல் பற்றிய புரிதல் அது.

பதின்ம வயதில் ஒரே ஆளைத் திருமணம் செய்யமுடியாத காரணத்

தால், தோழியின் பேச்சைக் கேட்டுக் கொண்டு தற்கொலை முயற்சியில் ஈடுபட்ட வசந்தாதான், தனது கணவன் சேதுவை கிட்ணா அபகரிப் பதைக் கண்டு, கணவனை விட்டு விலகுகிறாள்.

ஒரு சிறு குற்றத்திற்காக, சின்னுவைத் தண்டிக்கிறான் நாகு; ஆனால், நாகுவின் மகள் வசந்தா சேதுவின் அண்ணியிடம் சேதுவுக்குள்ள கள்ள உறவை மன்னித்து, அவர்களுக்குப் பிறக்கும் குழந்தையை ஏற்றுக்கொள்கிறாள். நாகுவின் வம்சகுணத்திலிருந்து வசந்தா விலகும் புள்ளி இது.

நாகு வேம்பர்களின் தற்கால நிர்க்கதி வாழ்வின் குறியீடு; அடுத்த தலைமுறை வசந்தா வேர்களைத் தேடி வருகிறாள். வேர்களின் பலவீனமான அம்சங்களை அவள் மீறவேண்டும். அதற்கான ஆளுமை அவளிடம் இருக்கிறது (சுப்புத்தாயிடமும் மல்லிகாவிடமும் இல்லாதது).

அவள் வேர்களின் பலவீன அம்சங்களை மீறும் தருணங்கள் நாவலுக்கு வெளியே இருக்கிறது (முடிவுக்குப் பின்னால்). ஊமைவேம்பு நாகுவின் காலத்தில் காய்ப்பதோ பூப்பதோ இல்லை; வசந்தாவின் காலத்தில்தான் பூக்கிறது.

வேம்பனின் நிகழ்கால வேர் 2: திருமால்

பூபாலனின் மரணமும் அத்தைக்காரியின் திடீர் மனமாற்றங்களும் ரத்னாவைப் பழைய வாழ்வை நோக்கித் திருப்புகிறது. இது திருமாலின் வாழ்வின் கதியை மாற்றிவிடுகின்றன.

வேம்பர் வாழ்க்கைச் சூழலிலிருந்தும் ரத்னாவின் நகர்ப்புறச் சூழலிலிருந்தும் துண்டிக்கப்பட்டு, மிஷன் பள்ளியின் பாதுகாப்பு விதிகளுக்குள் தன்னிச்சையாக வளர்கிறான்.

அவன் சிறுவர்விடுதிக் கம்பிகளைப் பிடித்துக்கொண்டு எத்தனையோ நாட்கள் அழுதிருக்கிறான்; காலப்போக்கில், அம்மா அவனது மனத்திலிருந்து விலகிப்போகத் தொடங்கினாள்; பள்ளிக் கூடத்தின் நெல்லிமரத்தடியும் கிழிந்த காகிதங்களின் மக்கிய வாசனை யும் அவனை வளர்த்தன. ஓட்டு அணில்களைப் போல தன்னிச்சை யாகப் பள்ளியினுள் அவன் உலா வர ஆரம்பித்தான். லயனல் சாரின் தந்தையைப்போன்ற பராமரிப்பில் எதையும் நடுநிலையிலிருந்து பார்க்க கற்றுக்கொள்கிறான்.

பவுல் மார்க்சியம்பற்றிப் பேசுகிறான்; இறையியலின் போதாமை களையும் இறுக்கத்தையும் பற்றிப் பேசுகிறான்; அவன் தன் அப்பா கிருபையை வெறுக்கிறான், அம்மாவின் பாதையில். ஆனால், பவுலின் அப்பாவின் மீது தான் திருமாலுக்கு வாஞ்சை பிறக்கிறது. கிருபையை சந்தேக நோயாளியாக மாற்றியது யார்? தங்கபுஷ்பம் கிருபைக்குத் தெரியாமல் திருடி பரண்மீது சேர்த்துவைத்த பணமா? இது வீட்டிற் குள் நடந்த திருட்டு; கிருபையிடம் திருடியது பணம் மட்டும்தானா? கிருபைக்கு விஷம் வைத்து தங்கபுஷ்பம் கொன்றுவிடுகிறாள்.

இதைப்பற்றி பவுலுக்கு உள்ளுணர்வு தட்டும்போது, இந்தப் புரிதலுக்குக் காரணமான திருமால்மீது மனவிலகல் ஏற்படுகிறது; "நீ தோழர் சீனிவாசனை இனி சந்திக்கவேண்டாம்" என்கிறான். மார்க்சியமும், ஏங்கல்சும் தோழர் சீனிவாசனும் பவுலின் தனியுடைமையன்றோ?

வேம்பனின் நகர்ப்புற பிரதிபலிப்பு : ரத்னாவதி

பர்மாக்காரனுடனான வன்புணர்ச்சி அனுபவத்திற்குப் பிறகு, அவளது தைரியம் யாவும் வடிந்துவிடுகிறது. முன்பின் அறியாதவர்களோடு படுக்கையைப் பகிர்ந்துகொள்ளும் வாழ்விலிருந்து விலக ரத்னா விரும்புகிறாள். முதலில் நாகு, பிறகு பூபாலன், அத்தைக்காரி எல்லாம் பொய்த்துப் போகிறது.

யாருமற்ற தனிமை என்கிற அச்சம் அவளைத் துரத்துகிறது. சினிமாவுக்கு வருகிறாயா என்று அழைத்தவன் தொடங்கி, அஸ்ரஸ் முதலாளிவரை அவள் தனது தனிமையை வெல்ல நடத்தும் அவல முயற்சிகள்; மேகநோய் வந்த பிறகு மீண்டும் தனிமை. ஜெயராணியோடு தங்க வருகிறாள்; அவளும் இவளை ஒரு லாட்ஜில் ரூமில் தள்ளிவிட்டுக் கிளம்பிவிடுகிறாள். தற்கொலை அவள் தனது தனிமைக்கு எதிராகத் தொடுக்கும் இறுதி அஸ்திரம்.

ரத்னாவுக்கு ஏன் மிஷன் பள்ளி பிடித்திருக்கிறது?

அவள் கோயிலுக்கு வெளியே கடை வைத்திருந்தாலும், கோயிலுக்குள் போக விரும்பியதில்லை; ஒருதடவை பூபாலனோடு போனபோது ஒரு போலீஸ்காரன் (பழைய வாடிக்கையாளன்?) "இப்பொழுதெல்லாம் பார்க்கவே முடிவதில்லையே, ஆமா இது யாரு?" என்கிறான். அவள் விட்டு விலகினாலும் அவளது பழைய வாழ்வு அவளைப் பின் தொடர்கிறது;

அவள் தனது மகனுக்கு விரும்பும் ஒரு புதிய தொடக்கம் மிஷன் பள்ளி மூலமாகத் தான் சாத்தியம் என்று நினைக்கிறாள்; கிறிஸ்தவம் வெளிப்படையாக வழங்கும் மன்னிப்பு, பரிசுத்தம், எளிமை என்கிற மாற்று யதார்த்தம் பற்றிய அவளது எண்ணங்கள் அவளுக்கு மன ஆசுவாசத்தை வழங்குகிறது.

மாற்றங்களை எதிர்கொள்ளும் வேம்பர்கள்

கல்வியின் அறிமுகத்தை, கிறிஸ்தவ மதத்தின் அறிமுகத்தை, தூக்கம் பற்றிய ஆராய்ச்சியைப் போனால்போகிறது என ஏற்றுக்கொள்ளும் வேம்பர்கள் மின்சாரத்தை நிராகரித்து விடுகிறார்கள். மின்சாரம் வேம்பர்கள் மிகவும் நேசிக்கும் இருட்டைப் போக்கிவிடும். அவர்களின் வாழ்க்கைப்பாட்டையும் நிறுத்திவிடும் என்பதால்.

நாவலின் சொல்முறை

நாவலில் எங்குமே கள்ளர்கள்மீது நமக்கு எதிர்மறையான எண்ணம் ஏற்படவில்லை. காரணம், அவர்களின் வாழ்நிலையின்மீதான சோகம்.

ஆனால், கள்ளர்கள்மீதான எதிர்மறையான எண்ணம் சமூகத்தின் பொது நனைவிலியில் இருக்கிறது; வேல்சு துரை வரலாற்றில் எப்படி வேம்பர்களை ஒடுக்கினான் என்கிற சமூக பார்வை அல்லது பிரதாபம் நாவலின் தொடக்கத்துக்கு முன்னே உள்ளது. நாவல் இந்தப் பொதுப் பார்வை தாண்டிய உள்–நிலவரங்களுக்குள் தனது விசாரணையைச் செய்கிறது.

நாகு அய்யா ஒரு "சாமி" மாதிரி ஆள் என்பது மிகவும் பிற்பாடு போகிறபோக்கில் சொல்லப்படுகிறது. மாட்டுத் திருட்டு பற்றி துப்பு சொல்பவர்கள்மீது விவசாயிகளுக்கு ஏற்படும் சந்தேகமும் கோபமும் மட்டுமே எதிர்மறையான ஒரே பதிவு. நாகு அய்யா செய்த பக்கீரின் கொலையும் நேரடியாகச் சொல்லப்படவில்லை.

நாவலின் தொனி ஒரு சீரான நீரோடை; பகீரதப் பாய்ச்சல்கள் இல்லை; நாகுவின் மரணம் கடைசிக்கு மூன்றாவது பாராவில் நடுவரியில் சொல்லப்படுகிறது; நீலாவின் மரணமும் ரத்னாவின் தற்கொலையும் அவ்வாறே.

'கோடைகாலத்'தை நாகுவின் எங்கும் தப்பிச்செல்ல முடியாத கஷ்டமான பால்யம், 'காற்றடிக்கும் காலத்'தை நாகுவின் வாலிப சாகஸம் மற்றும் திடீர் மரணம், 'மழைக் காலத்'தை அடுத்த தலைமுறையின் பள்ளிகளுக்குள் சிறைப்பட்ட பால்யம், 'பனிக்காலத்'தை மூன்றாம் தலைமுறையின் ஆளுமையின் சோதனைக்காலம் மற்றும் ரத்னாவதியின் மரணம் ஆகியவற்றைச் சுட்டி நிற்கிறதாக வாசிக்கலாம்.

எஸ்.ரா.வின் கலை

நாவலில் எந்த ஒரு நிகழ்வின்மீதோ ஒரு கதாபாத்திரத்தின் மீதோ ஆசிரியர் தனது அபிப்பிராயத்தையோ அல்லது ஒரு எள்ளலையோ கூட தெரிவிக்கக்கூடாது என்பதில் தெளிவாக இருக்கிறார். ஒரு தொனி மாறுதலையோ அல்லது புனைவின் ஏதோ ஒன்றிற்குத் தரும் முக்கியத்துவத்தையோ எங்கும் உணரமுடியவில்லை; இந்த நாவல் எழுதப்பட்டதன் அல்லது செதுக்கப்பட்டதன் தடயத்தை இதன் பக்கங்களில் எங்கும் காணமுடியவில்லை.

எந்தக் குறிப்பிட்ட இலக்குகளையும் அவர் நாவலில் வலியுறுத்த வில்லை; நாவலில் வேம்பர்களின் உள்நிலவரங்கள்கூடிய வரலாற்றை நிகழ்கால தலைமுறையான வசந்தாவிற்கும் திருமாலுக்கும் விரித்து இணைப்பதன்மூலம், கள்ளர்கள் விலைமாதுகள் என்கிற பொதுமைக்குப் பின்னே இருக்கும் பொது மனநனைவிலியின் அந்தரங்க மனத்தீட்டை மறுபரிசீலனைக்கு உட்படுத்துகிறார்.

அதியற்புத யதார்த்த அம்சங்கள்

*1)*இறந்த மனைவியிடமிருந்து பச்சைகுத்தப்பட்ட தேளை சிங்கி கிழவன் பெற்றுக்கொள்ளும் இடம்.

*2)*ஊமைவேம்பைத் தஞ்சமடையும் பேய் பிடித்த பெண்கள்; அவர்களின் கூந்தலைப் பிடித்து ஊமைவேம்போடு ஆணியடித்துவிடும் கோடங்கி.

கோடாங்கியாக வேல்சு துரையும் உள்ளூர் போலீசும்; பேய்பிடித்த பெண்களாக வேம்பர்கள்; வேம்பலை அவர்களது சரணாலயம். சுபிட்சத்திற்கு வழியில்லாத "ஊமைவேம்பு" ஊர்; அவர்களது தைரியம் வேல்சு துரையாலும்/தலைவிதி வேம்பலையின் சாபத்தாலும் அங்கே நிரந்தரமாக ஆணியடிக்கப்பட்டிருக்கிறது என்றும் இதை வாசிக்கலாம்.

3) சென்னம்மாளின் முற்றிய வயதும், வாய்க்காத மரணமும் தீராத தாகமும்: வேம்பலையின்மீதான சாபத்தின் மனித உருவம் போலிருக்கிறது.

4) இரு வேம்பலைகள் : இறந்தவருக்கு ஒன்று, இருப்பவருக்கு ஒன்று.

5) பக்கீரின் மனைவியின் கனவு : அவளுக்கும் கணவனுக்கும் ஏற்பட்டுவிட்ட நிரந்தர பிரிவைத் தெரிவிக்கும் கனவு.

6) வேணிக்கு கிணற்றுத் தண்ணீர் கைக்கு எட்டாததாகவே கனவு வருகிறது; கனவு முடிந்து, கதவு வழியே வீட்டிற்குள் திறந்தமார்புடன் கிடக்கும் தாயைப் பார்க்கிறாள்; பசியடங்காத பூனைஒன்று இரவில் அலைகிறது; கனவும் நனவும் வேம்பலை பெண்ணின் வாழ்வு, வாழ்க்கைபற்றிய ஈரத்தின் ஏக்கத்திற்கும் ஆணின் அடங்காத பசிக்கும் இடையிலான சிறுவட்டத்தின் பரப்பளவுக்குள்தான் என்பதன் சூசகம்.

7) வீட்டிற்கு ஆகாத, கோயிலுக்கு நேர்ந்துவிட்ட செவலைப்பசு.

8) உள்ளங்கையைப்போல பாதுகாக்கும், தப்பிப்போகாமல் சிறைவைக்கும், தப்பிப் போனவரை மீண்டும் தன்வசமாக்கும் தன்மை.

9) ஆணியைப் பிடுங்கியதும் தேள் கொட்டுவது, பிடுங்கிய ஆணியைத் திரும்ப அடிக்க முடியாது தடுமாறும் வீரம்மாள்.

10) வேம்பர் குதிகாலில் தழும்பு, இன்னும் பல.

கிராமத்து வாழ்வில் அதியற்புத யதார்த்தத்தின் அர்த்தம் என்ன?

நூறு குடும்பங்களே உள்ள ஒரு சிறு கிராமம். எந்த நவீன வசதிகளும் சென்றடையாத, வெக்கையும் அடைமழையும் சூறைககாற்றும் துர்மரணங்களும் அலைக்கழிக்கும் நிலவெளி.

எந்த நவீன அறிவும் வந்துசேராத மனிதன். அவன் தன் சூழல் சார்ந்த, இருப்பு சார்ந்த, துர்மரணங்கள் சார்ந்த அச்சத்தைப் போக்க வேண்டும். என்ன செய்வான்?

தன்னை அச்சுறுத்தும் கொடும் வெக்கை வயது முற்றி மரணம் வாய்க்காத சென்னம்மாளின் தீராத தாகமாகத்தான் இருக்கவேண்டும். சென்னம்மாள் அவர்களோடு வாழ்ந்தவள். அவளுக்கு என்ன வேண் டுமோ அதைக் கொடுத்தால் அவளைப்பற்றி அச்சமின்றி வாழலாம்.

வெக்கை தீர்ந்து வந்த அடைமழை நிச்சயமாக சென்னம்மாள் கொண்டுவந்ததாகத்தான் இருக்கவேண்டும். அப்படிச் சொன்னால் தான் சென்னம்மாளோடு நன்றி பாராட்டியதாகும். அவளின் ஆசியை யும் பெற்றதாகும். தனக்கு முன்னால் இறந்தவள் தனக்குத் தாய்தானே? தாய் காக்கும் தெய்வமும்தானே ?

வேல்சின் போலீஸ்காரர்கள் துரத்தி வந்தபோது வேம்பர்கள் வேம்பின்கீழ் ஒளிந்துகொண்டார்கள்; வேம்பு தனது அடர்த்தியாலும், அது தந்த இருட்டாலும், நிசப்தத்தாலும் காட்டின் ஒலிகளாலும் அவர்களைக் காத்தது.

ஆனால், அதை அப்படிச் சொன்னால் நன்றி பாராட்டியதாகுமா?

ஆக, வேம்பு தங்களின் குலதெய்வம்போல, தாயைப்போல வயிற்றைத் திறந்து அவர்கள் அனைவரையும் உள்வாங்கி,அவர்களைக் காத்ததுதானே உண்மை ?

தனது சூழலின்மீதான அச்சத்தை வெல்ல, வேம்பன் தன் சூழல்மீது நட்பும், உறவும் கொண்டாடியே ஆக வேண்டும். வெக்கையும் அடைமழையும் சூறைக்காற்றும் அவனது தாயின் சேய்மீதான கோபமன்றி வேறென்ன? தெய்வானையின் கையிலிருந்த தேளை சிங்கி தன் உள்ளங்கையில் பெற்றுக்கொள்வதன் அர்த்தமென்ன?

தேள் வேம்பர்களின் பச்சைகுத்தப்பட்ட சின்னம்; சிங்கியைப் பிரிந்த பிறகு பண்டாரத்தின் மகளான தெய்வானை செய்துகொண்ட இந்த சின்னம் கணவன்மீதான அன்பின் குறியீடு? அவளது கொடுங் குணம் தன்னால் தாயாக முடியாததின் சுய கோபமாய் இருக்கலாம்; மரணத்திற்குப் பின்னாலான அவர்கள் இருவருக்குமிடையில் ஏற்பட்ட மௌன சம்பாஷணை அது? அதில் அவள் தன் உள்ளார்ந்த அன்பை அவனுக்குத் தெரிவித்துவிட்டாள். அன்பு தேளாய் கொட்டுவது யார் வாழ்வில்தான் புதிது?

நகரத்து வாழ்வின் அதியற்புத யதார்த்தத்தின் அம்சங்கள்

மூச்சிரைப்பு நோய் உள்ள லயனல் சாரின் மனைவி. இவ்வளவு இறையுணர்வு உள்ள குடும்பத்தில் ஏன் இவ்வளவு துன்பம் என்று பிரான்சிஸ் திருமால் நினைக்கிறான்.

கேள்வியை மாற்றியும் வாசிக்கலாம்: இவ்வளவு மரண பயம் இருப்பதால்தான், உயிரைப் பற்றிக்கொள்ள இவ்வளவு பிரயத்தனம் (பிரார்த்தனையும் அதன் வழியான வாழ்வும்) பத்திகள் நிரம்பிய சடங்காய் செயல்படுத்தப்படுகிறது. குடும்பத்து நால்வரின் பிரார்த்தனை களில் அவளது உயிர் காக்கப்படும் என்ற நம்பிக்கைக்கும் சென்னம்மாள்

வேம்பலையைக் காக்கிறாள், ஊமை வேம்பு வேம்பனின் முன்னோர்களைக் காத்த தெய்வம் என்று சொல்வதற்கும் வேறுபாடு என்ன?

மிஷன் பள்ளி பற்றிய ரத்னாவதியின் மாற்று யதார்த்தம்மீதான ஈர்ப்பும் இதோடு சேர்ந்ததுதான்.

கிராமத்தில் காடு, மலை, மிருகங்கள், பூச்சிகள், இருட்டு, மழைகாற்று, துர்மரணம் என்கிற அச்சங்கள் (நாகுவின் பயப்பிரமைகளுக்கு நிர்வாணப் பரதேசிகள்தான் நிவாரணம் தருகிறார்கள்: "எல்லாம் சரியாகிவிடும்").

நகரத்தில் நம்மை சிறைவைத்திருக்கும் நகரத்தின் இயக்கம், அதன் கதி, சுற்றுச்சூழ நிறைந்திருக்கும் மனிதர்கள், நோய்கள், தனிமைபற்றிய அச்சங்கள்.

அச்சங்கள்தான் வேறுபடுகின்றன தவிர, அச்சங்களே மனிதனுக்கு நடுக்கமேற்படுத்திக்கொண்டிருக்கின்றன. அச்சத்தை வெல்ல நம்பிக்கைகள் தேவை – அது நிறுவனமாக்கப்பட்டிருக்கும் இறையியலாகவோ மார்க்சியமாகவோ இருக்கலாம்.

நாவலின் மையச்சரடு

நாவல் வேம்பனின் வாழ்வின் விரிவுகளைக்கொண்டு விசாரிக்க விரும்புவனவற்றை ஒற்றைப் பதத்தில் குறிப்பாலுணர்த்த முடியுமா?

'கள்ளர் பயம்'

எந்தப் பழிக்கும் அஞ்சாத கள்ளனைப்பற்றி கள்ளர் அல்லாதவர் கொள்ளும் பயம் இது. யாருமற்ற சூழ்நிலையும் இருட்டும் அவன் இல்லாதபோதும் அவனைப் பற்றிய நினைவைக் கிளறுபவை.

கடினசித்தம் படைத்த கள்ளனுக்குள்ளும் இருக்குமா பயங்கள்?

கள்ளர் அல்லாதவர்களின் பயங்களிலிருந்து வேறுபட்டவையா அவை? கள்ளர் அல்லாதவர்களின் வாழ்விலும் சாதாரணமாய் ததும்பி வழியும் கள்ளத்தனங்களை நியாயப்படுத்தும் அச்சங்கள் மாதிரிதானா அவையும்?

(இணையம்)

நெடுங்குருதி

படரும் வெம்மை

ஜெயந்தி சங்கர்

ஊரையும் உணர்வையும் பாத்திரங்களாக்கும் வித்தை எஸ்.ரா.வின் எழுத்துக்குப் பலம். மூன்று தலைமுறைகளைத் தொட்டுச் செல்லும் *நெடுங்குருதியின்* முக்கிய கதாபாத்திரம் வெம்மை என்றால் *உறுபசியில்* காமம். நூலாசிரியருக்குப் பிடித்தமான வெயில்அவரின் எளிய நடையைத் தொடர்ந்து நிழலெனக் கூடவேவருகிறது. வெயில் மீதான எஸ்.ரா.வின் காதல் *உறுபசியில்* வெளிப்படும் இடங்களெல்லாம் கதையோடு ஒட்டாமல் துருத்திக் கொண்டு நின்றிருக்கும்.

ஆனால், அதற்கு நேர்மாறாய் *நெடுங்குருதியில்* பின்னிப்பிணைந்து கிடக்கிறது. வெயில் மீது தனக்கிருக்கும் ஆழ்ந்த ஈடுபாட்டை அனுபவித்து வெளிப்படுத்திடக் கிடைத்த பெரியவாய்ப்பாக இந்நாவலை சிறிய வாய்ப்பாக *வெயில்* திரைப்பட விமர்சனத்தையும் (ஜனவரி 07, உயிர்மை) மிகச்சரியாகப் பயன்படுத்திக் கொண்டுவிடுகிறார் என்பதை நாம் சுவாரஸ்யத்துடன் அவதானிக்க முடிகிறது.

இந்நாவலைப் படித்து முடிக்கும் வரையில் நமக்குள்ளும் வெம்மை படர்வதை உணர முடியும். வெயிலில்லாமல் வேம்பலை இல்லை. சரி, ஆனால் படித்து முடிக்கும்போது 'வேம்பலை'யில்லாமல் பூமியில் வெயிலே இருக்காதோ என்ற பிரமை ஏற்பட்டுவிடுமளவிற்கும் வேம்பலை என்றால் வெயில், வெயில் என்றால் வேம்பலை என்று தீர்மானித்துவிடக்கூடிய மனநிலைக்கு நம்மைக் கொணர்ந்துவிட எஸ்.ரா.வால் முடிகிறது. வேம்பலையைப் பிரிந்த நாகு, வசந்தா போன்ற பாத்திரங்களின் ஊர்பற்றிய உணர்வுகளுடன் நம்மால் எளிதில் பொருந்திவிட முடிகிறது. ஏனென்றால் ஒவ்வொருவருக்குள்

ளும் ஏதோ ஒரு ஊர்பால் இத்தகைய ஒரு பற்றுதல் இருந்துதானே விடுகிறது.

கிராமப் பரிச்சயமில்லாத என்னைப் போன்றவர்களுக்கு நாவலின் துவக்கத்திலிருந்தே புதிய ஓர் உலகத்திற்குள் பிரவேசிக்கும் அனுபவம் உண்டாகவே செய்யும். வெயில் உக்கிரமேறிப் போன'வேம்பலை' என்ற கிராமம்தான் கதையின் முக்கியப் பாத்திரமும் முக்கியக் களமும். அதே நேரத்தில் இரவில் பிசுபிசுக்கும் இருளும்,வெயிலுக்கு இணையான கதைஞரின் கவனத்தை ஆங்காங்கே பெற்றுவிடுகிறது. எந்த ஒரு கதாபாத்திரத்தையும் சுற்றி வராமல் நிகழ்வுகள் வேம்பலை யைச் சுற்றியே வருகின்றன.

குருதிக் கறையும், அதன் ருசியைக் கண்ட நிலமும், சதாமுறுக்கேறித் திரியும் அதன் வாலிபர்களும் திடீரென்று காணாமல்போகும் ஆண் களை நினைத்துக் கண்ணீர் விடும் பெண்களும் என்று நெடுங்குருதியில் மக்கள் அலைந்தபடியிருக்கிறார்கள். கதையில் நெடுக படிந்திருப்பது வேம்பலையின் வெக்கையுடனான நிழல்மட்டுமல்ல, வேண்டாமென்று ஊரை விட்டு ஓடிச்சென்று ஒளிந்துகொண்ட எண்ணற்ற நபர்களின் இழப்புகளும், தூரத்தே இருக்கும்போது ஊரின்பால் அவர்கள் கொள்ளும் ஏக்கமும்தான். ஏனென்றால், ஊரைத் தாம் வாழும் நிலமாகப் பார்க்காமல் உறவாகப் பார்க்கிறார்கள் அம்மக்கள். ஊரைத் தம் சொந்தமாகக் கருதும் அவர்களால் தம் ஊருடன் வெயிலுடன் கோபிக்கவும் கொஞ்சவும் முடிகிறது.

கத்தியை எடுத்துக் காட்டி வெயிலோடு சண்டைக்குக் கிளம்பிவிடும் அளவுக்கு வேம்பலையின் மக்களால் சூரியனையும் அது கக்கும் வெயிலையும்கூட தமதென்று ஏற்று இயைந்து விட முடிவது மிகவும் சுவாரஸ்யமாக இருக்கிறது. ஆசிரியர் சொல்வது போல பெரும்பாலும் 'ஊர்ந்தும்' சிலவேளைகளில் 'பாம்பென நெளிந்தும்' செல்லும் வெய்யிலைக் 'குடித்து' ஆட்கள் வாழவும் கருவிலிருந்துசிசுக்கள் வளரவும் செய்கின்றனர். அவ்வாறு வெயிலைக் குடித்தபடியே வெம்மையேறியிருக்கும் இவர்கள் மழைக்குப்பிறகான காலையில் குளிர்மை கொண்டு புன்னகைத்தபடியே இருக்கிறார்கள்.

தம் வீட்டின் கால்நடைகளைத் தங்களின் பிள்ளைகளைப்போல் நேசித்திடும் வேம்பலையின் மக்கள் விசித்திரமானவர்களாய் இருக் கிறார்கள். அவர்களின் நம்பிக்கைகள், வழிபாடுகள் அனைத்துமே ஏன் பல்வேறு அமானுஷ்யங்களும் கூட நான் இதுவரை கேட்டிராத வையாகவே இருக்கின்றன. ஆசிரியர் மிகுந்த கலையுணர்வோடு சொன்னபோதிலும்கூட அம்மக்களின் வறுமையானது மனதை மிகவும் கனக்கத்தான் செய்துவிடுகிறது. பரதேசிகள் இருவரும் பசி மிகுந்த நேரத்தில் ஊரில் உணவு எதுவும் கிடைக்காது ஏமாற்றத்துட னும் கோபமாகவும் ஊரை விட்டுப் போகும்போது மனதைப் பிசைகிறது.

எறும்புகள் குறித்து ஆதிலட்சுமி நாகுவிடம் சொல்வதெல்லாம் அவனால் நம்ப முடிந்த அளவிற்கு நம்மாலும் ஒன்றிவிட முடிகிறது. குறியீடுகளாகப் பறவைகளும் புழுக்களும் கதையோட்டத்திற்கு சுவாரஸ்யத்தை மட்டுமில்லாமல் பல்வேறு அனுமானங்களையும் விட்டுச் செல்கின்றன. ஆதிலட்சுமி, நீலா, வேணி, பக்கீர் போன்ற பாத்திரங்கள் ஒவ்வொன்றும் தனித்துவத்துடன் உலவுகின்றன. சிறு வயதில் நாகுவின் பெற்றோர் சண்டை போட்டுக்கொள்ளும் இடங் களும் நிகழ்வுகளும் கண்முன் நடப்பதைப் போலவே விரிகின்றன. பக்கீருக்கு என்னதான் ஆயிற்று என்று கடைசி வரை சொல்லாமல் ஊகங்களுக்கு விட்டுவிடுகிறார் ஆசிரியர்.

பக்கீரின் மனைவி தன் கணவனுக்காகக் காத்திருக்காமல் வாழ்க் கையை நடைமுறையில் ஏற்றுக்கொண்டு வாழ்ந்துவிடுகிறாள். ரத்தினா வதி கடைசி வரை நாகுவை நினைத்தபடியே வாழ்க்கையின் ஓட்டத் தோடு ஓடி, பாலியல் நோய் பீடித்து, இறுதியில் தற்கொலை செய்துகொள்வது பரிதாபமாக இருக்கிறது. குழந்தைமை மறுக்கப்பட்ட திருமால் சூழ்நிலையின் குழந்தையாகிவிடுவதும் இயல்பாகச் சொல்லப் பட்டுள்ளது. பவுலின் கடந்த காலம் திருமாலுக்கு ஏற்படும் பாதிப்பை நமக்குள்ளும் விட்டுச்செல்லத் தவறவில்லை. இறையியல் படிப்பை மேற்கொண்ட திருமால் மற்றும் பவுல் ஆகியோரின் உள்மனப் போராட்டங்களும் நம்பகத்தன்மையோடு நகர்கின்றன.

கதையை ஆசிரியர் உண்மைக்கு மிக நெருங்கிச் சொல்வது மாதிரியும் அதே வேளையில் அதை விட்டு தூரத்திலிருந்து சொல்வது மாதிரியும் உணர முடிவது ஒரு வித்தியாசமான அனுபவம். ஒரு நவீன கவிதைக் கொடுக்கும் உள்ளார்ந்த ஒரு லயம் மற்றும் அனுபவதிற் கிணையான ஓர் அனுபவத்தைக் கொடுத்துவிடுகிறது. அது மட்டு மல்லாமல் ஒரு வாழ்வியலைக் கலை நேர்த்தியோடு சொல்வதால் இந்நாவல் தமிழின் முக்கிய நவீன நாவல் பட்டியலில் நிச்சயம் அதற்கு இடம் கொடுக்கப்பட வேண்டும் என்ற எண்ணம் தோன்று வதைத் தவிர்க்க முடியவில்லை. நாவல் என்ற பொதுவான வடிவத்தி லிருந்து கொஞ்சம் விலகி சில சோதனை முயற்சிகளில் ஈடுபடும் எஸ்.ரா. *உறுபசி*யிலும் சரி, நெடுங்குருதியிலும் சரி நல்லதொரு வாசிப்பனுபவத்தினைக் கொடுத்துவிட்டே செல்கிறார்.

Pitchcher plant, Venus flytrap போன்ற மாமிசமுண்ணும் செடிகளை (carnivores) நினைவு படுத்துகிறது, தன் நாவால் சுழற்றிச் சுழற்றி தன்னுள் மக்களை இழுத்துக்கொள்ளும் வேம்பலை. ஊரின்மீதும், தன் அய்யாவின் மீதும் தனக்கிருக்கும் பற்றை வெளிப்படுத்திக்கொண்டு வசந்தா பேசிடும் வேளையில் அவளிடம் "ஏய் வசந்தா, உங்கப்பா ஜாடையிலேயே, அவரப்போலவே கால்ல வடுவோட திருமால்னு உனக்கொரு அண்ணன் தூரத்துல வடக்க இருக்காண்டி" என்று சொல்லிடத் தோன்றுகிறது. வேம்பலையை நோக்கிப் பயணப்படும் அவ்வேளையில் வசந்தா ஓரகத்தி பெற்றெடுத்த தன் கணவனின்

குழந்தைக்கு ஆசையாக 'நாகு' என்று தன் தந்தையின் பெயரைச் சூட்டுவதும் அதைத் தாமே வளர்க்கலாம் என்று சொல்லுவதும் இன்னொரு 'நாகு' உருவாகப் போகிறான் என்று குறிப்பால் உணர்த்து வதைப் போலிருக்கிறது.

வேம்பலையைப் போலவே மேலும் மேலும் நாகுக்களை உருவாக்கும் தாகமானது ஆசிரியருக்கும் தீராதுதொடர்ந்திடுமோ...

(இணையம்)

உறுபசி

காமத்துக்கு ஆயிரம் உடைகள்

ஜெயமோகன்

மரணம் அதுவரை வாழ்க்கைக்கு இல்லாதிருந்த ஓர் அர்த்தத்தை அளிக்கிறது என்று அல்பேர் காம்யூவின் புகழ்பெற்ற வரி ஒன்று உண்டு. பல நாவல்கள் இவ்வரியின் நீட்சியாக நமக்குப் படிக்கக் கிடைக்கின்றன. குறிப்பிடத்தக்கவை இரண்டு. டாக்டர் சிவராம காரந்தின் *அழிந்த பிறகு* என்ற கன்னட நாவல் அதில் ஒன்று (தமிழில் சித்தலிங்கையா. தேசிய புத்தக நிறுவனம் வெளியீடு). சுந்தர ராமசாமியின் *ஜே.ஜே.சில குறிப்புகள்* இன்னொன்று. இரண்டுமே இறந்துபோன ஒருவரை நினைவுகள் மற்றும் தடயங்கள் மூலம் தேடிப்போய் மெல்லமெல்ல ஒரு சித்திரத்தை உருவாக்கிக் கொள்ளும் கதைகள்.

ஜே.ஜே. சில குறிப்புகள் 'ஜே.ஜே.யின் குணச்சித்திரத்தை மெல்ல மெல்ல உருவாக்க முயல்கிறது. மாறாக, அழிந்தபிறகு உருவாகி நெஞ்சில் நிற்கும் ஒரு குணச்சித்திரத்தை மறுவார்ப்பு செய்துகொள் கிறது. எஸ்.ராமகிருஷ்ணன் எழுதிய *உறுபசி* இவ்வகையைச் சார்ந்த நாவல். சம்பத் என்ற நண்பர் ஒருவரின் இறப்புக்குப் பின்னர் அவனது நண்பர்கள் பல்வேறு கோணத்தில் மெல்ல மெல்ல அவனைக் கண்டடைவது பற்றிய கதை — அல்லது அப்படியெல்லாம் ஒருவரை நாம் கண்டடைவது சாத்தியமல்ல என்று காட்டும் கதை.

கல்பற்றா நாராயணன் எழுதிய கவிதை ஒன்றில் பழைய பள்ளித் தோழரைத் தற்செயலாகத் தெருவில் சந்திக்கும் அனுபவம் வருகிறது. இருவரும் வெவ்வேறு திசையில் வெகுதூரம் விலகி வளர்ந்துவிட்டவர் கள். "தொலைவில் சாலையில் மரக்கூட்டங்களுக்கு நடுவே செல்லும் பேருந்து போல அவன் அவ்வப்போது மறைந்து மறைந்து வெளிப்பட் டான்" என்கிறார் கல்பற்றா நாராயணன். *உறுபசியின்* கதைக்கட்டு

மானத்துக்கு சரியாகப் பொருந்தும் படிமம் இது.

சம்பத் இந்நாவலில் அவ்வப்போது மறைந்து மீண்டும் வெளிப்படு கிறான். ஒவ்வொரு முறையும் அவனது குணச்சித்திரம் மாறிவிட்டிருக் கிறது. அந்தக் கோணத்தில் நோக்கினால் சம்பத்தின் மாற்றத்தைப் பற்றிய நாவல் இது என்று சொல்லலாம். சம்பத்தின் மரணத்துக்குப் பின்னால் சம்பத் பற்றிய நினைவுகளுடன் மூன்று நண்பர்கள் ஒரு பயணம் மேற்கொள்வதில் ஆரம்பிக்கிறது நாவல். சம்பத்துக்காக அழுவதா வேண்டாமா என்பதுகூட அவர்களிடம் உறுதியாக இல்லை. அவர்கள் எவருமே சம்பத்துடன் சீரான உறவை வைத்திருந்த வர்கள் அல்ல.

ஒருவர் சம்பத்துக்கு மற்றொருவருடன் தான் நெருக்கமான தொடர்பு இருக்கிறது என்று எண்ணிக் கொள்கிறார். ஒருவரைப் பார்க்கும் இன்னொருவருக்கு அவர் சம்பத் மரணத்துக்காகவாறுதல்த கொள்கிறானோ என்று தோன்றுகிறது. சட்டென்று அவனை மீறி அழுகையும் வருகிறது. சம்பத் பற்றிய சித்திரம் மிக இயல்பாக ஒரு நினைவுப்படிமத்தில் இருந்து ஆரம்பிக்கிறது. தீப்பெட்டி மீது அவனுக்கு இருந்த மோகம். தீப்பெட்டியை வாங்கினால் எப்போதுமே அவன் அதை முகர்ந்து பார்ப்பான். லைட்டரில் எரியும் தீயைவிட தீக்குச்சியிலேரியும் தீயைத் தான் விரும்புவதாகச் சொல்கிறான். அந்தத் தீயின் நடுக்கமும் நிலையின்மையும் அவனுக்குப் பிடித்திருக் கிறது. சம்பத்தின் குணச்சித்திரத்தினுள் நுழைவதற்கான ஒரு மையப் படிமமாக அனிச்சையாக இது நாவலில் உருக்கொண்டிருக்கிறது. எரிந்து தீர்வதற்கான ஒரு யத்தனமே அவன் வாழ்க்கை என்ற எண்ணம், ஆவல் முழுக்க உருவாகிக்கொண்டிருக்கிறது.

சம்பத்தின் குணச்சித்திரத்தின் முதல் சித்திரமாக வருவது அவன் தன்னுடன் ஒரு விபச்சாரியை அழைத்துக்கொண்டு ஆங்கிலப்படம் பார்க்க வந்த இடத்தில் குடும்பத்துடன் வந்த நண்பனை இயல்பாக வந்து அறிமுகம் செய்துகொண்டு உன் மனைவி கருத்தடை செய்து கொண்டாளா, குண்டாக இருக்கிறாளே என்று கேட்கும் தருணம். அவனுடைய கட்டற்ற தன்மை மட்டுமல்ல, சீண்டும் தன்மை, தன்னைக் காட்டிக்கொள்வதற்காகவே சிலவற்றைச் செய்யும் இயல்பு என பொதுவாக போதைப்பழக்கத்திற்குள் சென்று விழுபவர்களிடம் காணும் பல இயல்புகள் அவனிடம் உள்ளன. சட்டென்று கோணம் மாறுகிறது.

சம்பத் ஓயாமல் படித்துக்கொண்டு வீட்டிலேயே முடங்கிக் கிடக்கும் இளைஞனாக அறிமுகமாகிறான். பெண்பிள்ளைகளை வயதுக்கு வந்ததும் கட்டிக் கொடுத்து விடுவதுபோல நம்மையும் நடத்தினால் ஒன்றாக இருக்கும் இல்லையா என்று கேட்கிறான். ஒருவன் சம்பாதித்தால் மட்டுமே உடலுறவு கொள்ள முடியும் என்ற நிலைமை எத்தனை கொடுமையானது என்கிறான். அதன் பின் சம்பத்தின் இறப்புக்குப் பிந்தைய காட்சியின் அசாதாரணமான

அவலத்தை ஒரு ஆவணப்படத்தின் நிதானத்துடன் காட்டிச் செல்கிறது நாவல்.

மிகச்சிறிய ஒரே அறையில் மனைவியுடன் குடும்பம் நடத்தியவன் அவன். அவனது இறப்பின் துயரத்தை உணர அவன் மனைவிக்கு அவகாசம் இல்லை. தாளமுடியாத நெரிசல் கொண்ட நகரத்து தெரு. அவளே ஒவ்வொன்றையும் செய்தாகவேண்டிய நிலை. அன்னியத் தன்மை. விசித்திரமான கேலி நாடகம் போல ஒவ்வொன்றும் நடக்கிறது. அவளே தெருக்குழாய்க்குப்போய் வரிசையில் பிணத்தைக் குளிப்பாட்ட நீர் எடுத்து வருகிறாள். வரும் அவ்வழியில் அவளது ஈர உடையை ஆண்கள் வேடிக்கை பார்க்கிறார்கள். அவள் நகரத்துக்குப் புதிது. சம்பத் நோய் முற்றி சானடோரியத்தில் செத்துக்கொண்டிருக்கும் போது எங்குபோவதென தெரியாமல் அவள்தான் அவன் நண்பனைத் தொடர்பு கொண்டிருக்கிறாள்.

நினைவின் அடுத்த காட்சியில் சம்பத் நாலுநாளைக்குத் தேவையான தண்ணீரைச் சேர்த்து வைப்பதற்கான பெரிய பிளாஸ்டிக் வாளியும் பிற பிளாஸ்டிக் பொருட்களுமாகத் தெருவில் வைத்துக் கதைசொல்லும் நண்பனைச் சந்திக்கிறான். உற்சாகமாக, ஒரு புது வாழ்க்கையைத் தொடங்கப்போகும் பரபரப்புடன் இருக்கிறான். அவர்கள் கரும்பு ஜூஸ் குடிக்கிறார்கள். ஒரு கரும்பு பிழியும் இயந்திரம் வாங்கித் தொழிலை ஆரம்பிப்பது பற்றிப் பேசுகிறான். வருமானம் வருவதுடன் பிடிக்காதவர்களை நினைத்துக் கொண்டு கரும்பை சக்கையாகப் பிழியலாம். அந்தப் பொருட்களுடன் அவர்கள் *நீர்க்குமிழி* படம் பார்க்கச் செல்கிறார்கள். சம்பத்தின் சித்திரம் இன்னொரு நண்பனின் கோணத்தில் கல்லூரிக் காட்சியில் விரிவடைகிறது.

இந்நாவலிலேயே யதார்த்தத்தின் அழகால் விசித்திரமானதோர் உயிர்த்துடிப்புடன் இருக்கும் பகுதி இதுதான். சற்றும் எதிர்பார்க்க முடியாத, அந்த எதிர்பார்க்க முடியாமையே வாழ்க்கையின் யதார்த்தம் என்ற நம்பிக்கையையும் உருவாக்கக்கூடிய, சித்திரம் இது. தமிழ் இலக்கியம் படிக்கவேண்டுமென்றே விரும்பிக் கல்லூரிக்கு வந்து சேர்ந்தவன் சம்பத். மற்றவர்கள் வெவ்வேறு கட்டாயங்களால் வந்தவர் கள். கல்லூரிக்குத் தமிழ்த்துறையில் யாழினி என்ற பெண் வந்து சேர்கிறாள்.

அவள் அப்பா மயில்வாகனன் ஒரு பொறியாளர். தீவிர நாத்திகர். திராவிட இயக்கத்தவர். அதற்கேற்ற மேடைப்பேச்சுப் பண்பாட்டுடன் வளர்க்கப்படும் யாழினியுடன் இணையும் சம்பத் அவனும் ஒரு நாத்திகப் பேச்சாளனாக உருவாகிறான். யாழினி அவனது நல்ல தோழி ஆக உருவெடுக்கிறாள். இருவரும் சிந்தனையாளர் முகாமுக்குச் சென்று வருகிறார்கள். வேட்டி கட்டிக் கொள்கிறான். புத்தகங்களைக் கூவிக்கூவி விற்கிறான்.

கம்பராமாயணப் பிரதியை எரித்துக் கைதாகி கல்லூரியிலிருந்து விலக்கப்பட்டு அரசியல் பேச்சாளனாகி அனல் பறக்கப் பேசி

புகழ்பெற்று ஓர் அரசியல் நட்சத்திரமாக மாறும் வாய்ப்பிலிருந்த சம்பத் அங்கிருந்து சட்டென்று உதிர்ந்து மறைகிறான். நாளெல்லாம் படித்துக்கொண்டு வீட்டில் காமத்துடன் முடங்கிக் கிடக்கும் சம்பத் அதிலிருந்து எஞ்சி வெளியேறியவன். அதன் பின் நீண்ட இடைவேளைக் குப் பின்னர் ஒரு நண்பனின் நினைவில் மீண்டும் யாழினி வருகிறாள். அவள் சம்பத்தை ஏதோ தொலைதூரத்து நினைவாக மட்டுமே வைத்திருக்கிறாள். தமிழார்வமும் நாத்திகமும் எல்லாம் சரிதான், சாதியும் அந்தஸ்துமெல்லாம் சரியாகக் கணக்கிடப்பட்டு வைத்திருக்கும் சமூகம் இது என்பதை சம்பத் அப்போது மிகவும் கசந்து புரிந்துகொண்டு எங்கோ சென்றுவிட்டிருக்கிறான்.

யாழினிக்கு அதெல்லாம் உள்ளூர எப்போதுமே தெரியும். குறள் நெறியில் இளைஞர்கள் வாழ்க்கையை அமைத்துக்கொள்ள வேண்டும் என்று ஒரு பேருரையை நிகழ்த்திவிட்டு மேல்படிப்புக்கு சாதாரண மாகக் கிளம்பிச் செல்கிறாள். டெல்லியில் நல்ல நிலையில் இருக்கும் அவள் சம்பத் மரணத்துக்குப் பின்னர் வந்து அவன் மனைவியைப் பார்க்கிறாள். யாழினியின் நினைவில் சம்பத் காமம் குமுறிக் கொந்த ளித்தபடி இருக்கும் ஓர் இளைஞன். அவனது காமம் அவளைச் சற்றே கவர்கிறது. அதன் பின் அச்சுறுத்துகிறது. அவனை விட்டு விலகவும் அதுவே காரணமாகிறது. சம்பத்தின் வாழ்க்கையில் விசித்திர மான அபத்தம் கலந்த அந்த இளமைப்பருவம் என்ன விளைவை ஏற்படுத்தியது என்பதைக் கணிப்பது இந்நாவலில் ஆர்வமூட்டும் ஒரு விஷயம்.

முன்பின்னாக, கலைந்த நினைவுகள் கொண்ட இந்நாவலில் அதற்காக முன்னுக்கு நகர்ந்து வாசிக்க வேண்டியிருக்கிறது. நட்டும் போல்ட்டும் விற்கும் தொப்பை பெருத்த விற்பனைப் பிரதிநிதியாக மொழிப்போராளி சம்பத்தை நண்பன் காணும் காட்சியில் அந்தத் தொடர்ச்சியைக் காணலாம். அந்த சம்பத் மாணவ சம்பத்துக்கு ஒரு வகையான எதிர்வினை. யாழினிக்கும் அக்காலத்திய கற்பனை சஞ்சாரத்துக்கும் சம்பத் தானே அளித்துக்கொண்ட தண்டனை அது. அந்த சம்பத்தை அவன் வந்து அடைவதற்கு மிகக் கசப்பான ஒரு வாழ்க்கை காலகட்டத்தை அவன் தாண்டியிருக்கக்கூடும். அதைச் சித்தரிக்கும் காட்சிகள் மிக வலுவாக சித்தரிக்கப்பட்டுள்ளன.

சம்பத்துடன் அவன் அக்கா வீட்டுக்குச் செல்கிறான் நண்பன். நண்பனை முன்வைத்து கசந்துபோன உறவுகளை சரிசெய்துகொள்ள முடியுமா என்று பார்ப்பது சம்பத்தின் நோக்கம். அவள் வீட்டில் அவன் சாப்பிட்டுக்கொண்டிருக்கும்போது சம்பத்தின் அப்பா வருகிறார். வெயிலில் வந்தமையால் முதலில் கண் தெரியவில்லை. கண்தெரிந்ததும் வெளியே போய் ஒரு விறகுக் கட்டையை எடுத்துவந்து முகத்தோடு சேர்த்து மூர்க்கமாக அடிக்கிறார். அடிபட்டுத் துவண்ட சம்பத் தானும் மூர்க்கம்கொண்டு அப்பாவைத் தாக்குகிறான்.

ஜெயந்தியின் நினைவுகளில் விரியும் இன்னொரு சம்பத் லாட்டரி

டிக்கெட்டுகள் வாங்குவதில் மிதமிஞ்சிய மோகத்துடன் இருக்கிறான். நினைவு தெரிந்த நாள் முதல் பணிப்பெண்ணாக வேலைபார்ப்பதன்றி வேறெதுவும் அறியாத அவள். அவன் ஒரு லாட்டரி டிக்கெட் அச்சகத்தில் பணியாற்றுகிறான். அங்கே பணத்தைக் கையாடிவிட்டு ஓடிப்போய் சென்னைக்கு வருகிறான். அங்கே ஒரு வாழ்க்கையை தொடங்கவிருக்கிறான். கரும்பு பிழியும் யந்திரத்தைப் பற்றிய கனவுடன் பிளாஸ்டிக் வாளிகளுடன்.

சம்பத்தின் சித்திரங்கள் நாவல் முடிந்தபின்னும் ஒழுங்குக்கு வருவதில்லை. கிழித்துப் போடப்பட்ட ஒரு சித்திரத்தின் துண்டுகளாக அவை இல்லை. வெவ்வேறு சம்பத்களின் தனித்தனிப் படங்களாக அவை உள்ளன. இளம்பருவத்தோழியின் மரணத்தால் பாதிக்கப்பட்ட சிறுவன். லட்சியவாத பாவனையுடன் அலையும் மாணவன். பெண் பித்தன். குடிகாரன். சிறுவணிகன். லாட்டரிச்சீட்டு மோகம் கொண்டவன். திருமணம் செய்துகொண்டு வாழ்க்கையைத் தொடங்குபவன். மரண மோகம் கொண்ட நோயாளி. சடலம். சடலத்தில் இருந்து பின்னோக்கிச் சென்று மீண்டும் இவையனைத்தும் இச்சித்திரங்களை அடுக்கி நாம் உருவாக்கிக்கொள்ளும் சம்பத்துகளும் பலர். அந்த சாத்தியக்கூறுகளே சம்பத் என்று சொல்லலாம்.

ஆனால் எப்படி அடுக்கினாலும் அனைத்திலும் இடம்பெறும் சம்பத்தின் பொதுக்கூறு என்பது காமமே. எல்லா வேடங்களிலும் அவனில் அது எரிந்துகொண்டிருக்கிறது. அந்தக் காமம் கூட ஓர் இயல்பான உணர்வாக இல்லாமல் எதிர்வினையாக இருக்கிறது. சிறுவயது தோழியின் மரணத்துக்கு அவன் அளிக்கும் எதிர்வினையாக அது இருக்கலாம். அந்தக் காமத்துக்கு அவன் விதவிதமான உடைகளை அணிவித்துப் பார்க்கிறான். போக்கிரியின் உடை. வணிகனின் உடை. சூதாடியின் உடை. எல்லாவற்றையும் எரித்து அவனையும் எரித்து அழிகிறது அது. 'உறுபசியும் ஓவாப்பிணியுமாக செறு பகையுமாக' தழல்விடும் காமம்.

எஸ்.ராமகிருஷ்ணனின் நடை உணர்ச்சியற்ற அறிக்கைத்தன்மை கொண்டதாக இருப்பது இந்த நாவலுக்குச் சரியாகப் பொருந்துகிறது. மிக அவலமான காட்சிகளைக்கூட அது சாதாரணமாக ஒளிப்பதிவுக் கருவி போல காட்டிச் செல்கிறது. சம்பத் இறந்து கிடக்கும் காட்சியைக் காணும் நண்பனின் நோக்கில் அவன் சட்டைக்காலரில் ஊறும் எறும்புதான் நகர்ந்துகொண்டிருக்கிறது. எத்தனையோ முறை எப்படி யெல்லாமோ சொல்லப்பட்டுவிட்ட மானுட அவலம்தான். ஆனால் அதன் அபாரமான நம்பகத்தன்மை காரணமாகவே அது மிக அருகில் நிகழ்வதாக மாறி நம்மைப் பலவகையான சிந்தனைச் சுழல்களுக்குள் கொண்டுசெல்கிறது. அதுவே இந்நாவலை வெற்றிகரமாக ஆக்குகிறது.

(இணையம்)

உறுபசி

ஒரு பார்வை

ஆதவா

தனிமையின் கசப்பும் நிராகரிப்பும் நிறைந்த என் வாழ்வில் புத்தகம் வாசிப்பதற்கான வாய்ப்பு குறைவாகவே இருந்து வந்திருக்கிறது. பெருத்த அச்சம் ஏற்படுத்தக்கூடிய தனிமை எனக்குப் பலநாட்கள் வாய்த்திருந்த போதிலும் வாசிப்பைக் காட்டிலும் எழுதுவதில் அக்கறை எடுத்துக்கொண்டேன். திரு.எஸ்.ராமகிருஷ்ணனோடு உண்டான வாசிப்புத் தொடர்பிலிருந்து வாசிப்பின் அடர்த்தி பெருகிக்கொண்டு வருவதை இப்பொழுது என்னால் உணரமுடிகிறது. அது உறுபசி நாவலின் வழியே நீண்டுகொண்டிருக்கிறது.

உறுபசி நாவலை வாங்கிய பிறகு உறுபசி என்றால் என்ன என்று தேடத்துவங்கினேன். நண்பர்கள்கூட உறுபசி என்றால் என்ன என்று கேட்கத் துவங்கினார்கள். பசி உறுதல் என்று சொல்லிச் சமாளித்து வைத்தேன்.

உலர்ந்த சொற்களால் இந்நாவல் எழுதப்பட்டிருக்கிறது என்ற வரியே நாவலை வாங்கத் தூண்டியது என்றும் சொல்லலாம். எஸ்.ராமகிருஷ்ணனின் உலர்ந்த எழுத்துக்கள் நன்கு காய்ந்த பாறை களில் படர்ந்திருப்பதாகவும் அதை என் எச்சிலற்ற நாவில் துடைத்து இழுப்பதாகவும் நாவல் படிக்கையில் உணர்ந்தேன். சம்பத்தின் இறப்பை ஒட்டிய நண்பர்களின் நினைவுகளும் சம்பத்தின் காய்ந்த வாழ்வுமே நாவலின் நரம்பாக இருக்கிறது. ஒவ்வொரு பக்கங்களைத் திருப்புகையிலும் ஒரு வெறுப்பின் அடையாளம் இருப்பதாகத் தோன்றி அது எழுத்துக்களின் வளைவுகளில் நின்று என்னையே உமிழ்வதைப் போன்றும் இருக்கிறது. நாவல் குறித்தான கசப்பை மெல்ல மெல்ல மேகங்கள் விலகுவதைப் போல உறுபசி விலக்கி வந்ததை சில மணிநேரங்களில் உணரமுடிந்தது.

சம்பத்தின் கல்லூரி நண்பர்களான ராமதுரை, அழகர், மாரியப்பன் மற்றும் யாழினி ஆகியோரின் சம்பத் குறித்தான நினைவுகளில் நாவல் பயணிக்கிறது. கல்லூரியில் தமிழ் இலக்கியம் விரும்பிப் படிக்கும் சம்பத்தோடு ராமதுரை, மாரியப்பன், அழகர் மூவரும் நிர்ப்பந்திக்கப்பட்டு படிக்கிறார்கள். சம்பத்தின் வித்தியாசமான வாழ்க்கையும் விசித்திர எண்ணங்களும் மூவரையும் நன்கு கவர்கிறது. சம்பத் யாழினியின் காதலனாக, கடவுள் மறுப்புக் கொள்கைகளில் ஈடுபடுகிறான். கம்பராமாயணத்தைக் கிழித்து எரிக்கிறான். அரசியல் கூட்டங்களில் பேசுகிறான். நன்கு மது அருந்தி தன்னைத் தானே ஒதுக்கிக் கொள்ளும் நிலைக்கும் வந்துவிடுகிறான். அவனது கல்லூரி வாழ்க்கை நிராசைகளோடும் மிகுந்த களிப்புகளோடும் செல்லுவதாக இருக்கிறது.

பின்னர் அழகரோடு சொந்த வீட்டுக்குச் செல்லும்போது தன் தந்தையையே வெறிமிகுதியால் விறகுக்கட்டையில் சாத்துகிறான். லாட்டரிச் சீட்டு வாங்கும் பழக்கமுள்ளவனாக இருக்கிறான். அவன் தங்கியிருக்கும் லாட்ஜுக்குக் கீழே உள்ள ஒரு டெலிபோன் பூத்தில் வேலை செய்யும் ஜெயந்தியுடன் உண்டான பழக்கம் சட்டென்று திருமணத்தில் முடிகிறது. அவர்களது திருமணம் தனித்து விடப்பட்ட இருவரின் மனநிலைக்குப் பொருத்தமாக இருக்கிறது. திருமணத்துக்குப் பிந்திய சம்பத்தின் காமம் கடந்தகால நினைவுகளின் மோதலாக இருக்கிறது. யாழினியின் நிராகரிப்பு அவனது வெறிமிகுந்த காமத்தின் தீனியாக மாறியிருக்கலாம் என்று நினைக்கிறேன்.

சம்பத் ஒரு க்ரைம் பத்திரிகையில் பிழை திருத்துபவனாகச் செல்கிறான். அங்கே குரூரமான உலகத்தில் தான் இயங்குவதாக எண்ணிக்கொள்கிறான். அவனது நிலைகொள்ளாத எண்ணங்கள் அக்கூர்மையான குரூரத்தின்பால் அலைக்கழிக்கப்பட்டு வேலையை உதறுகிறான். அதன் விளைவுகள் அவனை ஒரு மனச்சிதைவுக்கு உள்ளாக்கியிருந்தது. சம்பத் தன் வாழ்வு நெடுகவும் எந்த ஒரு தொழிலையும் விரும்பிச் செய்ததாக இல்லை. அது பூச்செடிகள் வளர்ப்பதாகிலும் ஏன், லாட்டரி வாங்குவதாகிலும் கூட.

சம்பத்தின் மனைவி ஜெயந்தியின் தாம்பத்திய வாழ்வு மிகக்குறுகிய தாகவும், சந்தோஷங்களும் வருத்தங்களும் மிகுந்ததாகவும் இருக்கிறது. சம்பத் மருத்துவமனையில் சுருண்டு படுத்திருந்தபொழுது அவளது அலைக்கழிப்பும், தனிமையும் சம்பத்தின் வாழ்வுக்குப் பின்னர் ஏற்படும் மாற்றங்களும் மனதில் தாக்கம் ஏற்படுத்தாமல் இல்லை. ஒருவகையில் சம்பத்திற்கு ஏற்றவள் அவளாக மட்டுமே இருக்கமுடியு மென்று நினைக்கிறேன். யாழினி மிகக் கச்சிதமாக அவனைப்பற்றித் தெரிந்துகொண்டு கழற்றிவிடுகிறாள். சம்பத், ஜெயந்தி தனக்குச் சரியானவளாக இருப்பாள் என்று கச்சிதமாக மணமுடிக்கிறான்.

இறப்புக்குப் பின்னர் ஏற்படும் சலனங்கள் குறித்து வெகுநாட்களாக சிந்தித்திருக்கிறேன். இந்த உலகம் ஒவ்வொருவருக்கும் தகுந்த வேலை

கொடுத்திருப்பதாகவும் அந்த வேலையின் விளைவுகள் இறப்பிற்குப் பின்னர் ஒளிக்கவேண்டும் என்பதாகவுமே நினைத்துக்கொள்கிறேன். சம்பத்தின் நண்பர்கள் அப்படியானதொரு கலக்கத்தில் இருந்திருக்க வேண்டும்.

ஒருவகையில் சம்பத்தைப் போன்றுதான் நாமெல்லாமே. மனச் சிதைவை நமக்குள்ளாகவோ அல்லது நம் எழுத்துக்கள், கோபங்கள், ஏன் சந்தோஷங்களின் வழியேவோ கரைத்துவிடுகிறோம். நமக்குள் நாமே உருகி புதியவனாய் மாறிக் கொள்கிறோம். சம்பத்தின் இச்சை களைப் போன்றே நமக்கும் இருப்பதாகத் தோன்றுகிறது. என்னைக் கேட்டால் சம்பத் எந்தத் தவறும் செய்யவில்லை என்றேதான் நினைக்கிறேன்.

நாவலின் வழிநெடுகவும் வன்மத்தின் வண்ணம் ஊறிக் கொண்டே செல்கிறது. அது அடர்த்தி மிகுந்து கழுத்தை இறுக்குவதாகவும்கூட தெரிந்தது (சட்டென்று நாவலை மூடி வைத்துவிட்டேன்). திண்ணை யெங்கும் தழுவிக் கிடக்கும் வெப்பத்தின் ஊடாக நாவலின் இளஞ்சூடு வாசிக்க இயலாத வெறுப்பைத் தோற்றுவித்ததை உணரமுடிகிறது. எழுத்துக்களை இவ்வளவு சூடாக எழுதமுடியா என்று என்னை நானே கேட்டுக்கொண்டேன். நாவல் படிக்கப் படிக்க என்னோடு ராமதுரையும், மாரியப்பனும், அழகரும் அவர்கள் சென்ற மலையிடுக்கு களில் பயணித்துக்கொண்டே இருந்தார்கள். சம்பத்தோடு உண்டான நினைவுகளும் நிகழ்வுகளுமாக எழுத்துக்கள் சுற்றிக்கொண்டே இருந்தன.

சம்பத் எனும் தனிமனித வாழ்வின் கசப்புகளும், வன்மங்களும், மனச்சிதைவும் நாவலின் பிளந்த பாதையில் காணக்கிடைக்கிறது. புத்தகத்தைப் படித்து முடித்தபிறகும் சம்பத்தின் மனைவி ஜெயந்தியைப் போன்று நாமிருந்தால் எப்படி இருந்திருக்கமுடியும் என்று கேட்டுக் கொள்ளவேண்டிய சூழ்நிலை ஏற்படுகிறது. அவளது ஒருபக்க வாழ்வு ஏன் முடிந்துவிட்டது என்று கேட்டுக்கொண்டே இருக்கிறேன். நிகழ் காலத்தின் மீதுண்டான தாபமும் குரூரமும் அலைகளைப் போன்று முட்டி முட்டிச் செல்கிறது.

இன்னொரு வகையில் சம்பத் ஏன் இப்படித் திரிகிறான் என்றும் கேள்வி எழுகிறது. அவனது எண்ணங்கள், நடத்தைகள் எல்லாமே விசித்திரமாகவோ அல்லது கசப்பான மனிதர்களைக் கண்டிராத புதிய அனுபவத்தையோ தோற்றுவிக்கிறது. அவனது காமம் ஏன் அவ்வளவு உமிழ்கிறது அல்லது எல்லோருடைய காமமும் அப்படியான ஒன்றா ?

நாவலின் ஓரிரு இடங்களில் எஸ்.ராமகிருஷ்ணன் தடுமாறியிருக் கிறார். அழகர் கதை சொல்லுவதாக நாவல் செல்கிறது. ஓரிடத்தில் மாரியப்பன் என்று குறிப்பிட்டு, அழகர் மீண்டும் தொடர்வதாக செல்கிறது, நம்பமுடியவில்லை. ஒருவேளை அச்சகப்பிழையாக இருக்கலாம் என்று கருதுகிறேன் அல்லது எனது வாசிப்பனுபவத்தின்

குறைபாடாகவும் இருக்கலாம். சொல்லுவதற்கில்லை. அதைப் போன்றே நாவலும் சிறியதாக இருக்கிறதோ என்ற உணர்வும் இருக்கிறது. ஆனாலும் உறுபசியை இன்னும் நீட்டிக் கொண்டிருக்க முடியாதுதான்.

உறுபசி, கடும் பசிக்கு முன்னர் வயிறு ஒலிக்கும் ஓசையைப் போன்று மனதிற்குள்ளிருந்து சப்தங்களை எழுப்பிக் கொண்டிருக்கிறது. அது நிரப்பமுடியாத பசியை சுமந்துகொண்டிருப்பதாகத் தோன்றுகிறது. புத்தகத்தை மூடி நிதானிக்கையில் மனமூலையெங்கும் எஸ்.ராமகிருஷ்ணனின் எழுத்துக்கள் இறைந்து கிடப்பதை மட்டும் உணர முடிகிறது.

(இணையம்)

உறுபசி

அடையாளமிழந்த மனிதர்களின் கதை

சா.தேவதாஸ்

'உறுபசியினை நாவல் என்பதைவிடவும் குறுநாவல் என்பதே சரியாகும்' சம்பத் என்னும் நண்பனின் மரணம் தொடர்பாக அவனது நண்பர்கள் அழகர், ராமதுரை மற்றும் மாரியப்பன் ஆகியோரிடம் உண்டாகும் சலனங்கள், எதிர்வினைகளை, எண்ண ஓட்டங்களை விவரிப்பதாக அமைந்துள்ளது இப்பிரதி. ஒரு குவி மையத்தை நோக்கிச் சற்று விரிவாகப் பேசுகிறது.எனவே, குறுநாவல் என்றே சொல்லலாம்.

சுய அடையாளங்களை இழந்துபோகும் நண்பர்களைப் பற்றிப் பதிவு செய்யும் நோக்கில், சம்பத்தின் தன்னெழுச்சி நிறைந்த வாழ்க்கை நினைவுகள், அவனடைந்த ஏற்ற இறக்கங்கள், அவன் கொண்ட உவகைகள் மற்றும் அவலங்கள், காசநோய் கண்டு அவன் இறந்து போவது ஆகியவற்றை முன்வைக்கின்றார் எஸ்.ராமகிருஷ்ணன். மதிப்புகளை ஏற்காமல், ஒழுக்க வரையறைகளை ஒத்துக்கொள்ளாமல் அவ்வப்போதைக் கேற்ற மனநிலையில் லயித்துவிடுபவன் சம்பத். அதனால் தன்னைச் சார்ந்தி ருப்பவர்களுக்கு உண்டாகும் பிரச்சினை கள், இழப்புகள் பற்றிக் கவலைப்படாதவன் ஆகிவிடுகிறான். எனவே தான், அவனும் அப்பாவும் விறகுக் கட்டைகளால் தங்களை மூர்க்கமாக அடித்துக்கொள்கின்றனர்; அவனும் நண்பர்களும் சச்சரவிட்டுக் கொள்கின்றனர். சமூகத்தால் ஒதுக்கப்படும் நிலைக்கு சம்பத் ஆளாகிறான். ஒரு கட்டத்தில் கரும்புச்சாறு பிழிந்து கடை நடத்தலாம் என்று எண்ணும் சம்பத், அந்த வியாபாரத்தில் வருமானம் கிடைப்பதுடன், 'அடுத்தவர்கள் மேல் உள்ள அத்தனை ஆத்திரத்தையும் கரும்புச்சக்கையாகப் பிழியும்போது காட்டினாலும் மனதும் சாந்தமாகிவிடும்' என்று சிந்தனையை ஓடவிடுவான்.

நர்சரி செடிகள் விற்றுப் பிழைப்பினை ஓட்டலாம் என்று முற்பட்டு, செடிகளை விற்க உரிமை தந்தவர் யார் என்னும் விசனத்தில், சாலையோரத்தில் அவற்றை நட்டுவிட்டு, குற்றவுணர்வில் ஒடுங்கி

விடுவான்.

சம்பத்தின் மரணத்தினால் உண்டான துக்கத்தைப் பகிர்ந்து கொள்ளும் நண்பர்களுள் ஒருவனான ராமதுரை சம்பத்தின் மரணத்தில் தங்களுக்கும் பங்குண்டு என்பதாகக் கவலைப்படுகிறான்.

அவன் செத்ததுக்கு நாமதான் காரணம். உன் லெட்டர் கூட ஒரு காரணம்தான். நாம் அவனைக் கொஞ்சம் சகிச்சிட்டுப் போயிருந்தா பிழைச்சிருப்பாண்டா. நமக்கு ரோஷம், தன்மானம், அகம்பாவம் இருக்கில்லே, அது லேசில விடுமா? நாம சம்பத்தைப் பார்த்து இதுபோல நாமும் ஆகிறக்கூடாதுனு பயந்துட்டு இருந்தோம். அதேநேரம் அவன் மேல நமக்குப் பொறாமையும் இருந்துச்சி. அவனை மாதிரி நினைச்சதைச் செய்ய முடியலைனு அவனைப் பார்த்து ரகசியமா பொறாமைப் பட்டிருக்கோம்; இதுக்காக ஒருநாள், ரெண்டுநாள் அவனைக்கூட வச்சிக்கிட்டு அந்த ஆசைகளை நாம நிறைவேற்றிக்கிட்டோம். நாமெல்லாம் பிராடுடா.. சம்பத் தாண்டா நிஜமா வாழ்ந்தவன் (பக்.74).

சம்பத்தின் மரணத்தைப் பற்றிப் பேசும் இக்குறுநாவல், மரணத்தைப் பற்றி எழுதிய சம்பத் என்னும் எழுத்தாளரைக் கற்பிதமாகச் சித்தரிப்ப தாகவும் உள்ளது.

சிறந்த எழுத்தாளர் ஒருவருக்கான அஞ்சலியாகவும் இருக்கிறது. அத்துடன் சுப்ரமணிய ராஜுவின் பாத்திரங்களை நினைவூட்டுவதாக வும் அமைந்துள்ளது.

மனிதன் கண்டுபிடித்ததிலே மிக மோசமானது சுவர் என்பது சம்பத்தின் அபிப்பிராயம். கண்ணுக்குத் தெரிந்தும் தெரியாததுமான எத்தனையோ சுவர்களால் பிரிக்கப்பட்டிருக்கிறோம் என்பதுதான் இந்த அபிப்பிராயத்திற்கு அடிப்படை.

உலகியல் காட்சிகளின் ஆழத்தைத் தேடித் திரியும் அகபுத்தன் என்று கவாபட்டாவைப் பற்றி ராமகிருஷ்ணன் (வாக்கியங்களின் சாலை, பக் 153) குறிப்பிடுவது சம்பத் போன்ற பாத்திரங்களுக்கும் பொருந்தும். சாத்தியப்பாடுகளின் எல்லை வரை சென்று பார்த்திடும் தீரம் கொண்ட இவர்களுக்கு, அது பலமாகவும் அமைகிறது. பலவீனமாகவும் ஆகிவிடுகிறது. ‘எப்போதாவது சாலையின் நடுவில் அடிபட்டுக் கிடக்கும் பறவையின் நசுங்கிய முகமும் ஒடிந்து கிடக்கும் றெக்கைகளையும் பார்க்கும்போது, நெருங்கிய சில நண்பர்கள் நினைவுக்கு வருகிறார்கள். பல நேரங்கள் அந்தப் பறவை என்னையும் நினைவுபடுத்துவதாகவே இருக்கிறது. அடைய விரும்பியதற்கும், சாத்தியமானதிற்கும் இடையில் எப்போதும் ஓர் ஊஞ்சல், யாரும் ஏறமுடியாதபடி தானே அசைந்து போய்க் கொண்டுதானிருக்கிறது’ என்று முன்னுரையில் ராமகிருஷ்ணன் குறிப்பிடுவதையும் இங்கே நினைவுபடுத்திக் கொள்ளலாம்.

தீராநதி, டிசம்பர் 2006

யாமம்

அந்தரங்கத்தின் புதிர் மிகுந்த கதை

எஸ்.ஏ. பெருமாள்

நெடுங்குருதிக்குப் பிறகு எஸ்.ராமகிருஷ்ணனின் *யாமம்* என்ற இந்தப் பெரிய நாவல் வந்திருக்கிறது. கற்பனை செய்து காணமுடியாத பழைய நூற்றாண்டுகளின் வாழ்வை, அதுவும் தமிழ்ச் சமூகத்தின் வாழ்வை இந்த நாவல் படம் பிடித்துக் காட்டுகிறது. 360 பெரிய பக்கங்களைக் கொண்ட *யாமத்தில்* நான்கு நூற்றாண்டு வரலாற்றின் வழியே மனித வாழ்வு பயணிக்கிறது. மனிதர்களின் அந்தரங்கத்தின் புதிர் மிகுந்த கதைகளை எழுதுகிறது. இந்திய மரபின் அதிசயங்கள் நிறைந்த ரகசியங்களும் மேற்குலகின் நவீனத்துவ நீரோட்டமும் ஒன்றையொன்று கடந்து செல்லும் பிரிட்டிஷ் இந்தியாவாக மாறும் காலகட்டத்தைப் பின்புலமாய்க் கொண்டது இந்த நாவல்.

வரலாறு, எதார்த்தம், புனைவு என்ற எல்லைகளைக் கடந்து யாமம் செல்கிறது. மனித வாழ்வின் அழிவுகள், வீழ்ச்சிகளுக்கு இடையிலும் பெருகிடும் வாழ்வின் மகத்துவங்களை அடையாளம் காட்டி நாவல் வெற்றி பெற்றுள்ளது. ஓய்வறியா வாழ்க்கைப் பயணத் தின் அழிந்துபோன சுவடுகளையும், தழைக்கப் போகும் புதிய தளிர்களையும் அவற்றின் அந்தரங்கங்களையும் யாமம் வெளிப்படுத்து கிறது. பூக்களைப் போலவே ஒவ்வெரு காலத்திற்கும் நிறம், மணம், குணம் என்பது உண்டு. அதைக் கதைப் புனைவில் வெற்றிகரமாய்க் காட்டி வாசகனை மெய்மறக்கச் செய்வதில்தான் எழுத்தாளனின் வெற்றி அடங்கியுள்ளது. நாவலைப் படித்து முடிக்கும்போது யாமத்தின் தீராத வாசனை நம்மைக் கவ்வி மூழ்கடித்து விடுகிறது.

யாமம் என்பது ஒரு நாவல் அல்ல. முதலில் லண்டனில் கிழக்கிந்தி யக் கம்பெனி தோன்றி உருவாகி வளர்ந்த கதை ஒரு குறுநாவலாய் வருகிறது. லண்டனுக்கு மிளகு, ஏலம் போன்ற நறுமணப் பொருட்களை டச்சுக் கடல் வணிகர்கள் கொண்டு வந்து விற்பனை செய்கிறார்கள்.

இந்தியாவிலிருந்து ஒரு கப்பலில் சரக்கைக் கொண்டுவந்து லண்டன் சேர்ப்பதற்குள் கடலோடிகளில் இருபது பேரின் உயிர் போய்விடுகிறது. இக்காரணத்தைக் கூறியே டச்சு வணிகர்கள் மிளகின் விலையை உயர்த்துகிறார்கள். இதனால் பிரிட்டானிய வணிகர்கள் இருபத்தி நான்கு பேர் சேர்ந்து இந்தியாவிலிருந்து வணிகம் செய்ய மகாராணி யிடம் அனுமதி கூறுகிறார்கள்.

வில்லியம் ஹாக்கின்ஸ் தலைமையில் லண்டனிலிருந்து கிளம்பிய கப்பல்கள் சூரத் நகரை 1600ஆம் ஆண்டு ஆகஸ்டில் அடைகின்றன. மாமன்னன் ஷாஜகானைச் சந்திக்கிறார்கள். மன்னரின் ஆசை மகள் தீக்காயம் பட்டு முகம் அழகு குலைந்து கிடக்கிறாள். அதை லண்டன் டாக்டர் குணப்படுத்தியதால் மகிழ்ந்த மன்னன் கிழக்கிந் தியக் கம்பெனிக்கு இந்தியாவில் வணிகம் செய்ய அனுமதியளிக்கிறான். பின்பு வெள்ளையர்கள் புதுச்சேரியையும், அதன்பின் மதராப்பட்டணத் தையும் (சென்னை) வணிக மையங்களாக்குகிறார்கள். இந்த வரலாறு வியப்பூட்டும் வகையில் சொல்லப்பட்டுள்ளது.

வெள்ளையர்கள் கடலோரப்பாக்கங்களை ஆக்கிரமித்து மீனவர் களை விரட்டியடிக்கிறார்கள். அதை எதிர்த்து மீனவர்கள் வெள்ளையர் களின் கூடாரங்களைத் தீயிட்டுக் கொளுத்துகிறார்கள். பின்னர் வெள்ளைத் துப்பாக்கிகள் வெற்றிகொள்கின்றன. மதரா பட்டணத்தில் வெள்ளையர்கள் குடியேறி வாழத் தொடங்கினர். வெள்ளையர்கள் நகரையே பிளாக் டவுன், ஒயிட் டவுன் என்று பிடிக்கிறார்கள். தாங்கள் வாழும் பகுதியான ஒயிட் டவுனுக்கு குடிநீருக்காக பிளாக் டவுனின் ஏழு கிணறு பகுதியைக் கைப்பற்றுகிறார்கள். எதிர்த்தவர்களை பீரங்கியால் சுடுகிறார்கள். மதராபட்டணம் முழுவதும் வெள்ளையரின் ஆளுமையின்கீழ் வந்தபின் மக்களின் வாழ்விலும், நாட்டிலும் பலவித மான மாற்றங்கள் வரத் துவங்கின. இதைத் தொடர்ந்து, நாவல் வரலாற்றுத் தடத்திலிருந்து வாழ்க்கைத் தடத்திற்குத் தாவுகிறது. நாவல் பட்டணத்து வாசிகளின் சரிதம் என்ற தலைப்பில் நான்கு நாவல்களாய் பீறிட்டுத் தாவிப் பாய்கிறது.

கரீமின் குடும்ப சரிதம் என்ற நாவல் அப்துல் கரீமின் கனவில் தோன்றும் பக்கீரின் உரையாடலில் தொடங்குகிறது. கடலில் உள்ள மீன்களை எண்ண முடியுமா. கடலில் ஒரே அலைதான் பல மடிப்பு களாய் வருகிறது; நம் உடல் மிகவும் மர்மமானது. அதை நாம் புரிந்துகொள்ளவே இல்லை. அது ஒரு கடற்கரையைப் போல மர்மமும் அழகும் மிக்கது. தீராத புதிருடையது போன்ற தத்துவ உரையாடல்கள் வருகின்றன.

தொடர்ந்து பக்கீர் மீர்காசிமுடன் உரையாடுகிறார். உரையாடல் இரவைப் பற்றியதாய் உள்ளது. இரவு என்பது ஒரு கையால் அள்ளி எடுக்க முடியாத திரவம். அது எல்லாத் திசைகளிலும் வழிந்தோடிக் கொண்டிருக்கிறது. இரவென்னும் வண்ண மலர் எண்ண மடியாத இதழ்கள் கொண்டது. இரவின் கைகள் உலகைத் தழுவிக்கொள்கின்றன.

அதன் ஆலிங்கனத்திலிருந்து விடுபடுவது எளிதானதல்ல என்கிறார் பக்கீர். இதைத் தொடர்ந்து ரோஜா மலர்களிலிருந்து காசிம் மயக்கமூட்டும் மணம் நிறைந்த அத்தரைக் காய்ச்சி எடுக்கிறார். அதன் முதல் மணத்தால் தெருக்கள் வீடுகள் யாவும் சுகந்தத்தால் நிரம்பத் துவங்கியது. ஆண்கள் பெண்கள் ஒருவரை ஒருவர் முகர்ந்து பார்த்துக் கொண்டு மயக்கத்தோடு அலைந்தார்கள். ஊரே கமகமக்கத் தொடங்கியது. அந்த மணம் அடங்குவதற்கு ஒரு வார காலம் ஆனது. அந்த அத்தருக்கு காசிம் 'யாமம்' என்று பெயரிட்டு விற்பனை செய்யத் தொடங்கினார்.

கரீமுக்கு ஒரு பெண் குழந்தை பிறந்து வளர்ந்தது. ஆனால் அவருக்கு ஆண் பிள்ளை வேண்டும் என்று ஆசை. தனக்கு ஆண் பிள்ளை இல்லாமலே போய்விட்டால் தன்னோடு அத்தர் வடிப்பது முடிந்து விடும் என்ற அச்சம் மேலோங்கியிருந்தது. அதற்காகவே அவர் மேலும் இரண்டு பெண்களை மனைவியாக்கிக் கொண்டார். எனினும் அவர் ஆசை நிறைவேறவேயில்லை. யாமம் தாயாரிக்கும் அற்புத வித்தையை வேறு யாருக்கும் சொல்லித் தர அவர் தயாராக இல்லை. குதிரைப் பந்தயத்தில் பணத்தை எல்லாம் இழந்து விரக்தியடைந்து வீட்டிலிருந்து எங்கோ காணாமல் தொலைந்து போனார் கரீம். அவரது குடும்பம் வாழ்வதற்குப் போராடியது. அவர் போனதோடு யாமமும் விற்பனைக்கு வரவில்லை.

கரீமின் மனைவிகள் மீன் விற்றுப் பிழைக்கிறார்கள். நகரில் காலரா பரவி, நகரமே ஒரு கழிப்பறையாகி விட்டது. காலராவுக்கு நூற்றுக்கணக்கானோர் பலியாகிறார்கள். இதில் கரீமின் மனைவி ரகுமானி இறக்கிறாள். அவர்களுக்கு ஒரே ஆதரவாயிருந்த சிறுவன் சந்தீப்பும் பலியாகிறான். இவன் ஒரு மறக்க முடியாத கதாபாத்திரம். காலரா பயத்தில் வெள்ளையர்கள் ஏழுகிணற்றை பிளாக் டவுன் வாசிகளிடமே கொடுத்து விடுகிறார்கள். கடைசியில் கரீமின் குழந்தையோடு அவரது மனைவி வகிதா தெற்கே உப்பளத்திற்கு வேலைக்குப் போகிறாள். கரீமின் மூன்றாவது மனைவி சுரையாவையும் அழைத்து செல்ல முடிவு செய்கிறாள். ஊரையே மணக்கச் செய்த குடும்பம் பிழைக்க வழி தேடி வாழ்க்கை நாறிப் போகிறது. யாமம் என்ற அத்தரை விற்பனை செய்த குடும்பம் நாறும் மீனை விற்று, பின்பு உப்பளம் நோக்கிச் செல்கிறது. வாழ்வின் விசித்திரங்கள் தொடர்கிறது. கதை மேஜிக்கலில் துவங்கி ரியலிசத்தில் முடிகிறது.

கதை 2

பிரிட்டிஷார் இங்கு வந்தபின் சர்வே இலாக்காவும் வந்தது. அவர்கள் நகரங்களையும் நிலங்களையும் மலைகளையும் அளந்து வரைபடங்கள் தயாரித்தார்கள். தெற்கே பரணியாற்றங்கரையிலிருந்து பத்ரகரி பிழைப்புத் தேடி மதராபட்டணம் வந்து சர்வே இலாகாவில் பணியாற்றுகிறான். அவன் தந்தை ஒரு கொடுமைக்காரன். தந்தையின்

அடி தாங்க முடியாமலேயே தாய் இறந்துவிடுகிறாள். பத்ரகிரியும் அவன் தம்பி திருச்சிற்றம்பலமும் சித்தி நங்கையின் வீட்டில் வளர் கிறார்கள்.

பத்ரகிரியின் மனைவி விசாலத்திற்கு ஒரு பெண் குழந்தை பிறக்கிறது. தம்பி திருச்சிற்றம்பலத்திற்குத் திருமணமாகிறது. தம்பியை லண்டனுக்கு அனுப்பி வைத்து பத்ரகிரி படிக்க வைக்கிறான். தம்பி லண்டன் போனபின் தம்பி மனைவியுடன் பத்ரகிரிக்குத் தொடர்பேற்டுகிறது. அவளுக்கு ஒரு ஆண் குழந்தை பிறக்கிறது. லண்டன் சென்ற திருச்சிற்றம்பலம் படிப்பில், ஆராய்ச்சியில் புகழ் பெறுகிறான். புதிய கண்டுபிடிப்பை நிகழ்த்துகிறான். பணம் கிடைக் கிறது.

தம்பியின் மனைவியே தன் கணவனுக்குக் குழந்தை பெற்றதை அறிந்து விசாலம் தன் குழந்தையுடன் கடையத்திற்குத் தாய் வீட்டிற்குச் சென்றுவிடுகிறாள். திருச்சிற்றம்பலத்தைப் போல லண்டனுக்குப் படிக்கச் சென்ற சற்குணம் அவனது நண்பன். ஆனால் லண்டனில் ஏழைகளும் தொழிலாளிகளும் படும்பாட்டைப் பார்த்து அவர்களைத் திரட்டி பிரிட்டிஷ் அரசை எதிர்த்துப் போராடுகிறான். திருச்சிற்றம்ப லம் லண்டனிலிருந்து திரும்பி வீட்டிற்குச் செல்கிறான். தனது மனைவியுடன் உயிருக்குயிரான தனது அண்ணனே தவறான உறவு கொண்டதையும், விசாலம் கடையம் சென்றதையும் அறிந்து அங்கு செல்கிறான். அண்ணியையும் அவள் குழந்தையையும் காப்பாற்றுவதே தனது கடமை என்று முடிவெடுக்கிறான்.

கதை 3

சொத்துக்காக வழக்காட மதராபட்டணத்தில் லாட்ஜில் தங்கி ஆண்டுக்கணக்கில் வாழும் கிருஷ்ணப்பாவின் கதை வித்தியாசமானது. பல ஆண்டுகளாய் வழக்கு முடியவில்லை. அவரது சொத்துகளில் மலைக்காடுதான் பிடித்தமானது. எலிசபெத் என்ற வெள்ளைக்காரப் பெண்ணோடு மலைக்காட்டுக்கு கிருஷ்ணப்பா குடியேறுகிறார். அங்கு எலிசபெத் காட்டின் ருசியில் மயங்குகிறாள்.

கௌதாரி சேவலை எதிர்த்து சண்டையிடுகிறது. போதை தரும் நீலாவரணச் செடிகள் வளருகின்றன. மலைக்காட்டில் திருட வந்த பூதி கானகத்தின் அனைத்துச் சங்கேத முணுமுணுப்புகளையும் அறிந்தவன். அவர் அவனைப் பிடித்து வைத்துக்கொள்கிறார். மலைக் காட்டின் மீது எலிசபெத்துக்கு மாளாத காதல் வந்துவிட்டதால் அதை மட்டும் பெற்றுக்கொண்டு சொத்து வழக்கில் பங்காளியுடன் கிருஷ்ணப்பா சமரசம் செய்துகொள்கிறார். மலையிலேயே தங்கிவிடு கிறார். வெள்ளைக்காரர்கள் சிலர் வந்து ஒரு செடியை நட்டுப் பரிசோதனை செய்கிறார்கள். அது தேயிலைச் செடி. எலிசபெத் தனது நாட்டுக்குப் போய் திரும்ப வேண்டும் என்கிறாள். கிருஷ்ணப்பா அவளை அனுப்பி வைக்கிறார்.

எஸ்.ரா. காட்டை வருணித்து எழுதியிருப்பது வாசிக்கும் நம்மையும் கானகத்துக்கே இழுத்துச் சென்று மயங்க வைக்கிறது. காட்டின் மூலிகைகள், பறவைகள், மரங்கள், செடி கொடிகள் அனைத்தையும் நம்மை நேர்காணச் செய்திருக்கிறது. எழுத்தை ஒரு வரம் என்பார் கவியரசு கண்ணதாசன். அது எஸ்.ரா.வுக்கு நிறையவே கிடைத்திருக் கிறது என்பது இந்த நாவலைப் படித்தால் தெரியும்.

கதை 4

பெற்ற தாய் எவ்வளவோ வேண்டியும் கேளாமல் அந்த இளைஞன் பண்டாரமாகி ஓடிப்போனான். அவன் மனிதர்கள் யாரையும் பின்பற்றாமல் ஒரு நாயைப் பின்பற்றி அதன் பின்னால் ஓடினான். அதையே தனது ஞான குருவாக, வழிகாட்டியாகக் கருதினான். நாய்க்குப்பின்னே ஓடுவதும், அது நின்று படுத்துவிடும் இடத்தில் இவனும் படுத்துக்கொள்வான். அந்தக் காலத்துச் சித்தன் பத்ரகிரியாரும் நாயும் இணைந்திருந்தது போலத்தான் இந்தப் பண்டாரமும் சித்த சுவாதீனமின்றி அலைகிறான்.

இடையில் ஒரு நாள் கோவில் வாசலில் அவனது தாய் வந்து இடைமறித்து வீட்டுக்கு வா உனக்குத் திருமணம், பெண் பார்த்துள் ளேன் என்று அழைக்கிறாள். பண்டாரம் மறுத்துவிட்டு நாயின் பின்னே ஓடுகிறான். நோயில் படுத்திருக்கும் ஒரு கிழவனும் அவனது மகளும் வாழும் வீட்டின் அருகில் பண்டாரமும் நாயும் கொஞ்ச நாள் தங்குகிறார்கள். அந்தப் பெண் கனகா பண்டாரத்துடன் படுத்து சம்சார சாகரத்தில் மூழ்கடிக்கிறாள். கர்ப்பமும் அடைகிறாள். பிரசவ காலம் நெருங்குகிறது. குழந்தையைப் பார்க்க பண்டாரம் ஏங்கி நிற்கும்போது நாய் கிளம்பிவிடுகிறது. நீலகண்டம் என்று பெயர் சூட்டிய அந்த நாயின் பின்னே பண்டாரம் மீண்டும் ஓடிப் போகிறான்.

ஒரு பித்தனையும் ஒரு நாயையும் கதாநாயகர்களாய் கொண்டு படைக்கப்பட்ட முதல் நாவலாக இது இருக்கும். உண்மையில் இது போன்று ஒரு கதை எழுதுவதுகூட அபூர்வமான விஷயம்தான். இந்நாவலின் கடைசிக் காட்சியில் எதிர்பாராதது நடக்கிறது. திருவாலங்காட்டுக்குப் பண்டாரத்தை அழைத்து வந்த நாய் மறைந்து விடுகிறது. பண்டாரம் நாயைத் தேடி அலைகிறான். நாய் எங்கும் இல்லை.

பின்பு நாய் வந்து பண்டாரத்தை திருவிடைமருதூருக்கு அழைத்துச் செல்கிறது. பின்பு பட்டினத்தார் சமாதியை அடைகிறது. பண்டாரம் கடைசியாக நாயிடம் விடை பெற்றுக்கொண்டு ஒரு மடத்தின் உள்ளே போய் கதவைத் தாழிட்டுக்கொண்டான். நாயும் பின்பு வந்து அந்த மடத்தின் முன்பு படுத்துக்கொண்டது. பல நாட்கள் கழித்து நாயும் மறைந்துவிட்டது. பண்டாரம் சென்ற மடமும் திறக்கவே இல்லை. மூடிக்கிடந்த மடத்தின் முன்னே காலையும்

மாலையும் பூஜைகள் நடைபெற்றன. நாளுக்கு நாள் கூட்டம் அதிகரித்தது. கிராம நிர்வாகிகள் கதவை உடைத்துத் திறந்து பார்த்தால் உள்ளே பண்டாரம் இல்லை. ஒரு பஞ்சமுக விளக்கு எரிந்துகொண்டிருந்தது. எல்லா சாதுக்களையும் போலவே இந்த சதாசிவப் பண்டாரத்தின் வாழ்வும் ஒரு கதையாகி முடிந்திருந்தது.

இது பரம்பரையாய் நாம் படிக்கும் சித்தர்களின் கதைபோல் இல்லாமல் நவீன நடையில் எளிமையாய் சுவைபடச் செல்கிறது. நீலகண்டம் என்ற அந்த நாய் சதாசிவப் பண்டாரத்தை மட்டுமல்ல, நம்மையும் கூடவே இழுத்துச் செல்கிறது.

லண்டனில் நீக்ரோக்களுக்கும், ஏழைகளுக்கும் இழைக்கப்படும் துன்பத்தைக் கண்டித்து, தமிழ் மாணவன் சற்குணம் 'லண்டன் நகரப் பிரபுக்கள் யாவரும் நோய்க் கிருமிகள். அவர்கள் ரத்தம் குடிக்கும் அட்டைகள். இந்த அட்டைகள் இந்தியாவை உறிஞ்சத் துவங்கிப் பல வருடங்களாகிவிட்டன. நம்மவர்கள் சொரணையற்றவர்கள். அட்டைகளை தீவைத்துக் கொளுத்தாவிட்டால் நம் ரத்தத்தைக் குடித்துவிடும்' என்று பேசுகிறான்.

நான்கு கதைகளிலும் அருமையான பல வரிகள் சிதறிக் கிடக்கின்றன. அவை கதை உரையாடல்களை செழுமைப்படுத்துகின்றன.

மண்புழுகூட தன் இருப்பிடத்திலேயே இருக்கிறதில்லை. ஈரம் கண்ட இடத்துக்கு ஊர்ந்துக்கிட்டுதான் இருக்கு. மனுசன் மட்டும்தான் நட்ட கல்லு மாதிரி இருப்பிடம் விட்டு அசையாமல் இருக்கப் பாக்குறான்.

கப்பல்ல வந்து இறங்கிட்டா வெள்ளைக்காரன் பெரிய ஆளா? பிணந்தின்னிப் பயல்கள். மதரா பட்டணத்தைக் கருமித் தின்பதற்காகவே இங்கிலாந்திலிருந்து வந்து சேர்ந்திருக்கிறார்கள். வந்து இறங்கும்போது எலிக்குஞ்சாக இருப்பவன் ஊரை விட்டுப் போகும்போது பெருச்சாளியாகவோ, வெருகாகவோ உருமாறியிருப்பான். எலிகளை எல்லாம் தாட்சண்யம் இல்லாமல் அடித்துவிட வேண்டும். வளர விட்டால் ஊரில் மிச்சம் இருப்பது சுடுகாடு மட்டும்தான்.

மழை ஏன் நின்னுபோச்சு தெரியுமா?

சாமியை வேண்டிக்கிட்டு மழைமேல மூத்திரம் பேஞ்சா மழை நின்னுடும். நான் அப்படித்தான் செய்தேன்.

நாவலில் சுவையான உரையாடல்கள் நிறையவே உள்ளன. லண்டனில் அச்சுக்கலை படிக்கும் சற்குணம் தனியே நடனம் ஆடிப் பழகுகிறான். வெள்ளைக்காரப் பெண் அவனைப் பார்த்துக் கேட்கிறாள். அதற்கு சற்குணம் பதிலளிக்கிறான்,

எங்கள் ஊரில் எவரும் நடனம் ஆடுவதே கிடையாது. அதனால் நடனப் பயிற்சி செய்கிறேன்.

உங்கள் ஊரில் பெண்களே கிடையாதா?

இருக்கிறார்கள். ஆனால் அவர்களைக் கற்சிலைகளைப் போல தொலைவிலிருந்துதான் பார்க்க வேண்டும். கையால் தொட முடியாது.

பிறகு நீங்கள் எல்லாம் எப்படிப் பிறந்தீர்கள்?

அதுதான் எங்களுக்கும் ஆச்சரியமாய் இருக்கிறது என்று கூறிவிட்டு சற்குணம் வாய்விட்டுச் சிரித்தான்.

இப்படிச் சுவையான உரையாடல்கள் நாவல் முழுவதும் பரவிக்கிடக் கின்றன.

யாமம் என்ற அத்தரின் மணம் நம்மை முற்றிலும் கவ்விக்கொள் கிறது. அதன் சுவாசம் லேசில் போகாது போலிருக்கிறது.

யாமம்

எஸ்.ராமகிருஷ்ணனின் நவீன மீபொருண்மை உலகு

ஜெயமோகன்

முகலாய ஓவியங்களைக் கவனித்திருப்பவர்கள் இதைக் கண்டிருக்கலாம். முகலாய பாதுஷாக்கள் கையில் ஒரு ரோஜா மலரை முகர்ந்தபடிதான் வரையப்பட்டிருப்பார்கள். அந்தரப்புரக் காட்சிகளிலும் அரசவைக் காட்சிகளிலும் மட்டுமல்ல, பெரும் போர்க்களக் காட்சிகள், வேட்டைக் காட்சிகளில் கூட.

முகலாய – சூபி மரபில் ரோஜா என்பது ஒரு மலர் மட்டுமல்ல. எரியும் பாலைவெளியில் அப்படிப்பட்ட ஒரு செடி வளர்ந்து அவ்வழகிய மலரை எப்படி உருவாக்குகிறது? முற்றிலும் கைக்குச் சிக்கக்கூடிய ஜடப்பொருளான மலருக்குள் இருந்து தொடமுடியா அற்புதமான மணம் எப்படி வந்தது?

இப்பிரபஞ்சம் இறைமயம் என்பதற்கான மறுக்க முடியாத சான்றாக இதை சூபிகள் முன்வைத்தார்கள். மண்ணில் அதன் அனைத்துப் புழுதிகளுடனும் வியர்வைகளுடனும் ரத்தங்களுடனும் வாழ்கையிலும் கூட முகலாயப் பாதுஷாக்கள் விண்ணின் பேரருள் ஒன்றை எப்போதும் அறிந்துகொண்டிருந்தார்கள் என்பதே பாதுஷா முகரும் அந்த ரோஜாவின் பொருள்.

சூபிகளுக்கு ரோஜா என்பது அறிவதற்கரிய இறைமொழியின் பேரழகு மிக்க ஒரு சொல். மண்ணில் உள்ள எந்த அர்த்தமும் அந்த நறுமணத்தை விளக்காது. ரோஜாவின் நறுமணம் ஒரு சொல்லாகுமென்றால் அல்லா என்று மட்டுமே ஆகும்.

ரோஜாவில் இருந்து சாறு எடுக்கும் கலையை பாரசீக வணிகர்களிடமிருந்து ஷாஜகானின் மகள் கற்றதாகவும் பின்னர் அது முகலாயப் பண்பாட்டின் மைய அடையாளமாக ஆகியது என்றும் வரலாற்றுச் செய்திகள் சொல்கின்றன.

எஸ்.ராமகிருஷ்ணனின் புதிய நாவல் *யாமம்.* அத்தர் என்ற அற்புதப் பொருளைப்பற்றிய ஒரு புனைகதை. அத்தர் தயாரிக்கும் கலையை ஒரு சூபி ஞானியிடமிருந்து வரமாகப்பெற்ற இஸ்லாமியக் குடும்பம் ஒன்றின் கதையாக இது ஆரம்பமாகிறது. அந்த அத்தரின் பெயர் 'யாமம்.'

யாமம் என்றால் இரவு. 'பிரபஞ்சம் என்ற பசுவின் அகிடில் இருந்து சொட்டும் துளிகளே இரவுகள்' என்கிறார் சூபி. பகல் எளியது, நேரடியானது. இரவு எட்டமுடியாத ஆழம் கொண்டது. ஒவ்வொரு உயிரும் தன்னைப் புதிதாகக் கண்டடையச்செய்யும் வெளி அது. பகல் நமது அறிந்த தளங்களின் பின்னல். இரவு நாம் அறியாத நம் ஆழங்களின் பெருவலை.

இந்நாவலின் முகப்பில் பலவகையான சொற்களின் வழியாக இரவை ஒரு கவியுருவகமாக ஆக்க எஸ்.ராமகிருஷ்ணன் முனைகிறார். அந்த மைய உருவகத்தின் சரடில் இந்நாவல் கோர்க்கப்பட்டுள்ளது. இரவை நாம் ஒரு பெரும்படிமமாக வளர்த்துக்கொண்டோமென்றால் இந்நாவல் அதன் உட்குறிப்புத்தளத்துக்கு நம்மை எளிதில் எடுத்துச் செல்லும். ஒரே வரியில் இந்நாவலை விளக்கவேண்டுமென்றால் தங்கள் ஆளுமையின் இரவுகளால் அலைக்கழிக்கப்பட்ட ஆளுமை களின் கதை இது. அவ்விரவில் தூங்கும் மிருகங்களை துயிலுணர்த்தும் அழைப்பாக இருக்கிறது *யாமம்.*

அவ்வகையில் எஸ்.ராமகிருஷ்ணன் முற்றாக சூபி மரபிலிருந்து வேறுபடுகிறார் என்பதைக் காணலாம். இங்கே நறுமணம் என்பது அல்லாவின் சொல்லாக ஒலிக்கவில்லை. சாத்தானின் மாயக்கருவியாக விளையாடுகிறது. அல்லாவில் அலகிலா விளையாட்டை சாத்தானின் வழியாகவும் அறியலாமென்ற நவீன இலக்கிய நம்பிக்கையின் வெளிப்பாடு இது.

கடந்த பதினைந்து வருடங்களாக எஸ்.ராமகிருஷ்ணன் தொடர்ச்சி யாக உருவாக்கி முன்னெடுத்துவரும் தனித்தன்மை கொண்ட எழுத்து முறையின் சமீபத்திய சிறந்த உதாரணம் என நான் இந்நாவலைச் சொல்வேன். இத்தனித்தன்மையை 'நவீன மீபொருண்மை' (மாடர்ன் மெடபிஸிக்ஸ்) என்று குறிப்பிடுவேன்.

நாம் காணும் இப்பிரபஞ்சம், இங்குள்ள வாழ்க்கை, நம் அறிதலுக்கு அப்பாற்பட்ட வகையில் சிக்கலானதாக, துண்டுகளாக, சிதறிப்பரந்த தாக, பொருளற்ற பேரியக்கமாக உள்ளது. மனித சிந்தனை அதற்கு ஒழுங்கும் பொருளும் தொடர்ச்சியும் உண்டென எண்ணிக்கொண்ட போதே மீபொருண்மை உருவாயிற்று. மீபொருண்மை நோக்கில் இருந்துதான் எண்ணற்ற பழங்குடி நம்பிக்கைகள் உருவாயின. நான்கு ஆமைகள் மீது அமர்ந்திருக்கிறது பூமி என்ற நம்பிக்கை. பூமாதேவி பூமியைத் தாங்குகிறாள் என்ற நம்பிக்கை. பின்னர் அந்நம்பிக்கைகள் இணைந்து மதங்கள் உருவாயின.

எல்லா மதங்களும் மிக விரிவான ஒரு மீபொருண்மைத்தளத்தைக் கொண்டிருப்பதைக் காணலாம். அங்கே பிரபஞ்ச நிகழ்வுகளுக்கெல் லாம் ஒரு தெளிவான காரணம் கற்பிக்கப்பட்டிருக்கிறது. விளக்கப் படாத ஏதும் அங்கே இல்லை.

மீபொருண்மையியல் கவியுருவகங்கள், படிமங்கள் வழியாகவே இயங்க முடியும். புறத்தே காணும் பொருளுக்கு ஓர் அர்த்தத்தை நம் மனம் உணர்ந்ததென்றால் உடனே அது உருவகமாகிவிடுகிறது. மீபொருண்மை மொத்த பிரபஞ்சத்தையே விளக்க முயல்கிறது. அப்போது அதன் கண்ணில் படும் அனைத்துமே படிமங்களாக ஆகிவிடுகின்றன.

மீபொருண்மை நோக்கு உருவாக்கும் கவியுருவகங்களும் படிமங் களும் காலப்போக்கில் ஆழ்படிமங்களாகின்றன. தொன்மங்களாக வளர்கின்றன. அவற்றால் ஆனதே நாம் அறியும் பண்பாடு என்பது. எளிமைப்படுத்தல் என்று தோன்றலாம். ஆனால் சுருக்கிப் பார்த்தால் இந்தியப் பண்பாடு என்பது என்ன? மூத்தார் வழிபாடு, மறு பிறப்பு போன்ற சில தொன்மங்கள் அல்லாமல்?

நவீன அறிவியல் மீபொருண்மையின் மீது பலத்த அடிகளை வீழ்த்தியது. பதினாறு பதினேழாம் நூற்றாண்டில் ஓங்கிநின்ற பல சிந்தனையாளர்கள் அடிப்படையில் மீபொருண்மையியலாளர்கள். அவர்களின் சிந்தனைகள் புறவயமான அறிதல் என்ற கல்லில் உரசி பரிசீலிக்கப்பட்டன. மத சிந்தனைகள் அதன் மூலம் கடுமையாக நிராகரிக்கப்பட்டன.

ஆனால் மீபொருண்மையியல் என்பது மனித சிந்தனையின் ஆதாரமான தேவைகளில் ஒன்றை நிறைவேற்றுகிறது. நாம் வாழ்வது வெறும் தற்செயல்களின் மீதல்ல. பொருள் உள்ள ஒரு பிரபஞ்சத்தில் என்று மனிதன் நம்பியாக வேண்டியுள்ளது. ஆகவே பத்தொன்பதாம் நூற்றாண்டில் புறவயமான அறிவியல் சிந்தனைகளை உள்ளடக்கிய மீபொருண்மையியல் சிந்தனைகள் உருவாயின. கடவுளின் இடத்தில் இயற்கை என்ற முதல் முழுமைப்பொருளை நிறுத்திப்பார்த்தார்கள். இவ்வகைப்பட்டவர்களான தோரோ, எமர்சன் போன்றவர்களின் பாதிப்பு இல்லாத நவீன எழுத்தாளர்கள் மிக மிகக் குறைவு.

இலக்கியத்தில் இந்த நவீன மீபொருண்மையியலின் நேரடியான பாதிப்பு பல வகையிலும் பேசப்பட்டுள்ளது. நவீன இலக்கியத்தில் உள்ள இலட்சியவாத அம்சம் என்பது இந்த மீபொருண்மை நோக்கின் விளைவே என்று கூறலாம். ஆம், நாம் வாழும் இவ்வுலகுக்குத் தெளிவான அர்த்தம் இருந்தால் அல்லவா நமது இலட்சியங்களுக்கும் கனவுகளுக்கும் பொருள் இருக்க முடியும்?

பதினேழாம் நூற்றாண்டில் அறிவியல் மத உருவகங்களைத் தாக்கி அவற்றின் மேலிருந்த நம்பிக்கைகளை அழித்தபோது மீபொருண்மை நோக்கு புதிய உருவகங்களுக்காகத் தேட ஆரம்பித்தது.

இக்காலகட்டத்து கற்பனாவாதக் கவிதைகளில் இயற்கை ஒரு பெரும் அடிப்படை உருவகமாக முன்வைக்கப்பட்டு அதிலிருந்து பற்பல புதிய உருவகங்கள் உருவாக்கப்பட்டன. உதாரணம் ஆறு. 'மனிதர்கள் வருவார்கள் மனிதர்கள் போவார்கள், நான் சென்றுகொண்டே இருப்பேன்' என சொல்லும்போது அது ஓர் அழியா விழுமியமாக ஆகிவிடுகிறது.

யோசித்துப்பாருங்கள், நவீன இலக்கியத்தில் பறவைக்கு எவ்வளவு முக்கியத்துவம் இருக்கிறது என. பறவை பத்தொன்பதாம் நூற்றாண்டு கற்பனாவாத கவிதைகள் மூலமே அந்த அளவுக்கு மையமான கவியுருவகமாக ஆக்கப்பட்டது. இன்றைய இலக்கியம் என்பது இதேபோன்ற பற்பல நவீன உருவகங்களினால் ஆனது. பழைய இலக்கியத்தில் மத உருவகங்களுக்கு உள்ள இடம் இன்று இவற்றுக்கு உள்ளது.

இலக்கியம் மீபொருண்மை நோக்கைத் தவிர்க்கவே முடியாது. காரணம் நாம் காணும் இப்புறவுலகம் அதன் சாரமான இன்னொன் றால் ஆனது என்றே அன்றும் இன்றும் இலக்கியம் சொல்லிக்கொண்டி ருக்கிறது. அந்தச் சாரத்தை அது மீண்டும் மீண்டும் புதிதாக வரையறை செய்துகொண்டிருக்கிறது. நண்பர்களே, அடிப்படையில் பார்த்தால் இலக்கியம் என்பது என்ன? 'வாழ்க்கை என்பது வெறும் வாழ்க்கை மட்டும் அல்ல?' என வாசகர்களிடம் சொல்லும் ஒரு கலை மட்டுமல்லவா?

நவீனத்துவம், குறிப்பாக இருத்தலியம், அனைத்து வகையான மீபொருண்மை நோக்குகளையும் நிராகரிக்க முற்பட்டது. காரணம், அவர்கள் சொல்ல வந்ததே பொருளின்மையைத்தானே. ஆனால் அந்த நோக்கில் இன்னொருவகையான மீபொருண்மையை பொரு ளின்மை என்ற சாரத்தை நோக்கிச் செல்லக்கூடியது– உருவாக்கி னார்கள்.

பின்நவீனத்துவம் பேருருவமாகக் கட்டி எழுப்பப்படும் மரபான மீபொருண்மை நோக்குகளை நிராகரித்தது. அதே சமயம் தனக்குரிய சிக்கலான ஊடுபாவுகள் கொண்ட ஒரு மீபொருண்மை உலகை அது உருவாக்கவும் செய்தது. நம் சமகாலப் பெரும்படைப்பாளிகள் அனைவருமே தங்களுக்குரிய மீபொருண்மை உலகமொன்றை உருவாக்கியவர்கள் என்று சொல்லலாம்.

ஒரு பெரும் படைப்பாளியின் உலகுக்குள் நாம் செல்லும்போது வரையறுக்கப்பட்ட ஒரு தனி உலகையே காண்கிறோம். காரணகாரியங் கள் செயல்படும் உலகு, விளக்கப்பட்ட உலகு. அர்த்தம் உடைய புறப்பொருள் என்பது ஒரு உருவகம் அல்லது படிமமே. பெரும்படைப் பாளிகள் ஒரு தனி வகையான மதத்தைத்தான் உருவாக்கிக் கொண்டி ருக்கிறார்களா என்ன? தன் எல்லைகளை உணர்ந்த மதம். தன்னைக் கட்டுப்படுத்திக்கொள்ளும் திறன் கொண்ட ஒரு மதம்.

போர்ஹெயின் படைப்புலகுக்குள் நுழையும்போது இந்த ஐயம் எனக்கு ஏற்பட்டதுண்டு. அவர் மட்டும் ஒரு கீழைநாட்டில் இருந்து அந்த எழுத்துக்களை ஓவியங்கள், பேருரைகள் மற்றும் நூல்கள் வழியாக முன்வைத்தாரென்றால் ஒரு மதத்தையே நிறுவியிருப்பார் என. சாத்தான்கள் தெய்வங்கள், புதிர்ப்பாதைகள். மாய மிருகங்கள், விதியின் விளையாட்டுகள்.

சென்ற சிலவருடங்களாக எஸ்.ராமகிருஷ்ணன் சீராக சில கவியுருவகங்களைத் தன் புனைவுகள் மூலம் உருவாக்கி வருகிறார் என்பதைக் காணலாம். அவரது முந்தைய முக்கியமான நாவலான 'நெடுங்குருதி' வெயிலை ஒரு தொன்மம் அளவுக்கு வளர்த்தெடுக்கிறது. விண்ணில் இருந்து ஓயாமல் மண்ணுக்குப்பொழியும் ஓர் ஆற்றலாக, மண்ணை ஒவ்வொரு கணமும் உறிஞ்சுவதாக, மனிதர்களை ஆளும் ஒரு வல்லமையாக அது மாறிமாறி வடிவம் கொள்கிறது. அதேபோல இந்த நாவலில் இரவு.

மதராபட்டினம் அமீர் சாகிப் தெருவில் அத்தர் வணிகம் செய்து வந்த அப்துல் கரீமின் கனவில் அல் அசர் முஸாபர் என்ற பக்கீர் சொன்ன ஆரூடத்திலிருந்து தொடங்குகிறது இந்நாவல். இரவை ஒரு சுகந்தமென உருவாக்கும் கலை அவன் குடும்பத்திற்கு சித்தியாகிறது. அந்த சுகந்தத்தால் ஆட்கொள்ளப்படும் பலவகை மனிதர்களைப்பற்றிய தனிக்கதைச் சரடுகள் பின்னி உருவாகின்றது நாவல்.

மிக விரிவான தகவல் சார்ந்த ஆராய்ச்சிக்குப்பின் எழுதப்பட்ட ஆக்கம் இது. நுண்ணிய சித்தரிப்புகள் ஒரு நவீன வரலாற்று நாவலுக்குரிய தகுதியை இதற்கு அளிக்கின்றன. ஒன்றுடன் ஒன்று நேரடித் தொடர்பில்லாது ஒன்றை ஒன்று தீர்மானித்தபடி பின்னிச்செல்லும் வாழ்க்கையின் வலையைக் காட்டுவது ஆசிரியரின் நோக்கம். நானூறு வருடங்களுக்கு முன்பு லண்டனில் கூடிய வணிகர்கள் சிலர் குறுமிளகு வணிகத்தின் பொருட்டு ஒரு வணிக நிறுவனத்தை உருவாக்கத் திட்டமிடும் இடத்தில் நாவல் தொடங்குகிறது. அவர்கள் ஷாஜஹானின் அரசவைக்கு வருகிறார்கள். விதை ஊன்றப்படுகிறது. அது முளைத்தெழும்போது சர்.பிரான்ஸிஸ் டேயால் கடலருகே இருந்த அரைச்சதுப்புநிலம் விலைக்கு வாங்கப்பட்டு கோட்டை கட்டப்படுகிறது. அதைச்சூழ்ந்து மதரா பட்டினம் என்ற கடற்பாக்கம் படிப்படியாக உருவாகி வருகிறது.

பின்பு அந்நகரின் பல்வேறு வகை மனிதர்கள் வழியாக நகரும் கதை அவர்களின் அகஇரவுகளைத் தொட முயல்கிறது. செல்வத்தில் கொழிக்கிறார் அத்தர் வணிகரான கரீம். அவர் பாரம்பரியமாக தயாரிக்கும் 'யாமம்' என்ற நறுமணத் தைலத்தை உயர்குடியினரும் பிறரும் விரும்பி வாங்கிப் பூசிக் கொள்கிறார்கள். உடலில் பூக்கள் மலர்வதுபோல காமத்தை அரும்பச்செய்யும் அத்தராகிய யாமத்தை அவர் மனைவியருக்கு அறிமுகம் செய்கிறார்.

புதுப்பெண் ஒருத்தியை மணந்து கொள்கிறார் கரீம். ஆனால் மெல்ல அவரது வாழ்க்கை சிதைகிறது. 'எப்படியோ' அவருக்கு குதிரைச் சூதாட்ட மோகம் பற்றிக் கொள்கிறது. சொத்துக்கள் அழிய அவர் நாடோடியாக மறைய அரசிகளாக வாழ்ந்த அவரது மனைவியர் தெருவில் மீன் விற்கும் நிலைக்கு ஆளாகிறார்கள்

இன்னொருகதை பத்ரகிரியுடையது. அவன் மனைவி விசாலா. குரூரமான தந்தையால் புறக்கணிக்கப்பட்டு அணுவணுவாகச் செத்த அன்னையின் நினைவோடு சித்தியுடன் சென்று வாழ்ந்த இளமைப் பருவம் கொண்டவன் அவன். அப்போது அவனது தம்பிக்கு நான்கு மாதம். தம்பிக்கும் பத்ரகிரிக்குமான உறவு நுட்பமான சிக்கலுடன் சொல்லப்பட்டிருக்கிறது. கைக்குழந்தையாக அவனை பத்ரகிரியின் மடியில் சித்தி போடும்போது அழும் குழந்தையை இறக்கிவிட்டுவிட்டு வெளியே சென்றவன் பத்ரகிரி. ஆனால் மெல்ல தம்பிக்கு தந்தையின் இடத்தில் அவன் வந்து சேர்கிறான்.

சிறுவயதிலேயே நட்சத்திரங்களைக் காணும் மோகம் கொண்டிருந்த பத்ரகிரி லாம்டனின் முதல் நிலஅளவைக் குழுவில் பணியாற்றுகிறான். பத்ரகிரியின் தம்பி திருச்சிற்றம்பலம் படிப்பாளி. அவன் தன் இளம் மனைவி தையல்நாயகியை விட்டுவிட்டு லண்டனுக்குப் படிக்கச்செல் கிறான். தையல்நாயகி கணவனின் நல்ல தோழியாக இருந்தும்கூட 'எப்படியோ' பத்ரகிரிக்கும் அவளுக்கும் உறவு உருவாகிறது. திரும்பி வரும் திருச்சிற்றம்பலம் காண்பது காம உறவுகளால் சிதைந்துபோன குடும்பத்தையும் உடைந்த மனிதர்களையும் மட்டுமே.

வழக்குகள் மூலம் மொத்த சொத்துக்களையும் இழந்து பஞ்சையாக ஆகும் கிருஷ்ணப்ப கரையாளர் தன் விருப்பத்திற்குரிய முதிய தாசி எலிசபெத்துடன் தன் கடைசிச் சொத்தான மலை ஏறிச் செல்கிறார். காட்டில் எலிசபெத்தின் நோய் மறைகிறது. காமத்தில் தொடங்கி ஒவ்வொன்றும் 'எப்படியோ' புதிதாகத் தளிர்விட்டு விடுகிறது.

இவ்வாறு பல திக்குகளில் விரியும் கதைகளில் மர்மமாக நிகழும் 'எப்படியோ'க்களில் எல்லாமே அந்த நறுமணம் ஒரு நுண்ணிய பங்கை வகிக்கிறது என்பதே இந்நாவலின் மையச்சரடாகும். அதாவது தன் சுய இயல்புகளால் வழிநடத்தப்படாத மனிதர்களின் கதை இது. ஒவ்வொருவரும் இயல்பாக அவர்கள் எதைச் செய்வார்களோ அதற்கு நேர் மாறான ஒன்றை மிக ஆழத்திலிருந்து எழும் ஒன்றின் மூலம் தூண்டப்பட்டு செய்கிறார்கள். சதாசிவப் பண்டாரத்தை இட்டுச்செல்லும் நீலகண்டம் என்ற நாய் போல மனிதர்களை அவர் களுடைய உள்ளுணர்வுகள் இட்டுச்செல்கின்றன, அறியாத திசை களுக்கு.

அர்த்தமில்லாத ஓர் ஆட்டக்களத்தில் புதிரான அகக் காரணங் களுக்காக அலையும் காய்கள் போல இருக்கின்றனர் இம்மனிதர்கள். காமம் போலவே கசப்புக்கும் விளக்கம் இல்லை. அனைத்தையும் பணயம் வைத்து பத்ரகிரியுடன் கூடும் தையல்நாயகிக்கு விரைவிலேயே

அவன் மீது கடும் துவேஷம் உருவாகிவிடுகிறது. ஆம், 'எப்படியோ'தான்.

அதைத்தான் நாவல் மனித அகத்தின் இரவு என்கிறது. "யாவரின் சுகதுக்கங்களும் அறிந்த இரவு ஒரு ரகசிய நதியைப்போல முடிவற்று எல்லா பக்கங்களிலும் ஓடிக்கொண்டே இருந்தது. அதன் சுகந்தம் எப்போதும்போல உலகமெங்கும் நிரம்பியிருந்தது" என முடிகிறது இந்நாவல்.

மனிதர்களை அலைக்கழிக்கும், ஆட்கொள்ளும், வழிநடத்தும், வெறுக்கவும் விரும்பவும் வைக்கும் அறிய முடியாமையைப்பற்றிய நாவல் *யாமம்*.

யாமம்

இரவால் கோர்க்கப்பட்ட கதைகள்

சமயவேல்

எஸ்.ராமகிருஷ்ணனின் புதினம் *யாமத்தை* வாசித்துக்கொண்டிருந்தபோது கி.ராஜநாராயணனின் *கோபல்ல கிராமம்*, ஒரு கர்ண பரம்பரைக் கதைகளின் தொகுப்பு என அன்றைய புத்திலக்கியப் பரப்பால் ஒதுக்கப்பட்டது ஞாபகம் வந்தது. எனவேதான் 'யாமம்' பற்றிய இந்த எழுத்தாடலை ஒரு வாசகத் தளத்திலிருந்து தொடங்க விரும்புகிறேன்.

விதம் விதமாகக் கசியும் இருளுக்குள் ஏராளமான கதைகள் மெல்லிய குரலில் வெளிப்படுகின்றன. இருட்டுக்குள் குளிருக்குள் போர்வையைப் போர்த்திக்கொண்டு ஆளுக்கொரு கதை சொல்லிய இரவுகள் அழிந்துவிட்டன. யாமத்தின் கதைகள் பல்வேறு பாதைகளில் கட்டுக்கடங்காமல் விரிந்துகொண்டே செல்கின்றன. பிரம்மாண்டமான பரப்பில் பல்வேறு தளங்களில் தோன்றும் எல்லா மனிதர்களும் இரவிடம் அகப்பட்டு அலைக்கழிந்து இருளாகிவிடுகிறார்கள்.

கடந்த காலத்தில் காலூன்றிய புனைவுகளின் வசீகரம் மொழியின் உச்சபட்ச அழகியல் வீச்சுக்களை உள்ளிழுத்துக்கொண்டு ஒரு விசித்திரப் பெருங்கனவாக, புதினமாக மாறிவிடுகிறது. என்றோ இறந்த நிகழ்வுகள் நூற்றாண்டுகளைக் கடந்து ஒரு புதிய மனிதனின் கனவுக்குள் நுழைந்து அவனது நினைவுகளை விழுங்கி நமது சித்தத்தைக் கலங்கடிக்க முனைகின்றன. மதராப்பட்டணமும் அது உருவான காலமும் வரலாறும் கதையும் பின்புலமாக அல்லாமல் யாமப் பெருங் கதையின் உயிர் அங்கங்களாகத் துடிக்கின்றன.

பெருந்துக்கங்களைத் தின்று வளர்ந்தவன் களிப்பின் நித்ய கரைகளை அடைந்துவிடுகிறான். மாறாக, களியாட்டங்களில் நீந்திக் களைத்தவர்கள் துக்கத்தின் இருளில் சறுக்கி மூழ்கி புதைந்து போகிறார்கள்.

யாமம் புதினம் முழுதும் இப்படி மூழ்கிப் புதைந்தவர்களே ஏராளம். அப்துல்கரீம், அவனது மூன்று மனைவிகள், சந்தீபா, பத்திரகிரி, தையல்நாயகி, விசாலா, சட்டநாதன், திருச்சிற்றம்பலம், சற்குணம் மற்றும் புதினத்தின் பின்புலமாக இருக்கும் வரலாறு. எல்லாரும் பரிதாபகரமாக வீழ்ந்துவிடுகிறார்கள். தமிழக நாட்டுப்புறப் பெருங்கதை களின் சோகம் *யாமம்* புதினத்தையும் பீடித்துக்கொள்கிறது.

II

இரவின் தாழ்வாரங்களில் நடந்து திரிந்து அதன் விசித்திரங்களை அறிந்த அப்துல்கரீமின் கதை புதினத்தின் முற்பகுதியைக் கட்டமைக் கிறது. இரவை சிருஷ்டிக்கும் சூட்சுமம் விரல் வழியாக யாமம் என்னும் வாசனைத் திரவியம் ஆகிறது. பெரும் வெற்றிகளை அடைந்து செல்வந்தராகி மூன்று திருமணங்கள் செய்துகொள்கிறார். ஆனால் பேரருளாளனின் கருணை ஆற்றலால் மூன்று மனைவிகள் இருந்தும் கரீமுக்கு ஆண் வாரிசு இல்லாமல் போகிறது. குதிரைப் பந்தயத்தில் எல்லாப் பணத்தையும் இழந்த அப்துல்கரீம் ஒரு விடிகாலைப் பொழுதில் வீட்டை விட்டு வெளியேறி மறைந்து போகிறார். ஆண் வாரிசு வழி தொடர்ந்த நறுமணம் காணாமல் போகிறது. 'வாசனை களின் திறவுகோல்' என்ற ரோஜாத் தோட்டம் அழிந்து போகிறது. மூன்று மனைவிகளின் வாழ்வும் பெரும் போராட்டமாக சின்னாபின்ன மாகிவிடுகிறது. ஏழுகிணறு பகுதியில் பரவிய காலரா பீதியூட்டுகிற பெரும் நிகழ்வாக எஸ்.ராமகிருஷ்ணனின் எழுத்தில் ஆவணமாகிறது.

அப்துல் கரீமின் கதைக்குள்ளேயே பத்திரகிரி, திருச்சிற்றம்பலம் என்ற சகோதரர்களின் கதை செருகப்படுகிறது. பத்திரகிரியின் தம்பி திருச்சிற்றம்பலம் கணிதம் பயில லண்டன் சென்றுவிட, அவனது மனைவி தையல்நாயகி பத்திரகிரியின் வீட்டில் விடப்படு கிறாள். தையல்நாயகிக்கும் பத்திரகிரிக்கும் ஏற்பட்டுவிடும் உறவு அந்தக் குடும்பத்தின் எல்லா இனிமைகளையும் சிதைத்துவிடுகிறது. திருச்சிற்றம்பலத்தின் லண்டன் அனுபவங்கள், உல்லாசப் பிரியனான அவனது நண்பன் சற்குணம் புரட்சிக்காரனாகும் கதை என புதினத் தின் பரப்பு விரிந்துகொண்டே போகிறது.

யாமத்தின் இருளோடு தைக்கப்பட்ட இன்னொரு கதை கிருஷ்ணப் பக் கரையாளரையும் அவரது தோழி எலிசபத்தையும் பற்றியது. கிருஷ்ணப்பாவும் மதராபட்டணத்தில் வேசையாக இருந்த எலிச பத்தும் மேல்மலைக்கு வருகிறார்கள். மேல்மலைக்காடு, எலிகளைப் போல் அலையும் அவர்கள் இருவரையும் முற்றிலுமாக மாற்றிவிடுகிறது. கிருஷ்ணப்பக் கரையாளர் சொத்துக்களையெல்லாம் விட்டுக் கொடுத்து விட்டு சாந்தமடைகிறார். மேல்மலைச் சரிவுகளைத் தேநீர் பயிரிட குத்தகைக்கு விட்ட பணத்தில் லண்டனுக்குப் புறப்படுகிறாள் எலிசபத். துக்கத்தைத் தின்று வளர்ந்த இருவரும் சாந்தி அடைகிறார்கள்.

திருச்சிற்றம்பலம் மட்டும் எதிலும் அகப்பட்டு விடாமலும் வீழ்ந்து விடாமலும் தப்பித்து வருகிறான். கணிதமும் தையல்நாயகியின்

நினைவும் லண்டனில் அவனது எல்லாத் துயரங்களையும் தாங்கிக் கொள்ள வைக்கின்றன. லேடி ஆண்டர்சனின் பேரன்பு அவனைக் காப்பாற்றுகிறது. எண்ணும் இயந்திரத்தைக் கண்டுபிடித்த அவன் கப்பலின் மேல் தளத்தில் நின்று கடல் மீன்களை எண்ணியபடி இந்தியா வந்தடைகிறான். ஆனால் மதராபட்டணத்தில் நடந்து முடிந்திருக்கும் நிகழ்வுகளைக் கண்டு தவறு எங்கிருந்து துவங்கியது என்ற கணக்கிற்கு விடை தெரியாமல் குழம்புகிறான். எல்லாம் கைவிட்டுப் போய்விட்டது என்ற கசப்போடு திருச்சிற்றம்பலமும் இருளில் கரைந்துவிடுகிறான். முழுமொத்த நல்ல மனிதனுக்கும் தவறுகளில் சறுக்கித் தத்தளிக்கிற மனிதனுக்கும் பெரிய வித்தியாசம் இல்லை. வாழ்வின் கணக்கு வரையறுக்க முடியாத சூத்திரங்களில் சுழல்கிறது. இப்பகுதி கணித மேதை ராமானுஜத்தின் கதையை ஞாபகப்படுத்துவது நெருடலாக இருக்கிறது.

III

இந்தப் புதினத்திற்குள் பொதிந்து வைக்கப்பட்டிருக்கும் பிரதான ஊடுருவல் என சதாசிவப் பண்டாரம் & நீலகண்டம் என்ற நாய் இணையின் பயணத்தைக் கூறலாம். முதல் முதலாக ஒரு அசலான தமிழ்ப் பண்பாட்டுப் புனைவைப் புதினமொன்றில் படிக்கிறோம். யாமத்தின் பெரும் நிகழ்வுகள், போராட்டங்கள், துயரங்கள், களியாட்டங்கள் எல்லாவற்றையும் ஊடறுத்துக் கொண்டு பண்டாரமும் நாயும் ஓடிக்கொண்டிருக்கிறார்கள். என்னென்னவோ நிகழ்கிறது. ஒரு பெண்ணிடம் கூட சிக்கிக் கொள்கிறார். பண்டாரத்திற்கும் அந்தப் பெண்ணுக்கும் பிறந்த குழந்தை ஆணா பெண்ணா என்று கூடத் தெரியவில்லையே எனப் புலம்புகிறார். ஆனால் நாய் அவரை உலக வாழ்விலிருந்து பிடுங்கியெடுத்து தரதரவென்று இழுத்துக் கொண்டு ஓடுகிறது. தொடர்ந்து ஓடி ஓடி நடந்து நடந்து இருவரும் எல்லாவற்றையும் கடந்துவிடுகிறார்கள். 45ஆம் அத்தியாயத்தில் இருவரும் பட்டினத்தடிகள் சமாதிக்கு வந்து சேர்கிறார்கள். மடம் ஒன்றுக்குள் நுழைந்து திரையிட்டுக்கொள்ளும் சதாசிவப் பண்டாரத்தின் வாழ்வு எரியும் ஐந்துமுக விளக்கும் அத்தரின் வாசனையுமாக ஒரு கதையாகி முடிகிறது. அடுத்த அத்தியாயங்களில் பிரதானக் கதையின் முடிவும் இதே போன்று அர்த்தமற்ற பெருஞ்சூன்யமாய் முடிகிறது.

காவியசோகம் என்பது ஒரே சொல்தான். ஒளியிலிருந்து இருளுக்கு ஆனந்தத்திலிருந்து துக்கத்துக்கு என எல்லாத் திருப்பங்களிலும் சோகம் இருளென மனிதனை அப்பிக் கொள்கிறது. துக்கம் ஞானிகளை உருவாக்குகிறது. ஆனால் துக்கமும் ஆனந்தமும் இடம் மாறுகிற திருப்பங்களில் நின்றபடி கலைஞன் கைகொட்டிச் சிரிக்கிறான். அவனை ஒரு பைத்தியம் என்றும் நீங்கள் அழைக்கலாம்.

IV

கடந்த காலத்தில் காலூன்றிய புனைவுகள் கடந்த காலத்தின் விழுமியங்களையே கொண்டிருப்பதுதான் இயல்பு. யாமம் படித்து முடித்ததும் நமக்குள் பெருகும் துக்கத்திலிருந்து கொஞ்சம் வெளியே வந்தால் ஏதோ ஓர் ஏமாற்றம் நமக்கு ஏற்படுகிறது. அதற்கான காரணம் புதினத்தின் வீச்சுக்களாக வெளிப்படும் கடந்தகால விழுமியங்களை ஏற்றுக்கொள்ள மறுக்கும் நமது நவீன மனம்தான். பத்திரகிரிக்கும் தையல்நாயகிக்கும் நிகழ்ந்த உறவை ஓர் உயிரியல் நிகழ்வாக மட்டுமே நவீன நுண்பண்பாட்டுத் தளத்தில் கருத முடியும். சறுக்கல், தகாத உறவு, குற்றவுணர்வு என்ற சொல்லாடல்கள் நம்மை அழுத்திக் கொண்டிருக்கும் மரபுப் பண்பாட்டிலிருந்து கிளம்பும் புகைகள். நிகழ்காலப் புதினமொன்றில் திருச்சிற்றம்பலம் ஒரு புதிய வாழ்வைத் தேர்ந்தெடுத்துக்கொள்ளும் சாத்யம் ஏற்படலாம். விசாலா தன் இதயத்தின் நல்லோரத்தை விரிவுபடுத்தி பத்திரகிரியைப் புரிந்து கொள்ளலாம். குற்றவுணர்வால் ஏற்படும் மனநோயிலிருந்து தையல் நாயகி தப்பித்துவிடலாம்.

இதெல்லாம் என்ன? கடந்தகால வாழ்வை நவீனப் புதினமாக்குவதின் கால முரண் படைப்பாளியைக் கத்திமேல் நடக்க வைக்கிறது. சமீபத்தில் சல்மன் ருஷ்டி அக்பரின் கற்பனைக் காதலியைப் பற்றி ஒரு புதினம் எழுதி எல்லா விமர்சகர்களிடமும் திட்டு வாங்கிக்கொண் டிருக்கிறார். வரலாறே பல சமயங்களில் பெரும் சர்ச்சைக்குள்ளாகி விடுகிறது. பண்பாட்டின் நுண் வரலாறு தமிழில் இன்னும் எழுதப் படவே இல்லை. *யாமம்* கடந்த இரு நூற்றாண்டுகளின் தமிழகப் பண்பாட்டு நுண் வரலாறு ஆகிவிட்டது, இப்போதைக்கு.

யாமம்

நாவலுக்குள் ஐந்து நாவல்கள்

தமிழ்மகன்

பகலை அப்படியே புரட்டிப் போட்டுவிடுகிறது இரவு. விழித்துக் கொண்டிருந்த மனிதர்கள் தூங்குகிறார்கள். இது வெளிப்படையான வித்தியாசம்.

இரவை உரித்துக்கொண்டே போகலாம். நல்லவர்களாக இருந்த பலர் கெட்டவர்களாக உருமாறுவார்கள். ஒழுக்கம் சற்றே வழுக்கும். நெறிமுறைகள் நகர்ந்துகொள்ளும். சபலங்கள் கண்விழிக்கும். இரவு மனதின் விருப்பத்துக்கு நெகிழ்ந்து கொடுக்கும் தன்மையை உடையதாக இருக்கிறது. வெளிச்சம் குறைவது பலருக்குப் பாதுகாப்பாக இருக்கிறது.

ஞானிகளுக்கோ அதுதான் தத்துவார்த்த சிந்தனையைச் செதுக்கும் நேரமாக இருக்கிறது.

நாவலில் அப்துல் கரீமின் கனவில் வந்து பக்கீர் சொல்கிறார். "கரீம், சொல்லின் வழியாக இரவை அறிந்துகொள்ள முடியாது. பகலும் இரவும் ஒன்றுக்கொன்று எதிரானதும் அல்ல, உறவானதும் அல்ல. பகல் தீட்டும் சித்திரங்கள் யாவையும் இரவின் கரங்கள் அழித்து மறுஉருவாக்கம் செய்கின்றன."

எஸ்.ராமகிருஷ்ணனின் கவித்துவமான நடையில் நாவல் நகர்கிறது. மானிடர் என்ற மாபெரும் கூட்டத்தின் நறுக்குகளாக சில பிரதிநிதிகளை நாவலின் கதாபாத்திரங்களாகத் தேர்ந்தெடுக்கிறார் எஸ்.ராமகிருஷ்ணன்.

ஐந்து நாவல்களைக் கலைத்துப் போட்டுச் சேர்த்தது மாதிரியான உத்தியொன்று நாவலில் கையாளப்பட்டிருக்கிறது. அதாவது ஐந்து நாவல்களை எடுத்துக்கொண்டு, முதல் நாவலில் இருந்து ஒரு முதல் அத்தியாயம், இரண்டாவது நாவலில் இருந்து முதல் அத்தியாயம், மூன்றாவது நாவலில் இருந்து முதல் அத்தியாயம், நான்காவது

நாவலில் இருந்து முதல் அத்தியாயம், ஐந்தாவது நாவலில் இருந்து முதல் அத்தியாயம் என்று அடுக்க வேண்டும். அப்படியே அந்த நாவல் களின் இரண்டாவது அத்தியாயங்கள். அப்படியே மூன்றாவது நான்காவது அத்தியாயங்கள். இந்த நாவல்களின் கதாபாத்திரங்கள் ஒவ்வொருவரும் தங்கள் அடுத்த நாவல் அத்தியாயத்தின் கதாபாத்திரங் களோடு ஒருபோதும் கலப்பதில்லை. முழுநாவலிலும் மறந்தும்கூட அது நடந்ததாகத் தெரியவில்லை.

ஒவ்வொன்றும் ஒவ்வொரு ரயில் தடம்போல போய்க்கொண்டிருக் கிறது. ஆனால் இதை ஒரு நாவலாக மாற்றுவது இரவு, யாமம். இன்னும் சரியாகச் சொல்லப் போனால் இரவின் தரிசனமான காமம்.

கதை ஒன்று:

பனி பொழியும் குளிர். இரவு கிழட்டுக் குதிரை போல அலைந்து கொண்டிருந்ததாகச் சொல்கிறார் ராமகிருஷ்ணன். அது பதினேழாம் நூற்றாண்டின் மையம். கம்பெனியார் இந்தியாவில் தங்களை நிலை நிறுத்திக்கொள்வதற்கான ஒப்பந்தம் கையெழுத்தாகிறது. பிரான்சிஸ் டே இந்தியாவில் தம் கோட்டையை அமைக்க இடம் தேடுகிறான். இன்றைய செயின்ட் ஜார்ஜ் கோட்டை இருக்குமிடம் அவனுக்குப் பிடித்துப் போகிறது. கிளாரிந்தா என்ற வேசை அவனுக்குப் பரிச்சய மாகிறாள். இது வரலாறும் கற்பனையும் கைகோர்க்கும் இடமாக இருக்கலாம்.

கிளாரிந்தா நோய்வாய்ப்படுகிறாள். அவளைக் காக்க இந்திய மருத்துவமுறையை நாடுகிறார்கள். வைத்தியமும் நோயின் தீவிரமும் போட்டி போடுகின்றன. இது சென்னையில் பிரிட்டிஷார் காலூன்றிய கதையை ஆரம்பித்து வைக்கிறது.

கதை இரண்டு:

அப்துல் கரீம் அத்தர் யாமம் என்ற செனட் தயாரித்து விற்பவர். ஆண் வாரிசு இருந்தால்தான் அதைத் தொடர்ந்து தயாரித்து அளிக்க முடியும் என்பது பக்கீரின் வாக்கு. அவருக்கு மூன்று மனைவிகள். ரஹ்மானி, ஹபீசா, சுரையா. இரவும் பகலும் அவருக்குக் காமம் சாத்தியப்படுகிறது. வாசனை திரவியத்தோடு சம்போகிக்கிறார்கள். ஆனால் யாருக்குமே ஆண் வாரிசு வாய்க்கவில்லை. அவர் குதிரை ரேஸ் பிரியாரகி சொத்து சுகத்தையெல்லாம் இழந்து திடீரென்று காணாமல் போகிறார். மனைவிமார்கள் மீன் வியாபாரம் செய்கிறார் கள். பிஸ்கட் கடையில் வேலை செய்கிறார்கள். சென்னையில் காலரா காலத்தில் அவதியுறுகிறார்கள்.

கதை மூன்று:

கிருஷ்ணப்ப கரையாளர் பெரும் தனவந்தர். கூடவே சொத்துப் பிரச்சினை. சென்னை இம்பாலா ஹோட்டலில் தங்கியிருந்து வழக்கு வேலைகளில் ஈடுபட்டுக்கொண்டிருக்கிறார். எலிசபெத் என்ற வேசையுடன் தன் தனிமைக்குத் தீர்வு காண்கிறார். தமக்குச் சொந்தமான மேல்மலைக்கு அவளை அழைத்துச் செல்கிறார். அடர் காடு. விதவிதமான தாவரங்கள். இயற்கை. விலங்குகள். அவர் இயற்கையால் வசீகரிக்கப்பட்டு, தன் சொத்துக்கள் அனைத்தையும் எலிசபெத்துக்கே எழுதி வைத்துவிடுகிறார். அவள் பிரிட்டனுக்குப் போய் வருவதாகக் கிளம்பிச் செல்கிறாள். பின்னாளில் அந்த மலைப் பகுதி தேயிலைத் தோட்டங்களாக மாறப்போவதை அவள் அப்போது யோசித்து வைத்திருக்கவில்லை.

நான்காம் கதை:

பத்ரகிரி விசாலா, திருச்சிற்றம்பலம் தையல் கதையிது. பத்ரகிரியும் திருச்சிற்றம்பலமும் சகோதரர்கள். திருச்சிற்றம்பலம் கணித மேதை. லண்டனுக்குச் சென்று ஆய்வுப்படிப்பைத் தொடர்கிறான். அவனுடைய மனைவி பத்ரகிரியின் வீட்டில் தங்கியிருக்கிறாள். பத்ரகிரிக்கும் தையலுக்கும் காமம் பற்றிக் கொள்கிறது. குடும்பம் சிதைகிறது. தம்பி படிப்பை முடித்துவிட்டு வரும்போது தையல் மனச்சிதைவுக்கு ஆளாகி இருக்கிறாள்.

ஐந்தாம் கதை:

சதாசிவ பண்டாரம் ஒரே மகனாகப் பிறந்து ஆன்மிகத் தேடலில் வீழ்ந்தவன். அவனை ஒரு நாய் வழி நடத்துகிறது. அது செல்லும் இடம்தோறும் செல்கிறான். அது தங்குகிற இடத்தில் தங்குகிறான். அது மலையோரக் கிராமம் ஒன்றில் தனித்திருக்கும் கனகாவின் வீட்டின் முன் தங்குகிறது. எடுபிடி வேலைகள் செய்து கொண்டு அங்கே தங்கியிருக்கிறான் பண்டாரம். ஒருநாள் இரவு கனகா அவனருகில் வந்து படுத்துக் கொள்கிறாள். உறவு கொள்கிறார்கள். அவளிடம் மரிக்கொழுந்து வாசனை வீசுவதை அறிகிறான். கர்ப்பம் தரிக்கிறாள். குழந்தை பிறக்கும் நேரத்தில் நாய் அங்கிருந்து புறப்பட்டு விடுகிறது. வள்ளலார் போல ஓர் அறைக்குள் பூட்டிக் கொள்கிறான். அவன் காற்றில் கரைந்து போய்விட்டதாக மக்கள் பேசிக்கொள்கிறார்கள்.

இந்த ஐந்து கதைகளும் காமமெனும் மெல்லிய கண்ணுக்குத் தெரியாத இழையால் கட்டப்பட்டிருப்பதை அறிய முடிகிறது. இவற்றை ஒரு நாவலாக்குவது அதுதான்.

இந்த ஐந்து கதைகளிலும் வாரிசு தேவைக்காக, தனிமையை நிரப்புவதற்காக, இச்சைக்காக, பரிதாபத்துக்காக என்று காமம்

வெவ்வேறு மனச்சித்திரமாக இந்த நாவல் முழுதும் உணர்த்தப்பட்டிருக்கிறது. பல நேரத்தில் காமத்தை ஒரு வாசனையின் அடையாளமாக சொல்லியிருப்பதும்கூட ஐந்தையும் இணைக்கும் ஆதாரமாகக் கருத வேண்டியிருக்கிறது. ராமகிருஷ்ணன் இப்படி உத்தேசிக்காமலேயேகூட இதை எழுதியிருக்கலாம். அதை வாசகன் வியாக்யானத்தால் கண்டெடுக்கிற சுவை அம்சமாக இருந்தாலும் மகிழ்ச்சிதானே?

மீ புனைவைப்போல அப்துல் கரீமின் கனவில் பக்கிர் பேசுவதாக ஆரம்பமாகும் நாவல், அடுத்து லண்டன் மாநகரில் இந்தியாவில் வர்த்தக உரிமை வேண்டி மகாராணியின் அரண்மனையின் முன் நிற்கும் இங்கிலாந்து வணிகர்களின் கோரிக்கையோடு வரலாற்றுச் சூட்டை ஏற்றிக்கொள்கிறது.

நாவலில் அதன் கவித்தனத்தோடு ஆங்காங்கே தரப்பட்டிருக்கும் சரித்திர ஆதாரங்கள் பிரமிப்பானவை. இங்கிலாந்தின் 17ஆம் குளிர் இரவையும் தெருக்களையும் கற்பனை செய்வது அபாரம். அது முழுக்கவே கற்பனையால் மட்டுமே சாத்தியமாக்க வேண்டிய கட்டாயம். அதற்கு இதேபோன்ற காலகட்டத்தைக் காட்டும் ஓவியங்களும் சினிமாக்களும் நூல்களும் பக்கபலமாக இருந்தாலும் ராமகிருஷ்ணன் தீட்டும் காலச் சித்திரம் மலைக்கவைக்கிறது.

தி கிராண்ட் விர்த் சர்க்கஸ் சென்னையில் நடைபெறுவது, அதில் தையல் காணாமல் போய் பத்ரகிரி தேடிக் கண்டுபிடிப்பது, பொப்பிலி ராஜாவுக்குச் சொந்தமான நிலத்தில் குத்தகையெடுத்துதான் சர்க்கஸ் நடைபெற்றதாகக் கூறுவது போன்ற பல்வேறு தகவல்கள் நாவலின் சம்பவங்களுக்கும் சரித்திர பின்னணியை விளக்குவதற்கும் பொருந்தி வந்திருக்கிறது. பத்ரகிரி நிலவியல் வரைபடம் தயாரிக்கும் பணியாளனாக இருப்பதால் பரங்கிமலையிலிருந்து ஆரம்பமாகும் பணியின் ஆரம்பக்கட்ட வேலைகளை அழகாக விவரிக்கிறார். சூரத்தில் வந்து இறங்கும் நில அளவீடு செய்வதற்கான தியோலைட் கருவி, அதை ஏற்று நடத்தும் லாம்டன் துரை, இம்பாலா ஓட்டலில் இருந்த இரண்டு பனைமரங்கள், பாப்பாத்தி கிணறு, மதராப்பட்டணம் கறுப்பர்களுக்கும் வெள்ளையர்களுக்குமாக பிரிந்து கிடந்த வரலாறு, காலரா வியாதி, சென்னையில் ஏற்பட்ட பஞ்சம் என நாவல் முழுதும் கொட்டிக் கிடக்கின்றன சென்னையின் வளர்ச்சியைச் சொல்லும் தகவல்கள்.

ஒவ்வொரு கதாபாத்திரத்தின் குணாதிசயத்தையும் எஸ். ராமகிருஷ்ணன் அறிமுகப்படுத்துவது ரசனையின் உச்சம். சாப்பாட்டு பித்துப் பிடித்த சுரையா, எதைக் கொடுத்தாகிலும் மகிழ்ச்சியை அடையத் துடிக்கும் கிருஷ்ணப்ப கரையாளர், ஆடம்பரப் பிரியனாக இருந்து சுதந்திரப் போராட்டத்தில் தன்னை ஈடுபடுத்திக் கொள்ளும் சற்குணம், வெளிநாட்டில் இருக்கும் கணவனைப் பிரிந்து வாழும் தையல், தன்னைவிட்டுப் பிரிந்துவிடக்கூடாது என்று ஆரம்பத்தில் பொஸஸிவாக இருந்து பிறகு அதை ஏற்றுக்கொள்ளும் விசாலா... என

ஒவ்வொரு பாத்திரத்தின் பல்வேறு உளவியலின் வெளிப்பாடாகப் பார்க்க முடிகிறது.

கதாபாத்திரங்கள் ஒவ்வொன்றும் தங்களின் திருப்திக்காக ஒவ்வொரு அம்சங்களைப் பணயம் வைக்கிறார்கள். தையல் கற்பைப் பணயமாக்குகிறாள். கிருஷ்ணப்ப காரையாளர் சொத்தை, சதாசிவ பண்டாரம் பந்தத்தை, திருச்சிற்றம்பலம் தன் சுகத்தை என ஒன்றை அடைய ஒன்றை இழந்து. அந்தச் சுழல் தொடர்ந்து கொண்டேயிருக்கிறது. நாவல் முடிந்த பிறகும் தொடர்ந்து கொண்டிருக்கும் உணர்வாக அது நம்மிடம் தங்கிவிடுகிறது.

எல்லோருடைய கணக்கிலும் ஆரம்பத்திலோ முடிவிலோ ஒரு பிழை ஏற்பட்டிருப்பதை உணர முடிகிறது. மனித திட்டங்களுக்கும் எதிர்பார்ப்புகளுக்கும் வெளியே இருக்கிற எதார்த்தத்தை அழகான பின்னலாக வெளிப்படுத்தும் நாவல்.

யாமம்

கூடிக் கதை பேசும் மிகு சுடர்கள்

ஜெகதீஷ் குமார்

உயிர்மை வெளியீடாக வந்திருக்கும் எஸ். ராமகிருஷ்ணனின் நாவலான *யாமம்* சமீபத்தில் வாங்கி வந்து வாசித்தேன். ஏற்கனவே *கதாவிலாசம், அயல் சினிமா* போன்ற நூல்களை வாசித்திருப்பினும் அவரது புனைகதை ஒன்றைப் படிப்பது, (சில சிறுகதைகள் தவிர்த்து) இதுவே முதல். அறிமுகமே தேவையில்லாத எழுத்தாளர் எஸ்.ரா. கீழைத்தேய மரபையும், மேற்கத்திய கலாசாரம் அதில் ஊடுருவுவதையும் வைத்து அவர் எழுதியுள்ள நாவலான *யாமம்* ஒரு புதுமையான வாசிப்பனுபவத்தைத் தருகிறது.

கிராமங்களில் ஒவ்வொரு வீட்டிலும் உள்ள மக்கள் உறங்கச் சென்றபின் அவ்வீட்டின் விளக்குகளின் சுடர்கள் அனைத்தும் ஒன்று கூடி அம்மனிதர்களின் குண இயல்புகளையும், ஆசைகளையும், ஏக்கங்களையும் பற்றி உரையாடி விட்டுத் திரும்புகின்றன என்று நாவலின் முன்னுரையில் எஸ்.ரா. குறிப்பிடுகின்றார். அந்தச் சுடர்களைப் போலவே சற்று நேரம் பரிமளத்தோடு இருந்து மறைந்துபோன மனிதர்களின் கதைகளின் தொகுப்பாகத்தான் யாமம் இருக்கிறது. யாமம் என்பது ஒருவகை அத்தரின் பெயர். எந்நேரத்திலும் இருளைக் கவிய வைக்கும், காமத்தை தூண்டும் வல்லமை கொண்டது யாமம். நாவலின் பெயர்தான் யாமமே தவிர, இது யாமம் என்கிற அத்தர் பற்றின கதை அல்ல.

நாவல் நான்கு பெருங்கதைகளின் தொகுப்பாக இருப்பினும் அவற்றின் கதைமாந்தர்களில் பெரும்பாலானவர்களை இணைக்கும் மெல்லிய சரடாக யாமம் என்கிற அத்தர் இருக்கிறது. வெளிப்படை

யாகப் பார்க்கும்போது நான்கு தனிக் கதைகளைப் படிப்பது போலவே இருப்பினும் ஆழ்ந்த வாசிப்பில் கதை மாந்தர்களுக்கிடையே ஊடாடும் ரகசியங்களின், குணஇயல்புகளின், மனத்திரிபுகளின் ஒற்றுமைகளை ஒப்பிட்டுப் பார்ப்பது சுவாரசியமாக இருக்கிறது.

பத்தொன்பதாம் நூற்றாண்டில் ஆங்கிலேயர்கள் நம் நாட்டுக்குள் வணிகம் செய்வதற்காக நுழைந்ததும், அதன் பின்னர் அவர்கள் சிறிது சிறிதாக நில ஆக்கிரமிப்புகளைச் செய்து குடியேற ஆரம்பித்ததும் நாவலின் துவக்கத்தில் சொல்லப்படுகின்றன. இந்தியாவிலிருந்து மிளகு இறக்குமதி செய்வதற்காய் மகாராணியிடம் அனுமதி கேட்டு இந்தியா வருகின்றனர் வெள்ளையர்கள். அனுமதி கேட்பவர்களிடம் மகாராணி இந்தியாவில் உள்ள நீலக்கிளிகள் அனைத்தும் தனக்கு வேண்டுமென்றும் அவற்றின் இறகுகளைத் துண்டித்து மேலாடை செய்துகொள்ள வேண்டுமென்றும் சொல்கிறாள். அப்படியே இறக்கை முளைத்த வெள்ளை நிற யானைகளையும் கொண்டுவரச் சொல்கிறாள்.

வெள்ளையர்கள் வரும் இடத்தில் ஷாஜஹானின் மகளுக்குத் தீ விபத்தில் முகத்தில் ஏற்பட்ட காயத்தை ஒரு ஆங்கிலேயன் குணப்படுத்த, மகிழ்ந்து போன ஷாஜஹான், அவர்களுக்கு இந்தியாவில் வணிகம் செய்யும் உரிமையை அளிக்கிறான். ஆங்கிலேயர்கள் கடலோரம் குடியிருந்த மீனவ இன மக்களை வன்முறையாக வெளியேற்றி அங்கு குடியேறுகிறார்கள். ஒரு பரத்தையைப் போல் எல்லாரையும் மகிழ்வித்துக் கொண்டும் ஆனால் தன் துக்கத்தை வெளிக்காட்டிக் கொள்ளாமலும் மெல்ல மெல்ல மதராப் பட்டினம் உருவாகிறது.

யாமம் ஒரு புனைகதையை வாசிப்பது போன்ற அனுபவத்தை தரவேயில்லை. பட்டணத்து வாசிகளின் சரிதம் என்கிற தலைப்பில் மதராப்பட்டணத்தைச் சுற்றி வாழ்ந்த மனிதர்களின் வாழ்வும், வீழ்ச்சியும், ஏக்கங்களும், ஆசைகளும், உறவுப் பிறழ்வுகளும், நம்பகமான வரலாற்றுக் குறிப்புகளைப் போல அப்படியே பதிவு செய்யப்பட்டிருக் கின்றன. அக்குறிப்புகளின் வாயிலாகவும், தனது எளிமையானதும், நேரடியானதும், குறியீட்டுத் தன்மை கொண்டதுமான மொழிநடையின் உதவியோடும் எஸ்ரா. தன் பார்த்த உலகத்தை நமக்கு அறிமுகப்படுத்து கிறார். நம்மீது ஆதிக்கம் செலுத்தியவர்கள் என்ற நிலையைத் தாண்டி நமக்கும் ஆங்கிலேயர்களுக்கும் இருந்த உறவு விவரிக்கப்படு கிறது.

அப்துல் கரீம் என்ற வணிகர்தான் நகரத்துப் பிரமுகர்கள் பலரும் உபயோகிக்கும் யாமம் என்ற அத்தரைத் தயாரிக்கிறார். அதைத் தயாரிக்கும் ரகசியம் அவருக்கு மட்டுமே தெரிந்திருந்தது. அவரது குடும்பத்துக்குப் பதினாலு தலைமுறைகளாக அல் அசர் முசாபர் என்ற பக்கீர்தான் வழிகாட்டி வருகிறார். அவர் யார் முன்பும் தோன்றியதில்லை. அக்குடும்பத்தின் மூத்த ஆண்மகனின் கனவில் தோன்றி வழி நடத்துவார். பல தலைமுறைகளுக்கு முன்பாக கரீமின் முன்னோரான மீர்காசிமின் கனவில் முதன்முறையாகத் தோன்றி

மர்மமானதும் புதிரானதுமான பல கேள்விகளைக் கேட்கிறார் பக்கீர். அக்கேள்விகள் பல்வேறு தத்துவ அடுக்குகளைக் கொண்டதாக இருக்கின்றன. பதில்களுக்கான தேடல் மீர்காசிமுக்குப் பல்வேறு புரிதல்களை உண்டாக்குகிறது. வாசனையை அதன் ஊற்றுக் கண்ணி லேயே கண்டுபிடித்துவிடும் திறமை படைத்த காசிமுக்கு யாமம் தயாரிக்கும் ரகசியத்தைச் சொல்கிறார் பக்கீர். அதன்பின் தலைமுறை தலைமுறையாக யாமம் தயாரிக்கும் ரகசியம் அந்தக் குடும்பத்து ஆண்களிடம் மட்டுமே இருந்து வருகிறது.

ஆண் வாரிசு இல்லாத கரீம் மூன்றாவதாக ஒரு பெண்ணைத் திருமணம் செய்தும் பயனில்லை. யாமம் தயாரித்தல் தன்னோடே முடிந்துவிடுமோ என்று அஞ்சுகிறார். விரக்தியடைந்த அவர் மனம் அவரை சூதாட்டத்தில் ஈடுபட வைக்கிறது. சொத்தெல்லாம் இழக் கிறார். மூன்று மனைவியரையும் பிரிந்து எங்கோ சென்றுவிடுகிறார். மனைவியர் மூவரும் அவர் இல்லாது பட்டணத்தில் அல்லாடு கிறார்கள்.

மற்றொரு கதை, ஆங்கிலேயரின் நிலவரைபட ஆய்வுப் பணியிலிருக் கும் பத்ரகிரியினுடையது. சிறுவயதில் தாயை இழந்த அவன் தன் தம்பியைப் பாசமாய் வளர்க்கிறான். மேற்படிப்புக்காக லண்டன் அனுப்புகிறான். அவன் தம்பியின் மனைவி அவன் வீட்டில் இருக் கிறாள். பத்ரகிரியின் மனைவிக்குத் தெரியாமல் அவனுக்கும் தம்பி மனைவிக்கும் உறவு ஏற்படுகிறது. அவள் பத்ரகிரிக்கு ஒரு குழந்தையைப் பெற்றெடுக்கிறாள். பத்ரகிரியின் மனைவி அவனைப் பிரிகிறாள். இது எதுவுமே அறியாமல் லண்டனில் படிக்கும்போதே கணிதத்துறை யில் புகழ்பெற்று நாடு திரும்பும் அவன் தம்பி திருச்சிற்றம்பலத்துக்கு அதிர்ச்சி காத்திருக்கிறது.

திருச்சிற்றம்பலத்தின் லண்டன் வாசம் மூலமாக நமக்கு பத்தொன்ப தாம் நூற்றாண்டின் இங்கிலாந்து ஓர் அழகான ஓவியத்தைப் போலக் காணக் கிடைக்கிறது. லண்டன் மாநகரின் விஸ்தாரமான பழமை கொஞ்சும் பிரம்மாண்டமான தெருக்கள் மட்டுமல்லாது, அவற்றின் அழுக்கு படிந்த வீதிகள், அந்நகரில் உழைக்கும் கறுப்பின மக்களின் வலிகள், ஒடுக்கப்படுதலுக்கெதிராய் அவர்களது போராட்டங் கள் ஆகியன நம்முன் விரிகின்றன. திருச்சிற்றம்பலத்துடன் உடன் பயணம் செய்த சற்குணம் உழைக்கும் மக்களுக்கான போராட்டத்தில் கலந்துகொண்டு சிறை செல்கிறான். அவனுக்கு மரண தண்டனை கூடக் கிடைக்கலாம் என்று பேசிக்கொள்கிறார்கள். திருச்சிற்றம்பலம் தன் கணிதத் திறமையை லண்டனில் நிலைநாட்டி மிகுந்த புகழ் பெறுகிறான். அவனது பாத்திரப் படைப்பு எனக்குக் கணிதமேதை ஸ்ரீனிவாச ராமானுஜத்தை நினைவூட்டியது.

இன்னொரு கதை, சதாசிவப் பண்டாரத்தினுடையது. வாழ்வின்மீது பற்றற்ற பண்டாரம் வீட்டைத் துறந்து கோயில் வாசலில் போய் உட்கார்ந்து கொள்ளுகிறது. அம்மா வந்து அரற்றியும் மனம் இரங்குவ

தில்லை. நாய் ஒன்று பண்டாரத்தையே பார்த்துக் கொண்டு நிற்கிறது. நீ சோறு தின்று சோம்பிக் கிடக்கத்தான் சன்யாசியானாயோ? என்று அந்த நாய் கேட்பதைப் போலிருக்கவே, எழுந்து உறுதியுடன் நாயையே பின்தொடர்கிறது பண்டாரம். நாய் பண்டாரத்தைக் கிராமம் கிராமமாகக் கூட்டிச் செல்கிறது. ஒரு கிராமத்தில் பெண்ணொருத்தியுடன் அவருக்குத் தொடர்பு ஏற்படுகிறது. அவள் கர்ப்பமுறுகிறாள். நாய் அங்கிருந்து நகராததால், பண்டாரமும் அங்கேயே வீட்டு வேலைகளைச் செய்துகொண்டு தங்கிவிடுகிறது. அவள் பிரசவ வலியில் துடித்துக் கொண்டிருக்கும் வேளையில் நாய் அங்கிருந்து ஓடுகிறது. பண்டாரமும் அதன்பின்னேயே புறப்பட்டு விடுகிறது. நாய் அவரைப் பட்டினத்தார் சமாதியான இடத்துக்குக் கொண்டு வந்து சேர்த்துவிடுகிறது. ஒருநாள் பண்டாரம் களிப்போடு, குதித்துக் கொண்டாடியபடியே அருகிலிருக்கும் மடம் ஒன்றில் புகுந்து தாழிட்டுக்கொள்கிறது. அதற்கப்புறம் அடைத்த கதவு திறப்பதே இல்லை.

அடுத்த கதை. குடும்பச் சொத்தைக் காப்பாற்றுவதற்காய் பங்காளியிடம் போராடிக்கொண்டிருக்கும் கிருஷ்ணப்பக் கரையாளருடையது. ஆங்கிலோ–இந்தியப் பெண்ணான எலிசபெத்தை அழைத்துக் கொண்டு போய் மேல்மலையில் தங்கி இருக்கிறார். மலைவாசம் அவர் மனதை மெல்லக் கனியச் செய்கிறது. வழக்கு முடிந்தால் சொத்து முழுவதையும் இழந்து விடுவோம் என்று அவருக்குத் தெரிந்தே இருக்கிறது. இந்த மேல் மலையையாவது காப்பாற்றி விட வேண்டுமென்று உறுதியோடிருக்கிறார். பங்காளியிடம் சமாதானம் பேசி மேல்மலை தவிர அனைத்தையும் அவனுக்கே கொடுத்துவிடுகிறார். மேல்மலையை எலிசபெத்துக்கு எழுதி வைத்துவிடுகிறார். ஆங்கிலேயர் தேயிலை பயிரிடுவதற்கு அது ஒரு துவக்கமாக அமைந்து விடுகிறது.

மலையின் வசீகரங்களும்,காட்டின் ரகசியங்களும் எஸ்.ரா.வின் வர்ணனையில் உயிர் பெறுகின்றன. இரவை மட்டுமல்ல, வெயிலையும் பல்வேறு கோணங்களிலிருந்து உற்றுநோக்கித் தன் வர்ணனைகளால் அடர்ந்த குறியீடுகளாக மாற்றி விடுகிறார் எஸ். ரா. ஆனாலும் திரும்பத் திரும்ப படிமங்களை உள்ளடக்கிய வருணனைகள் வருவது ஒரு சாதாரண வாசகனான எனக்குச் சலிப்பையூட்டியது. நாவலில் ஆங்காங்கே நிறைய எழுத்துப் பிழைகள் தென்படுகின்றன. பாத்திரங்களின் பெயர்களில் கூட வரும் எழுத்துப் பிழைகள் பாத்திரத்தின் உண்மையான பெயர் எது என்பதை நாமேதான் ஊகித்துக் கொள்ள வேண்டும் என்ற அளவிற்கு இருந்தது சற்று எரிச்சல்தான். அடுத்த பதிப்பில் தவிர்த்துவிட வேண்டும்.

நாவலின் தொடர்ந்த வாசிப்பில் சுதந்திரத்துக்கு முந்தைய மதராப் பட்டிணம் கண்முன் உருக்கொள்கிறது. பட்டணத்தை ஒயிட் டவுன், பிளாக் டவுன் என்று இரண்டாகப் பிரித்திருக்கிறார்கள். இந்தியர்களின் பிளாக் டவுனில் உள்ள ஏழுகிணற்றிலிருந்து வெள்ளையர்களுக்கு

நீர் எடுத்துப் போவதை எதிர்த்துப் போராடும் இந்தியர்கள் மீது நடக்கும் தாக்குதல் ஜாலியன் வாலாபாக்கை நினைவூட்டியது. போதையூட்டும் நீலாவரணச் செடிகளும், ஒளிரும் ஸ்வேதாமிணிச் செடிகளும், கிளர்ச்சியூட்டும் தி கிராண்ட் விர்த் சர்க்கஸ் போன்ற சுவாரசியமான விஷயங்களும் நாவல் நெடுக சிதறிக் கிடக்கின்றன. சதாசிவப் பண்டாரத்தின் கதை தவிர எல்லாக் கதைகளிலும் வரும் யாரோ ஒருவருக்கு யாமம் பிடித்தமான அத்தராக இருக்கிறது. பண்டாரத்துக்கும் இந்த நாவலுக்கும் என்ன தொடர்பு என்று யோசித்துக்கொண்டே இருக்கிறேன். மனைவி துரோகம் செய்த உண்மை அறிந்து விரக்தியில் அமர்ந்திருக்கும் திருச்சிற்றம்பலம் ஒரு நாய்க்கூட்டத்தைப் பார்த்து அதன் பின்னேயே போய்விடலாமா என்று நினைக்கிறான். இது பண்டாரத்தை நினைவுபடுத்தியது. வேறு ஏதேனும் தத்துவ ரீதியிலான கயிறு எல்லாக் கதாபாத்திரங்களையும் இணைக்கிறதா என்று தெரியவில்லை.

(இணையம்)

யாமம்

இருளும் காமம், நிலங்களின் வழியே

கே.ஆர்.மணி

தாகூர் இலக்கிய விருது – சாகித்ய அகாதெமிக்கு இணையான அதே அலசல் முறையில் சாகித்ய அகாதெமியாலே தேர்ந்தெடுக்கப் பட்டு, சாம்சங் (SAMSUNG) நிறுவனத்தால் வழங்கப்படும் இந்த விருது தமிழுக்கு முதல் முறையாக யாமம் மூலம் அறிமுகமாகிறது. யாமம் என்கிற தனது நாவலுக்கு தாகூர் இலக்கிய விருது வாங்கியிருக் கும் எழுத்தாளர், எஸ். ராமகிருஷ்ணன் (எஸ்.ரா.) இலக்கிய உலகத்தின் வெகுஜன சந்தையின் முக்கிய புள்ளிகளில் ஒருவர்.

'பயணம் என்பது தூரங்களைக் கடப்பது மட்டுமல்ல. இடங்கள் வெறும் பூகோளப் படத்தின் புள்ளிகள் மட்டுமல்ல. முடிவு தெளிவற்ற பயணத்தின் ருசி அபரிமிதமானது. மனத்திற்கேற்ப செல்லும் உடலும், திரியும் மனமும் கொண்ட பயணங்கள் தற்காலத்திலும் சாத்தியம்' – என்பதை எஸ்ராவின் ஆனந்த விகடன் கட்டுரைகள் காட்டின. ஒரு வெகுஜனப் பத்திரிகையின் நாடகத்தன்மையைத் தாண்டியும் அந்தக் கட்டுரைகளின் ஆன்மா ஒரு பயண இலக்கியத்திற்கு வேறு முகம் கொடுத்தது என்பதை மறுக்க இயலாது.

இலக்கிய சர்ச்சைகளில் இடம் பெறாது எழுத்தில் மட்டுமே தனது கவனத்தை செலுத்தும் எஸ்ராவின் ஆளுமை, காழ்ப்புகளற்ற எழுத்துகளிலும், எந்த அரசியல் கோட்பாடுகளுமற்ற மனிதம் மற்றும் இயற்கை சார்ந்த தளங்களிலும் மட்டுமே ஊர்ந்து செல்கிறது. எப்போதும் அலைந்து திரியும் மனம், இயற்கை முரண் வழியாக மனிதனைப் பார்க்க முயற்சித்தல் – என்கிற இரு இருப்புகளிடையே இவரது பெரும்பாலான படைப்புகள் பயணிக்க முயற்சிக்கின்றன. இந்தப் பயணத்தில் இயற்கையும் கதாபாத்திரங்களாக மாறுவதில் வியப்பேதுமில்லை.

எஸ்.ரா.வின் எழுத்தாளுமையும், கதைப்பொருளும் கவனத்துக்குரி யவை. யதார்த்தம், கனவுலகம், மாயா யதார்த்தம், மரபான கதை சொல்லும் உத்தி, உபகதைகள் என எல்லா எழுத்து வகைகளிலும் இவரது படைப்புகள் உண்டு. அடுத்த தளத்திற்குப் படைப்புலகை எடுத்துச் செல்லும் சோதனை முயற்சி கொண்டவை. இலக்கிய உலகத்தின் வாசகப்பரப்பை அதிகப்படுத்தும் அத்தனை காரணிகளை யும் தன்னுள் அடக்கியவை. விவாதத்திற்குரியவை. ஆகவே கறாரான விமர்சனத்திற்கும் உட்படுத்தப்பட வேண்டியவை.

வெயிலைக் குடித்த மக்களின் வரைவைத் தனது பழைய நாவலில் சொல்ல முனைந்த எஸ்ராவின் இந்த நாவல் இரவைக் குடிக்கிறது.

பொதுவாகவே எஸ்.ரா.வின் படைப்புலகத்தில் இயற்கை கொஞ்சம் துருத்திக் கொண்டுதான் இருக்கும். அதில் – இருள் கசிந்து வழிகிறது. வெயில் வாட்டுகிறது. நிலவு வந்து போகிறது. சூரியன் எங்குமே எரிந்துகொண்டிருக்கிறான். மனித மனம் ஓயாது பேசிக்கொண்டேயிருக் கிறது மௌனத்திற்கு எதிராக. மௌனம் அமைதியாய் அதைக் கேட்டுக்கொண்டிருக்கிறது. மரங்கள் நிழல் தந்தும், வெயில் உறிஞ்சியும் சந்தோசமாய் காய்ந்துகொண்டிருக்கின்றன. காமம் மெல்லிய குவளைத் தண்ணியாய் கால் நனைத்துப் போகிறது.

இதைச் சொல்ல எஸ்.ரா.விற்கு மனிதர்கள் தேவைப்படுகிறார்கள். இயற்கை உணர்ச்சி கதாபாத்திரங்களாகின்றன. இயற்கை சட்டை அணிந்துகொள்கிறது. தத்துவங்கள் சட்டை அணிவதில்லை.

ஆனால் கதையின் பங்கு ரொம்பவே குறைவோ என நினைக்குமள விற்கு வர்ணனைகளுக்கும், வார்த்தைகளுக்கும், வரலாற்றிற்கும் இடமளிக்கும் இவரது கதைகளில் இடையே தொட்டுக்கொள்ள கொஞ்சம் கதையும் இருக்கிறது. நாவலில் அப்படித்தான் இருக்க வேண்டும் என விவாதிக்கவும் செய்யலாம்.

யாமம் இருளாய் – இருளின் வழியே எழுத்து

இருள் யாமத்தின் ஒரு கதாபாத்திரம்.

சொல்லச் சொல்ல வற்றாத கதைகள் இரவிடம் இருந்துகொண்டே தானிருக்கிறது போல. இருள் வெறுமனே சூரியன் இல்லாத நேரத்துப் பூமியல்ல. அதற்கும் மனித உணர்வுகளின், உணர்ச்சிக்கும் மாபெரும் பங்கிருக்கிறது. இருளை நோக்கி தியானிக்க அழைப்பு விடுக்கிறார் சித்தர் இயேசுபிரான்.

வேதங்கள் இருட்டைப் புகழ்கின்றன. இருள் அறிவியல் தாண்டி உணர்வோடு ஒன்றிவிட்ட ஒன்று. ஆக இருளும், காமமும் எப்போதும், மானுட குலம் இறப்பையும், இருளையும் புரிந்துகொள்ளும் வரைக்கும் பாடுபொருளாக, கதைப்பொருளாக இருந்துகொண்டேயிருக்கும்.

பகலில் வாழ்ந்துவிடுகிறோம். ஆனால் இரவைக் கழிக்க வேண்டி யிருக்கிறது. அகோரிகள் இரவைக் களிக்கிறார்கள். சாதாரண மாந்தர் களுக்கு இரவைக் கடப்பது காமத்தை கடப்பதென்பது போல கடின

மாகத்தான் இருக்கிறது. இரவு நமக்குள் நிறையவற்றை எழுப்பிவிடுகிறது. ஆகவேதான் இரவும், காமமும் எப்போதும் முக்கிய கதைப்பொருளாகின்றன.

மனிதனின் அடிப்படை உணர்வும், இயற்கையின் ஒரு பக்க முகமும் கொண்ட இவை மானுட குலத்தின் வளர்ச்சியில், தாழ்ச்சியில் பெரும் பங்கேற்கின்றன. "This is the high time, man has to evolve from unknown of sex and death" என்கிறார் பகவான் ஓஷோ.

நம்மில் பிரபஞ்ச அணுக்கள் இருப்பதனால் நம்மை உருவாக்கியதில் இருளுக்கும் பெரும் பங்கு உண்டு. நம் உணர்வுகளில் இருளின் தாக்கம் நிறைய உண்டு. அது சரி, தம சோமா ஜோதிர் கமயா. எது இருட்டிலிருந்து வெளிச்சத்திற்கு வழி நடத்திச் செல்லும்?

இருளே, இருள் வழியே வழி நடத்திச் செல்லும். இருளே இருளைக் கடக்க உதவுகிறது. பயத்தாலே பயத்தை வெல்வது. இருட்டின் சகல குணாதிசயங்களோடு இயைந்து கொள்வது. இருட்டை உண்டு இருட்டோடு கலந்து கொள்வதே வெளிச்சத்திற்கு இட்டுச் செல்லும். இருளை எதிர்கொள்வதைப் பொறுத்தே ஒளியின் அளவு அமைகிறது.

இருளும், ஒளியும் இணைந்த சாம்பல் பூத்த உணர்வுகளின் (Grey) வரைபடமாய் உண்மையை வரையும் கதையே இலக்கியத்தின் உச்சத்தை நோக்கி எழுகிறது.

அத்தகைய கிரே கதாபாத்திரங்களை ஓரளவு தன்னுள் பிரதிபலிக்க முயற்சிக்கிறது யாமம்.

யாமம் – இடமாய்

யாமம் மதராப்பட்டினத்தின் கதையைப் பேசுகிறது. வெறும் இடத்தின் கதையல்ல.

வெறும் வரலாற்றுக் கதையல்ல. புராணக் கதையல்ல. அரசர்களின் கதையல்ல.

இடத்தின் கலாச்சாரக் கதை.

ஒரு நகரம் என்பது வெறும் இடமல்ல. தேசப்படத்தின் புள்ளியல்ல. அது ஒரு நகரும் கதை. வாழும் உயிர். அதன் கலாச்சாரம், அதில் ஏற்படும் மாற்றங்கள், எல்லாவற்றையும் மீறி அடி நீரோட்டமாய் ஓடும் அந்தக் கலாச்சாரத்தின் சாரம், அதைத் தாங்கி நிற்கும் மக்களின் ஆத்மாவின் தொகுப்பு – என எழுந்தும், வீழ்ந்தும் வாழ்கின்றன நகரங்கள்.

ஒவ்வொரு நகரமும் தன்னுள் மிகப்பெரிய கதையைக் கொண்டுள்ளன. மனிதர்களைப் போலவே அவைகளது வாழ்க்கையும்(சரித்திரமும்) அளவிட முடியாத நிரந்தரமற்ற தன்மையும், ஏதோ மாயத்தேவதைகளின், யட்சிகளின் ஆளுகைக்குட்பட்டது போல வளர்ந்தும், வீழ்ந்தும் காற்றில் உருமாறியும் உருக்கொள்கின்றன.

நம்மோடு நெருங்கிய தொடர்பு கொண்ட இந்த நகரங்களின்

கதைகள் வெறும் வருடக் குறிப்புகள் மட்டுமல்ல. ஆனால் எழுதப்பட்ட வரலாற்றுக் குறிப்புகள் அப்படியான பிம்பத்தைத்தான் தருகின்றன. நமது வரலாறு, கலாச்சாரத்தை, மரபின் நீட்சியை ஏனோ கை கழுவிவிட்டது. அதன் நினைவுகளை மறுபடி எழுப்பி ஓரளவு நிற்க வைப்பது இலக்கியம் மட்டும்.

அப்படிப் புனையப்பட்ட கதைகள் தமிழுக்குப் புதிதல்ல. திஜாவின் எழுத்தில் தஞ்சையும், கிராவின் எழுத்தில் கரிசல் காடும் – இது போல பல கலாச்சாரங்கள் எழுத்துக்களால் இன்றும் வாழ்ந்து கொண்டிருப்பவைதான். சரித்திரங்கள் வழியான புனைவும் தமிழில் பிரசித்தம்தான். சாண்டில்யனும், பொன்னியின் செல்வனும் இன்றும் வாசிக்கப்படுகிறது என்பது வாசிப்புலகின் அதிசயங்களில் ஒன்று.

உணர்வுகளும், உணர்ச்சிகளும், சூழலும் கட்டுண்டு கிடக்கிற அவனின் கட்டுறு மனப்பாங்கை நாம் எத்தனையோ புதினங்களில் படித்திருக்கிறோம். மனித அடிப்படை உணர்வுகள் பசி, காமம், துரோகம், குரோதம் இச்சை, கோபம் ஆகியவற்றைப் பேசும் நாவல்களும் தமிழில் உண்டு.

ஆனாலும் *யாமம்* மேற்சொன்ன எல்லாவற்றையும் – இடத்தையும், கலாச்சார நீரோட்டத்தையும், மனித அடிப்படை உணர்ச்சிகளையும், வரலாற்றோடு இணைத்து, இயற்கையோடு பிசைந்து தன்னகத்தே விழுங்கி அதிலிருந்து முன்னேற முனைகிறது.

மனிதனைப் போல நகரத்திற்கும் விதி இருக்குமா என்ன? பாக்கமும், பட்டிகளும், கேணிகளும் குளங்களும் நிறைந்த இந்த நகரத்தின் தலைவிதி எப்படியெல்லாம் நிர்ணயிக்கப்படுகிறது என்ற வரலாற்றை *யாமம்* புனைவில் குழைத்து தருகிறது.

இந்த நகரத்திலிருந்துதான் இந்திய வரைபடம் வரைய கருவி பொருத்தப்படுகிறது. எல்லையற்று கலாச்சாரத்தால் இணைத்திருந்த ஒரு தேசத்தை எல்லை போட்டுப் பிரிக்கிறான் மிலேச்சன். அவனது போர் தளவாடங்களை எளிதில் கொண்டுசெல்லும் போக்குவரத்து வசதிக்காகவே இவையனைத்தும் செய்யப்படுகிறது என்பது உள்ளங்கை நெல்லிக்கனி. அப்போதுதானே எந்தப் புரட்சி வந்தாலும் சிப்பாய்களை யும், போர்க் கருவிகளையும் உடனே கலவர இடத்திற்குக் கொண்டு செல்ல முடியும். கலவரத்தை முளையிலே கிள்ளி எறியமுடியும். போடப்பட்ட ரயில் தண்டவாளங்களும் இதற்குத்தானே.

மதராப்பட்டினம் அப்படித்தான் மாறுகிறது.

இயற்கையின் கொடை காடு. நகரங்களின் எதிர்முனை. இடம் மட்டுமல்ல மனிதர்களும். இடமும் மனிதர்களும் மாறி மாறி ஒன்றின் மீது மற்றது தன்னியல்பைத் தேய்த்துக் கொள்ளும்தானே. சீனத்திலிருந்து வரப்போகிற சின்ன செடியோ, இலையோ பெரிய வர்த்தகமாகி தன் தலையெழுத்தே மாறிப்போகும் என அந்தக் காட்டிற்குத் தெரியுமா என்ன? ஒரு காடும் மாறிப்போகிறது. *யாமம்* – காடு தேயிலைக்'

காடாகி பணம் கொழிக்கப் போகும் ஒரு உப கதையையும் தன்னகத்தே கொண்டுள்ளது.

இடம் – எல்லாம் மாறும்.

அந்தக் கால சூரியன் மறையாத மாநகரமான இலண்டனின் தெருக்களும் இந்த நாவலில் நடந்து செல்கிறது. பனி, ஓபரா நடனம், தேம்ஸ் நதிக்கரை, உழைப்பாளிகளை உறிஞ்சும் ஆதிக்க வர்க்கம், உலகத்தை செல்வத்தையெல்லாம் உறிஞ்சி எந்தக் குற்றணர்வும் அற்ற மனிதர்களும், அதன் மூலமே செழிக்கும் மேட்டுமை கலாச்சாரம் கொண்ட– நாம் அறியாத இலண்டன். சொல்லித்தரப்படாத லண்டன். கற்பனையில் மட்டும் கட்டப்பட்ட கதையல்ல. வரலாறும் இணைந்திருப்பதால் புனைவிற்கான உழைப்பும், கனமும் அதிகம். தனது கலாச்சாரத்தின் தோல்கள் உறிக்கப்பட்டு ஒருவன் அதோடு ஓன்றிப்போகிறான். அதோடு கூடிக் குழைந்து ஜோதியில் கலக்க வந்தவன் கலகக்காரனாகிறான்.

இடம் – யாரையும் மாற்றும்.

ஆக ஒரு நகரம் மாறும், மாற்றும்.

பஞ்ச கதைகள்:

யாமத்தில் வாழ்வில் அலகிலா, அளவிலா, விளிம்பிலா விளையாட்டின் அத்தனை உணர்ச்சிகளும் எஸ்ராவின் இயற்கை அவதானிப்புகள் வழியே கதாபாத்திரங்களாக உருப்பெருகின்றன.

இந்த மாற்றத்தை ஐந்து கதைகள் வழியே தருகிறது நாவல்:

அ) இந்தியாவில் காலூன்றும் கிழக்கிந்தியக் கம்பெனியர். பிரான்சிஸ் டேயும், அவனது பிரிய வேசை கிளாரிந்தாவும்

ஆ) யாமம் என்கிற காமம் தூண்டும் வாசனை திரவியம் தயாரிக்கும் அப்துல் கரீமின் குடும்பம்.

இ) சொத்துக்காக சண்டையிட்டு, எல்லாவற்றையும் இழந்து மலையை மட்டும் திருப்பிக் கேட்டு தனது பிரிய வேசையான எலிசபெத்தோடு காட்டில் வாழும் வாழ்க்கை கிருஷ்ண கரையாளரின் வாழ்க்கை

ஈ) லண்டனுக்குச் சென்று படிக்கும் கணித மேதை திருச்சிற்றம்பலத்தின் மெல்லியதாய் மாறும் குணச்சித்திரங்கள். அவனது மனைவி தனது கணவனின் அண்ணனோடு கூடும் உறவும், குழந்தையும்.

உ) நாயின் பின்னே போகும் சதாசிவப் பண்டாரம், யாரோ ஒருவர் வீட்டில் நாய் படுக்க, இவரும் அவளிடம் படுத்து எழுந்து குழந்தை பிறந்து பின்னர் எல்லாம் விடுத்து பட்டினத்தார் வாழ்க்கை தொடருதல்.

சிதறுண்ட கதாபாத்திரங்கள், தொபுக்கென்று கொட்டிக் கலைத்த சீட்டுக் கட்டுகள் போல எல்லாவற்றையும் இணைப்பது எது ? இயற்கை, இரவு, காமம், சென்னையின் சரித்திரம், கொஞ்சம்

வரலாறு, நிரந்தர தன்மையற்ற மனதின், சூழலின் மாறும் சூத்திரங்கள்.?

எல்லாமேதான்.

மொழியின் அழகியல், நாவல் நுட்பம், வரலாற்று ஆதாரங்கள் தேய்த்து வருகிறது. எல்லாவற்றையும் ஒழுங்காய் நெய்வது எளிதல்ல. ஏதோ ஒன்று மற்றதை முந்த முயற்சிக்க துருத்திக்கொண்டு நிற்கவில்லை.

யாமம் – எழுப்பும் கேள்வி?

வெறும் வரலாற்று நாவலை மேலே சொன்னபடி புதிய பார்வையின் புதினமாய் தருவது மட்டுமின்றி, மானுட வரலாற்றில் மாறாது மனிதனோடு போட்டியிடும் அடிப்படை உணர்வுகளையும் இந்த நாவல் பேசுகிறது. அதன் வழியே வாழ்க்கையே கேள்வி கேட்கிறது.

இடங்கள், நகரங்கள் மாறினாலும் மனிதன் மாறாமல் தன் மனதோடும், காமத்தோடும் போட்டியிட்டுக் கொண்டேயிருக்கிறான். அந்த வினா வேட்கை நாவலின் வாசிப்பு வாழ்நாளை, சிரஞ்ஜீவித் தன்மையைக் கூட்டும்.

பல நூறாண்டுகளைச் சுமந்து காமமும், பசியும் மனிதனைப் போர்த்திக்கொண்டே வருகின்றன. அதுவும் காமம் என்பதும் யாமம் போல ஒரு வாசனைதான் போலும்.

காமத்தை நாவலில் ஒவ்வொரு கதாபாத்திரமும் ஒவ்வொரு மாதிரி எதிர்கொள்கிறார்கள். மனித வளர்ச்சியே இயற்கையைப் புரிந்து காள்ளுதலும், தன்னை (பிரம்மத்தை) முழுமையாகப் புரிந்து கொள்ளுதலுமே என்கிற வாதம் வேத வழக்கத்தில் உண்டு.

அப்துல் கரீமிற்கு, நகரத்தையே தனது யாம வாசனையால் கிறங்கடித்தவனுக்கு ஆண் பிள்ளைப் பேறில்லை. அவனது மூன்று பெண்டாட்டிகள் அவன் இருந்தபோது காம வறுமையில் வாடினார் கள். செத்த பின் பொருளாதார வறுமை. ஒவ்வொரு ஆண் வாரிசு வழியாகவும் தனது யாம சூத்திரத்தை மாற்றும் ஆண்டவன் அருள் அவனுக்கு ஏன் வாய்க்கவில்லை. தனக்கு ஆண் வாரிசு இல்லாத சுமையை மறக்க குதிரைப் பந்தயத்தின் பின்னால் தனது புதைகுழியைத் தேடுகிறான்.

சதாசிவப் பண்டாரம், பட்டினத்தார் வழி போக நினைக்கிற ஒற்றைப் பிள்ளை. விளையும் பயிர் முளையிலே தெரிந்து எல்லாம் துறந்து, நீலகண்டனாய் ஒரு நாயை உருவகித்து, அது போன வழியே போய் ஜீவன் முக்தி தேடும் நாடோடி. நாய்தான் அவருக்கு தட்சிணா மூர்த்தி. அறிவைத் தேடி ஓடும் மானுட மரபின் கண்ணி அவர்.

அதனாலென்ன? அவரும் தாண்டிப் போக வேண்டிய காமப் பாதை ஒன்று வருகிறது. ஒரு பெண்ணோடு படுத்து, குழந்தை பெற்று, பாசம் மிகுந்து குழந்தையைக் காணும் கணத்தில் நாய் அதை விட்டொழித்து முன்னே நடக்கிறது. பாசமனைவி, பெத்த குழந்தையைக் காணாமல் வலியோடு முன்னேறுகிறார். புத்தனின்

சாயலில்.

இது காம வலியல்ல. உறவின் எண்ணப் பதிவுகள். அறுப்பதும் வலிதானே. இப்படித்தானே சஞ்சித கர்மாக்கள் ஒட்டிக் கொள்கின்றன. எதற்காகவோ வந்து அதையறியாமல், இன்னும் நிறைய சேர்த்துக் கொண்டு அதைக் கழிக்கவே ஜன்மாக்கள். ஆகவே நீ முற்ற, முற்றும் துற என்னும் நமது சித்த மரபின் துளி சதாசிவப் பண்டாரம்.

இவர்கள் மானுட சகஜ வாழ்க்கையின் எதிர் முனைகள். விதி சமைப்பவர்கள். சாதாரண மக்களை தங்களை நோக்கி சதா இழுத்துக் கொண்டேயிருப்பவர்கள். இவர்களுக்குக் காமமும் அது கொடுக்கும் உறவுகளும், உணர்வுகளும் பெரும் சுமை. இதுவும் கடந்து போகும் என்கிற உத்தம நிலையின் உதாரணங்கள் இவர்கள்.

இதுபோலவே பத்ரகிரியும், திருச்சிற்றம்பலமும், கிருஷ்ண கரையாளரும் – காமத்தின் வழியே உறவின் மேன்மையை உணர்ந்து கொள்கிறார்கள். சிலருக்கு அது ஏணியாகிறது. சிலருக்கு பாம்பாகிறது. ஒவ்வொரு உணர்வும் வாழ்க்கையில் ஒவ்வொரு கட்டத்திலும் விளையாடும் விளையாட்டுகளை எத்தனை கதை சொன்னாலும் அடக்கி விட முடியுமா என்ன?

புலன்களின் குறைபாடுகள் அறிதலின், உணர்தலின் குறைபாடுகளாகிறது. ஆறு அறிவு அலுத்துப் போகிறது. புலன்களால் புசிப்பதை, அறிவதை விட நிறைய மானுடமனதிற்குத் தேவையாயிருக்கிறது.

இயற்கையை இருப்பதை அறிந்து கொள்வதன் மூலமே, அது நம்முள் ஏற்படுத்திய சுவடிகளைச் சுத்தப்படுத்துவதன் மூலமே, அறிந்து கொள்வதன் மூலமே அறிதல், கடத்தல் சாத்தியமாகிறது.

ஆனால், புலன்கள் மனிதனைக் கீழ் இழுக்கின்றன. அறியும் அவா, அவன் புலன் தாண்டிய ஏதோ ஒன்று அவனை மேல் இழுக்கிறது.

ஏழு மரங்களைத் தாண்டி பாய்ந்ததாம் ராம பாணம். ஏன் ஏழு மரம்? ஏழு உலகங்களைத் தாண்டியும் ஏதோ இருக்குமா என்ன? இருக்கலாம். ஏழு சரீரங்கள் புற உலகத்தில் இருக்குமாம் அதையும் தாண்டியும் எதேனும் இருக்கலாம். ஏழு சரீரங்களையும் தாண்டி இருப்பதை எப்படி அறிவது?

அந்த ஏழு உலகங்களில் ஒன்று இருள். அதன் விளைவாய் காமம் (ஆசை) மற்றும் பயம். அந்த விளையாட்டின் புனைவுத்தெறிப்பே யாமம்.

நிலம், வரலாறு, அங்கு நர்த்தனமிடும் மனித மனம், அது கூட்டு சேர்ந்து உருவாக்கும் அக மற்றும் புற கலாச்சாரம், அதன் மூலம் நாவலாசிரியன் எழுப்புகிற கேள்வி, அதன் விடை தேடிப் பயணக்கின்ற பாத்திரங்கள் வழியான விடைப்புள்ளிகள் என பலவற்றைக் கொண்டு சரியாய் நெய்யப்பட்ட புதினங்கள் வெகுவே. யாமம் அந்த இடத்தில் மௌனமாய் தனது இருக்கையைப் போட்டுக்

கொள்கிறது.

ஆசிரியரின் மற்ற நாவல்களை விட கொஞ்சம் மேம்பட்ட முறையில், வாசகனைக் கடுப்பேத்தாத மொழி, ஓரளவு தெளிவான கால வரையறைகள், எல்லையற்ற பக்க சுதந்திரம் நாவலில் உண்டு என்றாலும் – நறுக்குத் தெரித்த நடை, அலைக் குமிழியில் அமரும் பட்டாம் பூச்சியின் பயணம் போன்று உறுத்தாத நாவல் உள்நடை, மூளை கசக்காத எளிய கட்டமைப்பு, அவற்றின் மூலமே எழும் மானிட தரிசனம் போன்றவை இந்த நாவலுக்கான முத்திரைகள். எஸ்.ரா.வின் எல்லா எழுத்துக்களைப் போலவும் இதிலும் தெரிகிறது கடின உழைப்பில் எழுகிற படைப்பின் அத்தனை அம்சங்களும்.

அதீத வர்ணனைகளும், தொகுக்கப் பயன்படுத்திய எழுத்து நுட்பங்களும் அதிகமானதால், வார்த்தைகளும் மௌனமாகும் இலக்கிய உச்சியைத் தொடும் முன்னே கதை கீழிறங்குகிறதே என்கிற மெல்லிய குறை தாண்டியும் யாமம் உங்களுக்கும் பிடிக்கலாம்.

ஆனால் மேற்சொன்ன காரணங்களால் எந்தக் கதாபாத்திரமும் காலம் தாண்டிப் பேசப்படும், வாழும் யோக்கியதையை, வலுவை இழந்துவிடுகிறார்களோ என யோசிக்க வைக்கிறது யாமம். உங்களுக் குள்ளும் நீங்கள் படிக்கலாம்.

(இணையம்)

துயில்

நாவலும் நோய்மை பற்றிய புரிதலும்

இராம.குருநாதன்

All Roads Lead To Rome என்பதுபோல நாவலில் வரும் பாத்திரங்கள் தெக்கோடு தேவாலயத் திருவிழாவை நோக்கிப் போய்க்கொண்டிருக் கிறார்கள். நாவலில் நோய்மையைப் பற்றியே பெரிதும் சிலாகிக்கப்படு கிறது. நோயில்லாத மனிதன் இருக்கமுடியாது. ஏதாவது ஒருவகையில் மனித மனம் நோயிருப்பதாகவே கற்பனை செய்துகொண்டு நலிவடைவ தும், அதனை எதிர்கொள்ளத் தயங்குவதும் மனத்தின் இருப்பாகவே இருந்துகொண்டிருக்கிறது. நோய்மை பற்றிய விரிவாகப் பேசும் இந்நாவல் தமிழ் இலக்கிய உலகிற்குப் புதிய வரவாக அறிமுகமாயிருக் கிறது.

தொடக்கமும் இறுதியும் – ரயில் பயணத்தில் தொடங்கி ரயிலுக்கா கக் காத்திருத்தலில் நிறைவடையும் உத்தி புதியதில்லை எனினும், கதாநாயகன் தான் ரயிலுக்காகக் காத்திருக்காது தன் பார்வையை வேறுதிசையில் திருப்பிக் கொள்கிறான். இருப்பினும், ரயில் பயணியாய் மக்கள் வாழ்க்கை தொடர்ந்து பயணித்துக்கொண்டுதான் இருக்கிறது என்பதைப் பூடகமாகத் தெரிவித்துள்ளார் ஆசிரியர்.

மேலைநாட்டு மருத்துவம் x கீழைத்தேய மருத்துவம், மேலைநாட்டுக் கலாச்சாரம் (உள்ளூர்) x கீழைநாட்டுக் கலாச்சாரம், மதம் x மருத்துவம், கீழ்ச்சாதி x மேல்சாதி ஆகியவற்றை நாவல் இரட்டை எதிர்மையாக (binary opposite) ஆங்காங்கே விளக்கிச் செல்வதும் அதற்கான சூழ் நிலையை உருவாக்கிக்கொண்டும் காட்சியும் களமுமாக நகர்ந்து செல்கிறது நாவல்.

நாவல் நிகழ்ச்சியின் பின்னணியில் சில சமயம் போஸ்ட் மார்டனிஸ மும், மிகச் சிலவிடத்து மாஜிக் ரியலிஸமும் (சிறுமி செல்வி அறியாமை

யாலும், ஆர்வத்தாலும் வினாத் தொடுத்தல், நத்தை, ஒட்டகச்சிவிங்கி, ஓணான் கிழவி, அண்டரண்டட பட்சி போன்று வரும் நிகழ்ச்சிகள் பற்றித் தன் ஒத்த சிறுவர்களிடமும் பெரியவர்களிடமும் விவாதிக்கும் இடங்கள்) பின்னோக்கு உத்தியும் ஆங்காங்கே தலைஎடுப்பதைக் காணமுடிகிறது.

பாத்திரங்களின் வார்ப்பில் பிராய்டியப் போக்கும் (டீ மாஸ்டர் சௌடையாவின் சேட்டை, கடை வைத்திருக்கும் கிட்ணனின் மனைவியோடு அழகரின் அப்பா முத்திருக்கை படுத்துச்சுகம் காண்பது, சீயன்னா சூயின் மனைவி மியாவிடம் உறவு கொள்வது) சிற்சில இடங்களில் ஜென்னின் வார்ப்பும் (கொண்டலு அக்காவின் அருளுரை, ஏலன் பவரின் சில வார்த்தைகள்) இருக்கத்தான் செய்கின்றன. நாவலை வளர்த்துச் செல்ல ஆசிரியருக்கு அவை கைக்கொடுத்திருக் கின்றன.

கவர்ச்சி என்ற ஒன்றின் மீதே நாவல் கட்டமைக்கப்பட்டிருக்கிறது. கவர்ச்சி என்ற ஒன்றில்தான் அனைவரின் கவனமும் ஈர்ப்புடையதா கிறது போலும். காமம் கடந்து செல்வதற்கு அரிது. ஆசிரியர் சொல்வது போல, 'காமத்தில் மனிதன் தோற்றுப்போகிறான் அல்லது அதனை வேட்டையாடுகிறான்.'

அழகரின் மனைவி சின்னராணி போடும் கடற்கன்னி வேடம் அதனைத்தான் நினைவூட்டுகிறது. அவளைக் கொண்டு பிழைப்பு நடத்தும் அழகருக்குச் சாத்தியமாவதோடு, கடற்கன்னி பற்றி நிலவும் தொன்மமும் ஊடிழையாகச் சொல்லப்பட்டு இருக்கிறது. கடற்கன்னி யாக அவளைப் பார்த்துப் 'பிளைமவுத் கார்' வைத்திருக்கும் பணக்கா ரன் ஒருவன் தன் பணியாளான குருடன் ஒருவனோடு அவளது புற உறுப்பைப் பற்றிய கற்பனையில் தொட்டுப் பார்க்க நினைப்பதும், அரப்பளி என்ற மலைக் கிராமவாசியான மூப்பக் கிழவன் மலைத்துப் போய்த் தன் ஆயுளில் அப்படிப்பட்ட ஒருத்தியைப் பார்த்து ஈடேற்றம் அடைந்துவிட்டதாக நினைப்பதும், ஆசைவலையில் அழகரை விழ வைக்கும் மாஜிக் கண்ணாடி ஷோ நடத்தும் தம்பான் கடற்கன்னியாக இருப்பவளைப் புணர்ந்து பார்த்துவிடுவதான வெறியில் அவளிடம் வன்புணர்ச்சி கொள்வதும் கடற்கன்னி பற்றிய தொன்ம நம்பிக்கை ஒரு காரணமாக இருக்குமோ என்று தோன்றுகிறது.

அழகரின் கதை, கூடவே ஜக்கியின் கதை, வெளிநாட்டிலிருந்து தெக்கோட்டுக்கு மருத்துவச் சேவை செய்ய வந்த ஏலன் பவர், நோயாளிகளுக்குப் பணிவிடை செய்து அன்பையும் அருளுரையும் தரும் கொண்டலு அக்கா ஆகிய நால்வரைச் சுற்றித்தான் நாவல் நடைபோடுகிறது. இவர்களின் நிகழ்ச்சியினூடே உதிரிப் பாத்திரங்களும், கதைக்குள் கதையாக உலவும் சில நிகழ்வுகளும் நாவலின் கட்டுக்கோப் புக்கு உறுதுணையாக இருக்கின்றன.

கதைப்பின்னலை ஆசிரியர் அமைத்துக்கொண்ட களமும், கதை சொல்லும் விதமும் நேர்த்தியான நெசவில் அழகுறப் பின்னப்பட்டுள்

ளன. ஒரு வகையில் முன்பின் அமையும் மாற்றுக் காட்சியும், கதையின் பின்னணிப்புலமும், தேவாலயம் உருவாகி வளர்ந்த வரலாறும், ஆசிரியரின் அகல வாசிப்பில் விளைந்த விளைச்சலாகவே கருதத்தக்கன.

அழகரின் கதையில் வாழ்க்கையின் முழுமையும் அர்த்தப்பட்டு விடுவதான ஒரு தோற்றம் கொள்கிறது. ஒவ்வொரு சமயமும் கடற் கன்னியாக வேஷம் போடுவதில் நாட்டமில்லாத சின்னராணி, (அவள் மெலிந்த தோற்றமும், கருமை நிறமும் கொண்டிருப்பவள்) கணவனை விட்டுப் பரிமளம் சித்தி வீட்டில் தஞ்சம் புகுந்த அவளை அடித்து உதைத்து இழுத்துவரும் அழகர், அவளிடத்துத் தன் கஷ்டநஷ்டங்களை எடுத்துச் சொல்லி மீண்டும் பிழைப்புக்கு வழிதேட முயலுதல், கால் சூம்பிப்போய் இழுத்து இழுத்து நடக்கும் அவர்களின் பெண் செல்வி ஆகியோர் தெக்கோடுக்குச் செல்லும் ரயிலில் பயணிக்கும்போது அதில் சந்திக்கும் (நோய் தீரவேண்டியும், நேர்த்திக் கடன் செலுத்தவும் துயில் தரு மாதாவைக் காணச் செல்லும்) மனிதர்கள், உப்பாற்றுப் பாலம், பனையூர், அச்சம்பட்டி, ஈச்சங்காடு, திருவேலம், தெக்கோடு விலக்கு ஆகிய இடங்கள் சிலவற்றில் அழகர் கடற்கன்னி 'ஷோ' நடத்துதல், பொன்னியை ரயிலில் சந்தித்து அழகர் தன் காமத்தைத் தீர்த்துக்கொள்ள நினைப்பது. திருமணத்திற்கு முன் பேரின்ப விலாஸில் பாலியல் தொழிலில் முக்கிய பங்கு வகிக்கும் ஜிக்கியைச் சந்தித்து அவள் சார்ந்த பெண்களான டோலி, ராமி ஆகியவர்களின் உறவும், ராமி உடலுறவை அழகருக்குக் கற்றுத் தருதலும், அவள் நாகக்கன்னி வேடமிட்டுச் சம்பாதித்துக்கொடுப்பதும், பின்னர் அவனைப் புறக்கணிப்பதும் அழகரை இயல்பானதொரு சூழ்நிலக்கு ஆளாக்குகிறது.

திருமணம் ஆகிச் சில ஆண்டுகள் கழிந்த பின்னாலும் ஜிக்கியை நினைத்தலும், நாவலின் இறுதிக்கட்டத்தில் தம்பான் ஜிக்கி பற்றிய தகவலைச் சொன்னதும் அவளைத் தேடிப்போவதுமாகக் கதை நீள்கிறது. தான் நடத்திவந்த மாயக்கண்ணாடியை அழகருக்கே கொடுக்க நினைத்து அவன் மனைவியைத் தன் வசமாக்கும் முயற்சியில் தம்பான் அழகரை மதுரைக்கு அனுப்பிவிட்டுச் சின்னராணியைத் தன்னுடன் வந்துவிடச் சொல்வதும், அவள் மறுத்ததும், அவளை மச்சான் உதவியால் வன்புணர்ச்சி செய்வதும் அவள் அச்சாணியால் தம்பானைக் குத்திக் கிழித்துக் கொலை செய்துவிடுவதும், அவள் சிறை செல்துவதுமான கதை பயணித்து முடிகிறது. இதற்கிடையில் செல்வியிடம் அழகரும், சின்னராணியும் அவளைத் தேடி அலைகிறார் கள். அவள் மார்ட்டின் என்ற சிறுவனோடு தட்டைக்காடு செல்லும் வழியில் திசையறியாது காணாமல் போவதும் அவளைத் தேடித்திரியும் அழகர், அச்சம்பட்டியில் அவள் கிடைத்ததும் அவளோடு தெக்கோடு திரும்பிய நிலைியில் ஒரு பிச்சைக்காரன் மூலம் சின்னராணி தம்பா னைக் கொலை செய்த விவரத்தை அழகர் அறிகிறான். செல்விக்காகவா

வது இனி வாழவேண்டும் என்ற நினைப்பில் தெக்கோட்டிலிருந்து திரும்பிப் போக இரயில் நிலையத்தில் காத்திருக்கிறான். வாழ்க்கையில் எப்படியாவது சம்பாதித்து முன்னுக்கு வர நினைக்கும் அழகர் பாத்திரம் பல்வேறு சூழ்நிலைகளில் அலைபாய்ந்திருப்பினும் அவன் இறுதியிலாவது தன் நிலையை உணர்கிறான். செல்வியின் எதிர்காலம் குறித்த வினாக்குறி அவனைச் சிந்திக்கவைக்கிறது. நடைமுறைப் பாத்திரத்தின் வெளிப்பூச்சுச் சிறிதுமற்றவனாகக் கதையில் உலவுகிறான்.

கதையின் பிரதான பாத்திரம் இவர்கள் என்றால், இதில் வரும் கொண்டலு அம்மா அன்னை தெரஸாவை நினைவூட்டும் வகையில் நோயாளியிடம் பரிவும் பாசமும் காட்டும் தொண்டுள்ளம் மிக்கவளாக விளங்குகிறாள். கதைக்குள் கதையாகப் பல நிகழ்ச்சிகள் (மெட்டா ஃபிக்ஷன்) எட்டூர் மண்டபத்தில் வந்து தங்கும் நோயாளிகள் வழியே அறியப்படுகின்றன. எட்டூர் மண்டபம் ஒருகாலத்தில் குதிரைகள் தங்கும் இடமாக இருந்ததைச் சீர்ப்படுத்தி அங்கேயே தங்கிப் பணிவிடை செய்யும் பண்பு மிக்கவளாகத் திகழ்கிறாள்.

எட்டூர் மண்டபம் இளைப்பாறும் ஆரோக்கியத்தலமாக விளங்கு கிறது. நோயை விட நோயாளி முக்கியம். மருந்து மாத்திரைகள் நோயைத் தணிப்பதை விட மனத்துக்கு ஆறுதலாகச் சொல்வதுதான் நோய்தீர்க்கும் ரகசியம் என்பதை அறிந்துவைத்திருக்கும் சமுதாய மருத்துவராக விளங்கும் பாத்திரம் கொண்டலு அக்காளுடையது. நோயாளி தனித்து விடப்படுபவன் அல்லன். அவன் அனைவரோடும் ஒன்று சேர்ந்து இருக்கவேண்டும் என்று நினைப்பவள் அவள். தன்னிடம் வரும் நோயாளிகள், அவர்களின் வாழ்க்கை வேரில் மறைந்துகிடக்கும் பின்னணியை அவர்கள் அவளிடம் சொல்லும் கதைகள் விசித்திரமானவை. கதையை நீட்டியிருப்பதற்கும், கிளைக்கதை களை அமைத்துக்கொள்ளவும் எட்டூர் மண்டபம் ஆசிரியருக்குக் கைக்கொடுத்திருக்கிறது. அந்த வகையில், தாணிக்குடி மாரியம்மன் திருவிழா, வழிமறிச்சான் மேட்டில், தாழ்ந்த சாதியில் கஞ்சி வாங்கிக் குடித்ததற்காகத் தன் மருமகளை ஒதுக்கிவைத்ததோடு, அவள் தலை மீது கல்லைப் போட்டுக் கொன்றுவிடும் மாமியார்க் கிழவி, பர்மாவில் கடை நடத்திய சீயன்னா சூயி என்ற பர்மாக்காரன் மனைவி மியாவிடம் தவறாகப் பழகிய சீயன்னாவின் கதை, சரவண முத்துவின் மனைவி அமுதினி தன் கணவனையும், அவன் சார்ந்த உறவுகளையும் வதைத்துப் பார்ப்பதில் ஆனந்தம் அடையும் ஒரு 'மெசோகிஸ்ட்' மனோபாவம் கொண்டவளின் கதை, விரல் பிரிக்க முடியாத நிலையில் அழுகிய நாற்றத்துடன் பிறர் நெருங்க அஞ்சும் சிவராமன் கதை, செருப்புத் திருடன் கதை, கோமகள் கதை, பிறருக்கு எடுத்துக்காட்டான அறவாழ்க்கையில் காலம் கழித்த தானப்பன், ரமணன் ஆகிய இரட்டையர் கதை, மற்றும் சாந்தியாகு, ஆஸ்டின், பெஞ்சமின், பர்னபாஸ், கரோலினா, டோலாஸ் ('நார்ஸிஸ்ட்' மனோ பாவம் கொண்டவள்), தியோடர் முதலியோர் எட்டூர் மண்டபத்தில்

தஞ்சம் புகுந்து அங்கிருந்து தெக்கோடு செல்ல நினைத்து அங்கு இளைப்பாறுகிறார்கள். அங்கு இறுதியாக வந்து தங்கும் ஐந்து நோயாளிகளிடமும் காணப்படும் விசித்திரங்கள் கதையை மேலும் விரிக்கப் பயன்பட்டுள்ளன.

கதையின் முக்கிய அம்சமாக விளங்குபவள் ஏலன் பவர். 1873 இல் தெக்கேட்டிற்கு ஞானத்தந்தை லகோம்பாவால் மருத்துவப்பணி புரிய அனுப்பப்பட்டவள். அழகர் கதையோடு அவளுக்குத் தொடர் பில்லை என்றாலும், நாவலில் அவள் பங்கு இன்றியமையாததாய் இருக்கிறது. ஆசிரியரின் நோக்கத்தையும், கிறித்துவ மதம், கிறித்துவ கலாச்சாரம் பற்றிய புரிதல், மேலைநாட்டு மருத்துவமும், கீழைநாட்டு மருத்துவமும், மதமும், மருத்துவமும் பற்றி உள்ளூர் மக்கள் கொண்டி ருக்கும் நம்பிக்கை முதலியவற்றிற்கு அவள் ஆற்றும் பங்கு மிக முக்கியம். மனிதன், மதம், கடவுள் பற்றிய தத்துவார்த்த விசாரணை, தான் கற்ற மருத்துவப் படிப்பு, ஆண்களைப் பற்றிய மதிப்பீடு, உள்ளூர் வாசிகளின் கலாச்சாரம் பற்றி அவள் அறிந்துகொண்டவை, மருத்துவ சிகிச்சையில் உள்ளூர் மக்கள் கொண்டிருக்கும் நம்பிக்கை, அவள் மேற்கொண்ட வைத்தியமுறைகள் முதலியன நாவலில் அவளுக் குள்ள இடத்தை நிறைவு செய்வன. அவள் மேற்கொண்ட வைத்தியத் தில் ஆட்டுத் திருடனின் கைவிரலுக்கு மருத்துவம் பார்த்தது, புளியந் தோப்புப் பூசாரி இருளப்ப சாமியின் மூர்க்கத்தனமான நடவடிக்கையை வெறுப்பது, நாகலாவின் தலைப்பிரசவத்தில் தாயையும், குழந்தையை யும் தன் வைத்தியத்தால் காப்பாற்ற முடியாமை, கிழவரைக் காது கேட்க வைத்தல் முதலானவற்றில் ஏலன் பவர் பங்காற்றியிருப்பதும் அவள் மீது உள்ளூர் மக்கள் பகையும். நட்பும் கொண்டிருத்தல் ஆகிய நிலைகளில் அவள் பாத்திரம் ஒருவகையில் ஒட்டுப்பாத்திர மாகவே நாவலில் உலா வந்தாலும் நோய்மை பற்றிய கருத்தாக்கங்களுக் கும், இந்திய மருத்துவம் குறிப்பாக நாட்டுப்புற மருத்துவம் பற்றிய அறிதலுக்குமாய், கடவுளைக் காட்டி நோய் தீர்வதற்குப் பதில் கற்ற கல்வியைப் பயன்படுத்தி நோய் தீர்க்கவேண்டும் என்ற உணர்விற்கு மாகப் படைக்கப்பட்டிருப்பதாகவே அவளது வருகை இடம் பெற்றிருக்கிறது. அவள் மதநம்பிக்கைக்கு எதிராகச் செயற்படுவதாய்ப் பாதிரியார் புகார் அளிக்கவும், அவள் அதனை எதிர்கொள்கிறாள். கல்கத்தாவிலிருந்து ஏலன் பவரை விசாரிக்கத் தனிக்குழு வருகிறது. பவர் தன் மீது குற்றம் இல்லை என்று மெய்ப்பிக்கத் தன் சார்பில் கருத்தினை எடுத்து முன்வைக்கிறாள். தன் மீது குற்றம் இல்லை எனவும் எடுத்துரைக்கிறாள். நாவலில் அவள் பங்கு அவளை அறிவுசார் பாத்திரமாக அமைத்துவிடுகின்றது. குற்றமற்றவள் என்று நிரூபித்தல், கல்கத்தாவிலிருந்து வந்த விசாரணைக்குழு குற்றமற்றவள் எனத் தீர்மானித்தல், தேவாலயத்தின் அருகில் புதிய மருத்துவமனையை ஊர்மக்களின் உதவியோடு உருவாக்கவும் செய்கிறாள். பவரிடம் குதிரை வண்டிக்காரராகச் சேர்ந்த கிக்கிலி என்பவன் அவளது

கொலைக்குக் காரணமாக இறுதியில் சொல்லப்படுகிறது. மேல்சாதிக் காரர்களின் தூண்டுதல் காரணமாக இருக்கலாம் என்ற கருத்தும் நிலவுகிறது. சாட்சிகளாக, கிடாத்திருக்கை, சசிவர்ணம், சவலை, மாரியம்மாள், கனகவல்லி, சீயாளி, அந்த்ரேயா, ஏலன் பவரின் கொலை குறித்து முறையாக விசாரிக்கப்படுதல் ஒரு பரபரப்பை ஊட்டுவதாய் உள்ளது. கடித உத்தி மூலமே அவளின் கருத்துகளைப் பரிமாறிக்கொள்வது புதிய உத்தியில்லை.

இன்றுள்ள சூழ்நிலையில் பெண்ணும் பேசப்படவேண்டியவளா கிறாள். தனக்கு ஊறு நேரும்போது அதனை எதிர்கொள்ளவும் தயாராக இருக்கிறாள். கால மாற்றம் பெண்களுக்கான புதிய வீரியத்தை அளித்திருக்கிறது என்பதன் அடையாளமாகத் தான் சின்னராணி தம்பானைக் கொலை செய்கிறாள். அதேபோழ்தில் சமூகத்தின் நோயாக இருப்பதை அடையாளப்படுத்த ஜிக்கி கதை இயல்பாகச் சொல்லப்பட்டிருக்கிறது. சமூக சேவையில் எந்தச் சுயநலமுமின்றித் தங்களைக் கரைத்துக் கொள்பவர்களாக ஏலன் பவரும், கொண்டலு அக்காவும் மறக்கமுடியாதவர்களாக விளங்கிப் பிறருக்காக வாழும் வாழ்வை மேற்கொள்கிறார்கள். சின்னராணி கணவனைச் சில நேரங்களில் புறக்கணித்தாலும் அவன் பிழைப்புக்கா கத் தன்னைத் தியாகம் செய்யவேண்டியவளாகிறாள். இப்படிப் பெண்களின் பங்கு முக்கியமான வார்ப்பில் அமைந்து இருக்கிறது.

பத்தொன்பது, இருபதாம் நூற்றாண்டுகளில் நாட்டில் கிறித்தவம் பரவலாகப் பரவத் தலைப்படுவதையும், ஆங்கில மருத்துவத்தின் வருகை மக்களை எதிர்கொள்ள வைத்த விதத்தையும் இந்த நாவல் வெளிப்படுத்தியுள்ளது. சாதிய ஆதிக்கம் எப்போதும் இருந்துகொண்டு தான் இருக்கிறது என்பதையும் ஆசிரியர் காட்டத் தவறவில்லை.

நோய்மை பற்றிய புரிதலும், மனம் சார்ந்த நிலையில் அதனை நோயாளி எதிர்கொள்ளும் விதமும், பரிவும் கருணை மொழியும் கொண்டு அணுகினால் நோய் பாதி தீர்ந்தது போலத்தான் என்ற தகவலைச் சொல்லும் நோக்கமும் துயில் நாவலை நமக்கு மிக நெருக்க மாகக் கொண்டுவருகிறது. அதன் மூலம் விழிப்புணர்ச்சியை ஏற்படுத்து கிறது.

எஸ். ராமகிருஷ்ணனின் *துயில்* கடந்த காலத்தின் புனைவுதான். ஆனால் அது இன்றைக்கும் நிகழ்காலத்தின் நிஜமாக இருப்பதுதான் இந்த நாவலுக்கான வெற்றி.

(இணையம்)

துயில்
இரு நூற்றாண்டுகளின் கதை

டி.சே. தமிழன்

நாம் எத்தனையோ இடங்களுக்கு நம் வாழ்வில் பயணித்திருப்போம். அவ்வவ்விடங்களின் இயற்கையினதோ, கட்டிடக் கலையினதோ அழகைக் கண்டு மனஞ்சிலிர்த்து இரசித்துமிருப்போம். ஆனால் எப்போதாவது நாம் நின்று இரசிக்கும் இடத்தின் நிலவியலும் வாழ்வியலும் எவ்வாறு சில தசாப்தங்களுக்கோ, நூற்றாண்டுகளுக்கு முன்னே இருந்திருக்கும் என்று யோசித்ததுண்டா? அவ்வாறு பிரபல்யம் வாய்ந்த ஒரு தேவாலயத்தின் வரலாற்றையும், அதனோடு சம்பந்தப்பட்ட மனிதர்களையும் விரிவாகப் பேசுகின்ற ஒரு நாவல்தான் எஸ்.ராமகிருஷ்ணனின் *துயில்*.

இத்தேவாலயம் பிற்காலத்தில் (அல்லது நிகழ்காலத்தில்) நோய்மை யுற்றவர்களுக்கு நம்பிக்கை தரும் ஓரிடமாய்த் திகழ்வதால் நோய்மை பற்றியும் இந்நாவலில் பேசப்படுகின்றது. ஆக, ஒரு தேவாலயத்தின் வரலாற்றை மட்டுமின்றி நோய்மையுற்றவர்களினதும், நோய் தீர்ப்பவர் களினதும் உளவியலையும் பேசுவதால் தமிழில் தவறவிடாது வாசிக்க வேண்டிய ஒரு நாவலாகிவிடுகின்றது *துயில்*. தெக்கோடு என்ற தேவாலயமே இந்நாவலில் வரும் அனைத்துப் பாத்திரங்களையும் இணைக்கும் மையச்சரடாக இருக்கிறது. தெக்கோடு தேவாலயத்தின் திருவிழாவிற்குச் செல்வதற்குத் தயாராகும் மாந்தர்களோடு தொடங் கும் நாவல், இறுதியில் தெக்கோடு தேவாலயத்தின் தேர்த்திருவிழா வோடு நிறைவுபெறுகிறது. இந்த இடைவெளியில் ஐநூறு பக்கங்களுக்கும் மேலாய் நீளும் நாவலில் பல்வேறு திசைகளில், பல்வேறு மாந்தர்களி னூடாக கதைகள் நகர்கின்றன. மட்டுமின்றி, இருவேறு நூற்றாண்டு களுக்கும் அத்தியாயங்கள் மாறி மாறி அலையுறும்போது வாசிப்பு இன்னும் சுவாரசியமாகின்றது.

தெக்கோடு தேவாலயத் திருவிழாவில் கடற்கன்னி ஷோ நடத்துவதற் காய் தன் மனைவி சின்னராணி மற்றும் மகள் செல்வியோடு

புகைவண்டிக்காய் காத்திருக்கின்ற அழகரோடு கதை ஆரம்பிக்கின்றது. தொலைவிடங்களிலிருந்து தெக்கோடு போகின்ற அனைவரையும் இணைக்கின்றதாய் இந்த ரயில் பயணம் இருக்கின்றது. அந்த ரயில் முழுதும் அழகர் குடும்பத்தோடு, பல்வேறு பிணிகளால் பீடிக்கப்பட்டு சமூகத்தால் விலக்கப்பட்ட பலர் பயணிக்கின்றனர். அழகருக்கு எப்படி தான் கடல்கன்னி ஷோ திருவிழாவில் நடத்தி நிறையப் பணம் சம்பாதிக்கலாம் என்கின்ற கனவு இருக்கின்றதோ அதேபோன்றே இந்நோயாளிகளும் இத்தேவாலயத்திற்குப் போவதென்பது தம் பிணியை ஏதோவொரு வகையில் தீர்க்கும் அல்லது குறைக்கும் என்கின்ற நம்பிக்கையைத் தம் வசம் வைத்திருப்பவர்களாய் இருக்கின்றார்கள். நீளும் இந்த ரயில் பயணத்தில் பிறகு தேவாலயத்திற்குக் காணிக்கை கொடுப்பவர்களும் ஏறிக்கொள்கின்றார்கள். கூடவே வெயிலும்/ வெம்மையும் ஒரு பாத்திரமாய் எல்லா நிலைகளிலும் வந்து கொண்டிருக்கின்றது. எஸ்.ராமகிருஷ்ணனின் அநேக படைப்புக்களில் வெயில் ஒரு முக்கிய இடத்தை எடுத்திருப்பதை அவரது நாவல்களை வாசிக்கும் நாமனைவரும் அறிவோம். வெயிலை இந்தளவு விரிவாகவும் உக்கிரமாகவும் எஸ்.ரா.வைப் போல வேறெந்தப் படைப்பாளியும் தமிழில் எழுதியிருக்கமாட்டாரெனவே நம்புகின்றேன். நாவலின் பாத்திரங்களினூடாக வெயில் விவரிக்கப்படும்போது வாசிக்கும் நம் விழிகளிலும் விரல்களிலும் வெம்மை ஏறுவது போன்ற உணர்வைத் தவிர்க்கவும் முடிவதில்லை.

அழகரின் மகள் செல்வி ரயில் பெட்டியெங்கும் காற்றைப்போல சுழித்துச் சுழித்து ஓடிக்கொண்டிருக்கின்றாள். நோயாளிகள்/நோயற்றவர்கள் என்ற பாகுபாடில்லாது எல்லா மனிதர்களோடும் ஒட்டிக்கொள்ளவும் அவள் செய்கின்றாள். அவ்வாறான ஒரு பொழுதில் ஒரு தொழுநோயாளியால் செல்விக்குக் கதையொன்று சொல்லப்படுகின்றது. தெக்கோடு தேவாலயத்திற்கு அருகில் மரங்களின் திருவிழா வருடந்தோறும் நடைபெறும் எனவும், அத்திருவிழாவில் எல்லா இடங்களிலிருந்தும் மரங்கள் சென்று அங்கே ஒன்று கூடுமெனவும், தான் அந்தத் திருவிழாவைத் தன் சிறுவயதில் கண்டிருக்கின்றேன் எனவும் அந்தத் தொழுநோயாளி செல்விக்குக் கதை கூறுகின்றார். செல்வி இந்தக் கதையை எவ்வாறு எடுத்துக்கொள்கின்றார் என்பதை விளங்கிக் கொள்ள நாம் *துயிலில்* இறுதி அத்தியாயங்கள் வரை காத்திருக்க வேண்டும்.

நீளும் இந்த ரயில் பயணத்தோடு அழகரின் சிறுவயதுக் கதையும் கூறப்படுகின்றது. அழகர் தன் தாயை சிறுவயதிலேயே இழந்துவிடுகின்றார். அவரின் தந்தையார் ஒரு தியேட்டரில் காவலாளியாக வேலை செய்கின்றவராக இருக்கின்றார். அழகரின் வீட்டில் சமையல் ஒருபோதும் நிகழ்வதில்லை; அருகிலுள்ள ஒரு சாப்பாட்டுக் கடையிலேயே மூன்று நேரமும் அழகர் சாப்பிட தந்தை ஏற்பாடு செய்திருக்கின்றார். குடிகாரராகவும் இருக்கும் அழகரின் தகப்பன் தியேட்டரில் இரவுக் காட்சிகள் முடிந்தவுடன் அதிகவேளையில் அங்கேயே

இரவில் உறங்கிவிடுபவராகவும் இருக்கின்றார். தனியே வீட்டில் உறங்கும் அழகருக்கு இரவு அச்சமூட்டுவதாகவே இருக்கின்றது. ஒருநாள் இரவு அழகர் தந்தை தங்கும் தியேட்டருக்கு இரவில் போகின்றார். அங்கேயே உறங்கிவிடும் அழகருக்கு, அவ்விரவில் தன் தகப்பனாருக்கும் சாப்பாட்டுக்கடைக்காரரின் மனைவிக்கும் இருக்கும் ரகசிய உறவு தெரிந்துவிடுகின்றது. தகப்பனும் அப்பெண்மணி யும் சல்லாபிக்கும் காட்சியையும் அழகர் கண்டுவிடுகின்றார். அப் பெண்மணி அவ்விடத்தை விட்டு நகர்ந்ததும், தகப்பன் அழகர் தம்முறவைக் கண்டதற்காய் அடித்து உதைக்கின்றார். அதன் நிமித்தம் கோபம் கொள்ளும் அழகர் சாப்பாட்டுக்கடைக்காரரின் வீட்டுக்குள் கல்லெறிகின்றார். இனியும் இங்கிருந்தால் தகப்பன் தன்னைக் கொல் லாமல் விடமாட்டார் என அஞ்சும் அழகர் ஊரைவிட்டு ஓடுகின்றார். அன்று தொடங்கும் அழகரின் ஓட்டம் நாவல் முடியும்வரையில் ஓரிடத்தில் தங்கமுடியாத வாழ்வின் ஓட்டமாய்ப் படிமமாக்கப்படு கின்றது.

இவ்வாறாக ஊரை விட்டோடும் அழகர் இன்னொரு நகரத்திலுள்ள சாப்பாட்டுக் கடையில் வேலை செய்யத் தொடங்குகின்றார். அந்தச் சாப்பாட்டுக்கடையும் தன் வீழ்ச்சியைச் சந்திக்கும்பொழுதில் ஜக்கி என்னும் பெண்மணியைச் சந்திக்கின்றார். அப்போது அழகருக்கு பதினாறு வயது. தனக்கு உதவி செய்ய தன்னோடு கூட வந்துவிடு கின்றாயா எனக் கேட்கும் ஜக்கியோடு அழகர் போய்விடுகின்றார்.

ஜக்கி, தனது தங்கை டோலி மற்றும் பல பெண்களையும் இணைத்துப் பாலியல் தொழில் செய்கின்றார். அவர்களுக்கு வேண்டிய எல்லா உதவிகளையும் செய்கின்றவராக இருக்கும் அழகருக்கு முதன் முதலான பாலியல் உறவும் அங்கிருக்கும் பெண்களில் ஒருவரோடு நிகழ்கிறது. வாடிக்கையாளரின் விருப்பத் தேர்வாக இருக்கும் ஜக்கியின் தங்கை டோலி ஒருநாள் காணாமற்போக ஜக்கி மனம் உடைந்து போகின்றார். இறுதியில் தான் இனித் தொழில் செய்யப்போவதில்லை யென தன்னிடம் இருக்கும் பெண்களுக்குப் பணத்தைப் பிரித்துக் கொடுத்து அவர்களை அனுப்பிவிடுகின்றார். தன் பூர்வீக ஊர் போகும் ஜக்கியோடும் தானும் வரப்போகின்றதாய் கூறும் அழகரை 'என்னோடு வந்தால் உன் வாழ்வு சீரழிந்துவிடும். என்னைவிட்டுப் போய்விடு' என ஜக்கி அழகருக்கு அறிவுரைகூறி அனுப்பி வைக்கின் றார். அழகர், தான் முதன் முதலில் உடலுறவு வைத்துக்கொண்ட பெண்ணோடு சேர்ந்து ஊரூராய்ச் சென்று நாககன்னி ஷோ நடத்து கின்றார். ஒருநாள் அந்தப் பெண்ணும் அழகரைக் கைவிட்டுவிட்டு வேறு யாரோ ஒருவரோடு ஓடிவிடுகின்றார். இறுதியில் தான் செய்யும் வேலையை மாற்றிக் கூறி சின்னராணியைத் திருமணம் செய்கின்றார். திருமணத்தின் பின்னே சின்னராணிக்கு அழகரின் உண்மை முகம் விளங்குகின்றது. வேறு வழியில்லாத காரணத்தால் அழகரின் வற்புறுத்தலில் தனது வாழ்வை நொந்தபடி கடற்கன்னியாக

வேடம் போட்டு ஊரூராய் சின்னராணி அழகரோடு செல்லத் தொடங்குகின்றார்.

இன்னொரு கிளைக்கதையாக ஜக்கி, டோலியின் சிறுவயதுக் கதைகள் கூறப்படுகின்றன. ஜக்கி/டோலியின் தந்தை ஒரு தமிழராகவும், தாய் ஒரு மலையாளியாகவும் இருக்கின்றார்கள். தந்தையின் மீது பெருவிருப்புள்ள ஜக்கியால் தந்தை நோயுற்று மரணமுறுவதைத் தாங்கிக்கொள்ள முடியவில்லை. வறுமையாலும், உரிய உதவியுமில்லாத தால் ஜக்கியும் டோலியும் பாலியல் தொழில் செய்யத் தள்ளப்படுகின் றார்கள் என்பதாய் அவர்களின் கதை நீளும்.

2

இவ்வாறு அழகர், சின்னராணி, செல்வி, ஜக்கி, டோலி என 1980களில் நிகழும் பல கதைகள் சங்கிலி இணைப்புக்களாய் நீளும்போது, இவற்றுக்குச் சமாந்தரமாய் 1870களில் நிகழும் ஏலன் பவர் என்கின்ற இயேசுவிற்குத் தன்னை அர்ப்பணித்த மருத்துவரின் கதையும் கூறப்படு கின்றது. ஏலன் பவர் அமெரிக்காவில் மருத்துவம் படித்தவர். அங்கேதான் அவர் முதன்முதலாக மருத்துவம் படிக்க வருகின்ற இந்தியப் பெண்ணைச் சந்திக்கின்றார். சேவை செய்வதில் மிகுந்த விருப்புள்ள ஏலன் பவர் உலகின் பல்வேறு பகுதிகளில் மருத்துவராகப் பணியாற்றி, இறுதியில் தெக்கோட்டிற்கு வருகின்றார்.

வெயில் எரிக்கும் தெக்கோட்டில் எவருமே, (ஆங்கிலேய) மருத்துவம் அறிந்த ஏலன் பவரைத் தேடி வரவில்லை. ஏலன் பவரும் அவருக்கு உதவியாய் இருக்கும் சீபாளி என்கின்ற சிறுமியும் நோயாளர்களுக்காய்ப் பல மாதங்களாய் காத்திருக்கின்றார்கள். ஏலன் பவருக்கு மருத்துவம் செய்ய இடத்தை ஒழுங்கு செய்யும் பாதருக்கும் ஏலன் பவர் மீது ஒருவகையான வெறுப்பே இருக்கின்றது. தமக்கான நோயையும் தம் வாழ்வின் ஒரு பகுதியாக ஏற்றுக்கொண்டிருக்கும் தொக்காட்டு மக்களுக்கு நோயிலிருந்து விடுதலை என்பது குறித்து அக்கறையற்றவர் களாக இருக்கின்றார்கள். தன்னிடம் மருத்துவம் பார்க்க வருவதற்கு மக்களை ஈர்க்கவேண்டுமென்றால் முதலில் அவர்களின் நம்பிக்கையைப் பெறவேண்டும் என்கிற புரிதலை ஏலன்பவர் கண்டடைகின்றார். ஆனால், தேவாலயத்திற்கு அருகிலிருக்கும் மருத்துவனைக்கு வந்தால் பாதரைப் போல ஏலன் பவரும் தங்களை மதம் மாற்றிவிடுவார் என மக்கள் அஞ்சுகின்றனர். அந்த அச்சத்தைப் போக்கி, தான் மதம் மாற்றமாட்டேன். நீங்கள் உங்கள் மதநம்பிக்கையுடன் இருந்த படியே மருத்துவம் பார்க்க வரலாம் என்கின்றார் ஏலன் பவர். காலப்போக்கில் அம்மக்களின் நம்பிக்கைக்குரியவராகவும், அவர்களில் ஒருவராகவும் மாறிவிடும் ஏலன் பவர், எது நடந்தாலும் தன் இறப்பு வரை தெக்கோடு மக்களோடு இருக்கப் போவதாய் நினைத்துக்கொள் கின்றார்.

தமது நோய் குறித்து அறியாமையால், நீண்டகாலமாய் இருந்த மக்களின் சில நோய்களைத் தீர்த்து வைக்கின்றார் ஏலன் பவர். ஆனால் இதைத் தேவாலயத்தின் பாதர், இயேசுவின் அருளாலேயே இந்த அற்புதங்கள் நிகழ்கின்றன என மதம் மாற்றும் தன் பிரச்சாரத் திற்குப் பயன்படுத்திக்கொள்கின்றார். இந்நோய்கள் அறிவியலால்தான் தீர்ந்திருக்கின்றன மதத்தினால் அல்ல என்ற குழப்பம் ஏலன் பவருக்கு வந்தாலும் அவர் இவ்விடயத்தை அதன்போக்கிலேயே விட்டுவிடு கின்றார்.

3

எஸ்.ராமகிருஷ்ணனின் *யாமம்* நாவலுக்கு விமர்சனம் எழுதியபோது, *யாமம்* காலனித்துவத்தை ஒரு எதிர்மறையாக மட்டும் பார்க்கின்றது என்ற குறிப்பை எழுதியிருந்தேன். ஆனால் *துயிலில்*' காலனித்துவத்தின் இருபக்கங்களும் மிக அவதானமாக முன்வைக்கப்படுகின்றது என்பதைக் குறிப்பிட்டாக வேண்டும். உதாரணத்திற்கு தெக்கோட்டை அண்டி யிருக்கும் ஒரு பூசாரி (அவரே வைத்தியராகவும் அம்மக்களுக்கு இருக்கின்றார்) மனம் பிறழ்ந்த ஆண்/பெண்/குழந்தைகளைச் சங்கிலியால் கட்டி தான் அவர்களின் நோய்களைத் தீர்க்கின்றேன் என சவுக்கால் தினம் அடிக்கின்றார். இதனை அவதானிக்கும் ஏலன் பவர் இது மிருகத்தனமானது என வருந்துகின்றார். நடக்கும் சம்பவத்தை இப்படியே தொடரவிடாது நிறுத்தவேண்டும் என பாதிரியாரிடம் முறையிடும்போது, நாங்களும்(வெள்ளையர்களும்) அப்படித்தானே கடந்தகாலங்களில் நோயாளிகளுக்கு மருத்துவம் செய்திருக்கின்றோம் எனப் பாதர் குறிப்பிடுகின்றார். எப்போதும் கீழைத்தேய மக்களைக் 'காட்டுமிராண்டிகளாய்' விமர்சிக்கும் வெள்ளையினத்தவர்களின் தோன்றல்கள்தான் மிகக்கொடூரமான சிலுவைப்போர்களை நிகழ்த் தினார்கள் என்பதையும், தேவாலயங்களுக்கு எதிரான கருத்துரைத்த பெண்களைச் சூனியக்காரிகளாய் உயிரோடு எரித்தவர்களும் என்பதை யும் நாம் மறந்துவிடமுடியாது அல்லவா?

அதுதான் இங்கே நினைவூட்டப்படுகின்றது. அதேபோன்று இந்திய(தமிழ்)மனங்களில் அகற்றமுடியாக் கசடாய் ஒளிந்திருக்கும் சாதி பற்றியும் *துயிலில்* நுட்பமாகப் பேசப்படுகின்றது. ஏலன் பவர் தன்னிடம் வரும் நோயாளிகளை ஒரே மாதிரியாய் நடத்துவது தெக்கோடு கிராமத்திலிருக்கும் உயர்சாதியினரால் ஏற்றுக்கொள்ளப்பட முடியாதிருக்கின்றது. ஏலன் பவரோடு வேலை செய்யும் சீபாளியின் குடும்பம் கிறிஸ்தவ மதத்திற்கு மாறியபின்னர் கூட, சீபாளி எல்லோரும் வழிபடும் தேவாலயத்தினுள் உள்ளே வழிபட அனுமதிக்கப்படாமல் தான் இருக்கின்றார். இந்தச் சாதியின் அரசியலை அங்கே மேற்கிலிருந்து வரும் பாதிரியார் கூட மதம் மாற்ற நடவடிக்கைக்காய் அவர்களைத் தந்திரமாய்ப் பிரித்து வைத்தே பாவிக்கின்றார் என்பதையும் நாம் கவனித்தாக வேண்டும். ஆனால் மானுடத்தின் மீதான உண்மையான

அக்கறையுள்ள ஏலன் பவரால் அதை ஒருபோதும் ஏற்றுக்கொள்ள முடியவில்லை. இவ்வாறு எல்லா மக்களையும் சாதி அடிப்படையில் பகுக்காது, மனிதத்தின் அடிப்படையில் ஒன்றாகப் பாவித்ததே இறுதியில் ஏலன் பவரின் உயிரையும் பறித்திருக்கின்றது என்பதை நுட்பமாய் எஸ்.ரா. நாவலில் எழுதியிருக்கின்றார்.

ஊர் மக்கள், தங்களுக்கு சீக்கு நோயைப் பரப்புகின்றார் என்ற குற்றச்சாட்டின்பேரில் ஒரு பாலியல் தொழில் செய்யும் பெண்ணை உயிரோடு அடித்துக்கொல்லும் முயற்சியில் ஈடுபடுவதை ஏலன் பவர் தடுத்து நிறுத்துகின்றார். அந்நிகழ்வே அதுவரை அவரைத் தங்களில் ஒருவராக நினைத்த ஊர்மக்களிடமிருந்து ஏலன் பவரை விலக்கி வைக்கின்றது. மட்டுமின்றி, கத்தோலிக்கச் சபையிலிருந்தும் அவரை நீக்கச் சொல்லியும் கட்டளையும் இடப்படுகின்றது. ஒரு முக்கியமான பாதரால் ஏலன் பவர் நியமிக்கப்பட்டதால் வங்காளத்திலிருந்து ஒரு உயர்மட்டக்குழு இச்சம்பவத்தை தீர விசாரிக்க தெக்கோட்டிற்கு அனுப்பப்படுகின்றது. அக்குழு இறுதியில் என்ன முடிவை எடுத்தது என்பதும், ஏலன் பவரின் இன்னொரு கனவான கல்விகற்க வாய்ப்பேயில்லாத அம்மக்களுக்கு ஒரு பாடசாலை அமைத்துக் கொடுத்தல் நிகழ்ந்ததா என்பதையும் வாசிப்பவர்களுக்காய் விட்டு விடலாம்.

தெக்கோடு தேவாலயத்தின் திருவிழாவிற்காய் பலர் பல்வேறு திசைகளில் இருந்து வந்துகொண்டிருக்கின்றார்கள். தெக்கோடு தேவாலயத்திற்கென ஒரு ஐதீகம் உண்டு; நோயாளிகள் தத்தம் இடங்களிலிருந்து கால்நடையாகவே நடந்து திருவிழாவிற்கு வந்துசேர்ந்தால் அவர்களின் தீர்க்கமுடியாப் பிணிகள் எல்லாம் தீர்ந்துவிடும் என்பது. ஆகவே பல்வேறு விதமான நோயாளிகள் திருவிழாவிற்காய் நடந்து வந்து கொண்டிருக்கின்றார்கள். அவ்வாறு வந்து சேரும் நோயாளிகள் இடையில் தங்கிச்செல்லும் இடமாக எட்டூர் இருக்கின்றது. அங்கே 'அக்கா' என எல்லோராலும் அன்பாக அழைக்கப்படும் பெண்மணி எல்லா நோயாளிகளையும் பரிவாகக் கவனிக்கின்றார்; அவர்களுக்கு உணவூட்டுகின்றார். ஆறாத காயங்களைச் சுத்தம் செய்கின்றார்; எல்லாவற்றுக்கும் மேலாக நோயாளிகள் மனந்திறந்து பேசுவதை பொறுமையாக இருந்து கேட்கின்றார். அக்கா ஒரு மருத்துவரல்ல. ஆனால் நோயுற்றவர்கள் எல்லோரும் தமது நோய்கள் பற்றிப் பேசவும், தம்மோடு பிறர் பரிவாக இருப்பதையும் விரும்புகின்றவர்கள் என்கிற நோயாளிகளின் உளவியல் நன்கறிந்தவர்.

பிணியின் பாதி தீர்வது, நோயாளிக்குத் தான் தனியாள் அல்ல என்பதை உணரச்செய்வது, மிகுதிப் பாதியைக் கொடுக்கும் மருந்துகள் தீர்க்கும் என்பதை அக்கா நன்கறிந்தவர். ஆகவே நோயாளிகளை மனந்திறந்து பேசும்போது அவர்கள் ஏற்கனவே தம் வாழ்வில் செய்த பாவங்களும் கூடத்தான் ஒரு நோயாக கூட இருந்து உறுத்திக்கொண்டிருக்கின்றது என்பதை அக்கா அவர்களுக்குப் புரிய வைக்கின்றார்.

பாவங்களிலிருந்து விடுபடல் என்பது நாம் பாவம் செய்தது யாரிடமோ அவர்களைத் தேடிச்சென்று எமது தவறுகளைக் கூறி மண்டியிடுவது தான் என்கின்றார். அக்காவைத் தேடி தொழுநோயாளிகள் மட்டுமின்றி பல்வேறு பிணிகளோடு இருப்பவர்களும் வருகின்றார்கள். ஒருமுறை எப்போதும் போதையில் மிதந்தபடி இருக்கும் ஒரு குடிகாரனைச் சந்திக்கின்றார் அக்கா. ஆனால் அவன் தனது அன்பு புறக்கணிக்கப் பட்டதாலேயே குடியைக் காரணங்காட்டி எல்லோரையும் வெறுக் கின்றான் போன்ற தந்திரத்தைச் செய்கின்றான் என்பதை அக்கா அவனிடம் கண்டுபிடிக்கின்றார். தான் இதுவரை நுட்பமாய் மறைத்து வைத்திருந்த உண்மையை அக்கா சட்டென்று கண்டுபிடித்ததைக் குடிகாரனால் தாங்கமுடியாதிருக்கின்றது. ஆகவே அக்காவை மூர்க்க மாய்த் தாக்குகின்றான்.

அதேபோன்று தமது 50 வயதுகளில் வீட்டால் துரத்தப்பட்ட 70 வயதுகளில் இருக்கும் இரு முதியவர்களும் அக்காவைத் தேடி வருகின்றார்கள். அவர்கள் தாங்கள் அக்கா செய்யும் நல்லபணிகளைக் கேள்விப்பட்டு அவருக்கு சில நாட்கள் உதவ வந்ததாகக் கூறுகின்றார். அக்கா நெகிழ்கின்றார். 50 வயதுவரை தாங்கள் வேலை, குடும்பம் என ஒரு குறுகிய வட்டத்திற்குள் வாழ்ந்துகொண்டிருந்தோம், வீட்டி லிருந்து துரத்தப்பட்டபின் தான் உலகம் எவ்வளவு விரிந்தது என்று தெரிகிறது எனச்சொல்லும் அம்முதியவர்கள் முதுமையிலும் வாழ்வு அழகுதானெனக் கூறுகின்றனர்.

இப்படி அக்காவின் எட்டூர் மண்டபத்திற்கு வருகின்ற பலரின் கதைகள் கூறப்படுகின்றன. ஒவ்வொருவரின் கதைகளும் ஏதோ ஒருவகையில் நம்மைப் பாதிக்கச் செய்கின்றதோடு, அவர்கள் எமக்கு ஏற்கனவே தெரிந்த நம்மோடு உலாவுகின்ற மனிதர்கள் போன்ற நெருக்கத்தையும் வாசிக்கும் நமக்குள் ஏற்படுத்தவும் செய்கின்றனர்.

4

இவ்வாறு இரு நூற்றாண்டுகளில் நிகழும் கதைகள் வெவ்வேறு மாந்தர்களினூடாக இந்நாவலில் சொல்லப்படுகின்றது. தெக்கோடு கிராமத்தில் எப்படி கிறிஸ்தவம் பரவுகின்றது என்பதிலிருந்து, தெக் கோடு தேவாலயம் எவ்வாறு கட்டப்பட்டது என்பது வரை நுண்ணிய மான தகவல்களால் துயில் எழுதப்பட்டிருக்கின்றது. ஒவ்வொரு தனிமனிதனும் தன் வாழ்வையும் தான் சந்தித்த மனிதர்களையும் பற்றியும் எழுதத்தொடங்கினாலே அது எவ்வளவோ பக்கங்களுக்கு நீளக்கூடியதாக இருக்குமென்றால், இரு நூற்றாண்டுகளுக்கு முன் எழுப்பப்பட்ட தேவாலயத்தைப் பற்றிய கடந்தகாலத்தையும் நிகழ் காலத்தையும் எழுதத்தொடங்கினால் ஒருபோதுமே முடிவடையாத அளவுக்குக் கதைகள் என்றுமே நுரைத்துத் ததும்பக்கூடியனதான். எனவேதான் தெக்கோடு தேவாலயத்தை ஒரு முக்கிய மையமாய்

வைத்து எழுதப்பட்ட *துயில்* நாவலும் அது கூறுகின்ற கதைகளை விட சொல்லப்படாத கதைகளைத் தன்னகத்தில் உள்ளடக்கியிருக் கின்றது என்பதை நாம் உய்த்துணர்ந்து கொள்ளலாம்.

துயிலில் விடப்பட்ட இடைவெளிகளைக் கொண்டு நாம் எமக்கான கதைகளைக்கூட கட்டியெழுப்பிக்கொள்ளலாம். உதாரணமாக, *துயில்* நாவலில் வருகின்ற முக்கிய பாத்திரமான அக்கா ஒரு குடிகாரனால் தாக்கப்பட்டு மயக்கமடைவதோடு இந்நாவலிலிருந்து இல்லாமற் போய்விடுகின்றார். ஆனால் அக்காவின் பாத்திரத்தை வாசிக்கும் நமக்கு, அந்த அக்காவிடம் நமக்குச் சொல்வதற்கு இன்னும் நிறையக் கதைகள் இருக்குமென்பதை அறிவோம். அழகரினதோ, ஜக்கியினதோ சிறுவயது அனுபவங்கள் விரிவாகச் சொல்லப்பட்டதுபோன்று அக்கா வினது கடந்தகாலம் *துயிலில்* கூறப்படாது விடப்பட்டிருக்கும் இடைவெளியைக்கூட நாம் நமக்குத் தெரிந்த ஒரு அக்காவின் நினைவுகளை நனவிடைதோயச் செய்வதாகக்கூட மாற்றிக்கொள்ள லாம்.

19ம் நூற்றாண்டின் இறுதிப்பகுதியில் ஒரு பெண் அநியாயமாக தெக்கோடு தேவாலய முன்றலில் கொல்லப்படுகின்றார். அவரின் அதுவரை காலச்சேவையை நினைவூட்டிக்கொண்டிருந்த கட்டடமும் பின்னாட்களில் அடையாளமின்றிப் போகின்றது. ஆனால் அவர் எழுதிக்கொண்டிருந்த கடிதங்களின் மூலம் அவரின் நினைவுகள் மீண்டும் தூசி தட்டப்படுகின்றன. கடிதம் ஒரு முக்கிய ஆவணமாய் கடந்தகால வரலாற்றை மீளக் கட்டியெழுப்புகிறது. அதேபோன்று கிட்டத்தட்ட ஒரு நூற்றாண்டுக்குப் பின்னாலும் தொக்காடு தேவாலயச் சூழலில் கொலையொன்று நிகழ்கின்றது. ஆனால் சென்ற நூற்றாண்டைப் போலல்லாது, தனக்குச் செய்யப்படும் அநியாயம் கண்டு பொங்கியெழுந்து ஒரு பெண்ணே அக்கொலையைச் செய்கின் றாள். ஒரு நூற்றாண்டு இடைவெளியில் காலம் மாறிக்கொண்டிருப் பதை இதைவிட நுட்பமாக உணர்த்தி விடமுடியுமா என்ன?

துயில் நாவல் நோய்மையை மட்டும் பேசாது வெவ்வேறுவிதமான மருத்துவமுறைகள் பற்றியும் ஆழ விவாதிக்கின்றது. மேலைத்தேய மருத்துவ முறையில் தேர்ச்சி பெற்ற ஏலன் பவர், கீழைத்தேய நாடு களில் தலைமுறை தலைமுறையாக குறிப்பிட்ட குடும்பங்களிடையே கற்றுக்கொடுக்கப்படும் கீழைத்தேய மருத்துவ முறைகளைப் பற்றி அறியவும் ஆவல் உள்ளவராக இருக்கின்றார். இம்மருத்துவமுறை இந்திய சமூகங்களில் ஒதுக்கப்பட்ட சாதிகளிடையே இருந்து வருவதை யும் அதனால் இவர்களிடம் சிகிச்சை பெற உயர்சாதி மக்கள் விரும்புவதில்லை என்பதையும் அவதானிக்கின்றார்.

மேலும் இந்திய மருத்துவமுறைகள், மேலைத்தேய மருத்துவத்தைப் போல தனிப்பட்ட நோயிற்கு மட்டும் சிகிச்சையைத் தேடுவதை விடுத்து, அது முழுமனிதனுக்குமான உடல்நலத்தைக் கவனத்தில் கொள்கின்றது என்கின்ற புரிதலுக்கும் ஏலன் பவர் வருகின்றார். இயற்கையோடு

அதிகம் வாழும் இந்திய மக்கள் தமது மருந்துகளையும் இயற்கை வளங்களிலிருந்து பெற்றே தயாரிக்கின்றார்கள் என்பதையும், அவ்வாறு மேலைத்தேய மருந்துகள் தயாரிக்கப்படுவதில்லை என்கின்றபோது, *துயிலில்* வரும் உள்ளூர் மருத்துவர் அதை நம்பமுடியாதவராக இருக்கின்றார் என்பதும் குறிப்பிடப்படுகின்றது.

மேலும் *துயில்* நாவலில் தெக்கோடு தேவாலயத்தின் திருவிழா பற்றிய வர்ணனைகள் விதந்து கூறக்கூடியது. தேர்ந்த ஒரு ஒளிப்பதி வாளர் காட்சிப் படிமங்களாக்குவதைப் போன்ற நேர்த்தியுடன் திருவிழா நாட்கள் எஸ்.ரா.வின் எழுத்தால் காட்சிப்படுத்தப்படுகின்றன. இன்னுஞ்சொல்லப்போனால் தேவாலயத்தின் உள்ளே நிகழும் திருவிழாவைவிட, அதன் சுற்றுச்சூழலே அதிகம் வர்ணிக்கப்படுகின்றது. ஒருவகையில் பார்த்தால் இந்நாவல் விளிம்புநிலை மனிதர்களை முக்கிய பாத்திரங்களாகக் கொண்டே கட்டியெழுப்பப்படுகின்றது எனக்கூடச் சொல்லலாம். ஒரு நிரந்தரமான இருப்பில்லாது எப்போதும் அலைந்துகொண்டிருக்கும் அழகர், பாலியல் தொழில் செய்யும் ஜக்கி மற்றும் டோலி, நோயாளிகளைப் மிகக் கனிவுடன் பராமரித்து அனுப்பும் அக்கா, தனக்கான எல்லா வசதி வாய்ப்புக்களையும் உதறிவிட்டு சேவை செய்வதற்கென வரும் ஏலன் பவர் என அனை வருமே விளிம்புநிலை மனிதர்களாக இருக்கின்றார்கள் அல்லது விளிம்புநிலை மனிதர்களோடு சேர்ந்து வாழ விரும்புகின்றவர்களாக இருக்கின்றார்கள். மேலும் எஸ்.ரா.வின் அநேக நாவல்களில் வருபவர்கள் தங்கள் இயல்புக்கு அப்பால் சென்று தங்களைப் பற்றி அலட்டிக் கொள்வதுமில்லை. அவர்களின் தினவாழ்வென்பதே புற நெருக்கடிப் பெருஞ்சுழிகளுக்கு எதிராகத் துடுப்புப் போடுவதாக இருக்கும்போது உள்மனத் தரிசனங்களுக்காய் நின்று நிதானிக்கவும் முடியாது. அந்த இயல்பு *துயிலின்* பாத்திரங்களுக்கு இருப்பதால்தான் நாவல் வாசிப்ப வர்களை உள்ளிழுத்துக்கொள்கிறது.

இந்நாவலை வாசித்துக்கொண்டிருந்தபோது காணக்கிடைத்த சில எதிர்மறையான புள்ளிகளையும் குறிப்பிடவேண்டும். ஒவ்வொரு அத்தியாயத்திலும் ஒரு சில எழுத்துப் பிழைகளென நாவல் முழுதும் எழுத்துப் பிழைகள் மலிந்து கிடக்கின்றன. எஸ்.ரா.வின் *உபபாண்டவம்* வாசித்த நாட்களிலிருந்து இதை அவதானிக்கின்றேன் என்றாலும், இவ்வளவு கடும் உழைப்போடு எழுதப்படும் ஒரு நாவலில் இவ்வாறான விடயங்களையும் களையவேண்டுமெனக் கறாராக கூறவேண்டியிருக் கின்றது. அதைவிட, சிலவேளைகளில் பாத்திரங்களின் பெயர்கள் மாற்றி மாற்றி வந்திருக்கின்றன. உதாரணத்திற்கு ஜக்கி தான் அவரின் தகப்பனோடு மிகவும் நெருக்கமாயிருக்கின்றார். ஆனால் சில பக்கங் களைத் தாண்டியபின் ஜக்கியின் தங்கையான டோலிதான் தகப்ப னுக்கு நெருக்கமாயிருக்கின்றார் என்பதுபோல பெயர் ஆள்மாறாட்டம் நடந்திருக்கும். இவ்வாறான விடயங்கள் வாசிப்பவரை நிச்சயம் குழப்பவே செய்யும்.

எங்கோ தொலைவில் முற்றிலும் வேறுபட்ட பண்பாட்டுச் சூழலில் பிறந்து இந்தியாவிற்கு சேவையாற்ற வரும் ஏலன் பவர், தன் துணையை விலக்கிவிட்டுப் போவதற்கான எத்தனையோ சந்தர்ப்பங்கள் வாய்த்தும், தன்னைப் பயன்படுத்துகின்றான் கணவன் என்கின்ற புரிதலோடு அழகரோடு அலையும் சின்னராணி, நோயாளிகளை ஆற்றுப்படுத்தவும், அவர்களுக்கு விருந்தளிப்பதுமே தன் கடனென அதற்காய் தன் வாழ்நாளை முற்றுமுழுதாகச் செலவழிக்கின்ற கொண்டலு அக்கா... என இந்நாவலில் முக்கிய பெண் பாத்திரங்கள் அனைத்துமே தம் வாழ்வைப் பிறருக்காய் அர்ப்பணித்து அதில் ஏதோ ஒருவகையில் நிறைவைக் காண்பவர்களாய் இருக்கின்றார்கள். தனிநபர் சார்ந்து எல்லாமே வலியுறுத்தப்படும் இன்றைய உலக ஒழுங்கில் மேற்குறித்த பாத்திரங்கள் சிலவேளைகளில் விசித்திரப் புதிர்களாக வாசிப்பவர்களுக்குத் தெரியவும் கூடும். அதன் நிமித்தம் வரும் வியப்பே, அண்மையில் வாசித்தவற்றில் *துயிலை* ஒரு முக்கிய நாவலாக வைத்துப் பார்க்கத் தோன்றுகின்றதோ தெரியவில்லை.

தீராநதி- புரட்டாதி/2011

துயில்
நோய்மையின் வரலாற்று, உளவியல் பதிவு

டாக்டர் ராமானுஜம்

மனிதனுக்கு நேரும் சிக்கல்களிலேயே அவன் மிகவும் அஞ்சுவது நோய்க்குத்தான். வேறு எதையும் விட அவனால் தாங்கமுடியாதது மர்மங்களை. மற்ற பிரச்சினைகளைத் தீர்க்க முடியாவிட்டாலும் ஏன் வந்தது என்ற காரணத்தையாவது அறிந்திருப்பான். ஆனால் நோய் வந்தவுடன் அவன் மருத்துவரிடம் கேட்கும் முதல் கேள்வி 'இது ஏன் வந்தது?' என்பதுதான். ஆனால் பெரும்பாலான நோய்கள் ஏன் வந்தன, அதிலும் தனக்கு மட்டும் ஏன் வந்தது என்ற கேள்விக்கு விடை தெரியாமலிருப்பது அவனால் தாங்கிக் கொள்ள இயலாததாக இருக்கிறது.

எந்த நோயும் தனியே வருவதில்லை. பயமும் நிச்சயமின்மையும் சேர்ந்தே வருகின்றன. நவீன மருத்துவத்தில் பல நோய்களுக்குச் சிகிச்சை இருப்பினும் நோய் பற்றிய கற்பனைகளும் பயங்களும் மனிதனை அலைக்கழிக்கின்றன. விடை தெரியாதபோது ஆன்மீகம், மதம் என்று திசை திரும்புகிறான். எங்கு பயமும், நிச்சயமின்மையும் சேர்கிறதோ அங்கு மதம் நுழைகிறது.

ஒவ்வொருவரும் நோயை ஒவ்வொரு விதமாய் எதிர்கொள்கின்றனர். நான் முதன்முதலில் தூத்துக்குடி அருகேயுள்ள ஆத்தூரில் மருத்துவ னாகப் பணியாற்றியபோது அங்குள்ள எளிய மக்கள் உடலைப் பற்றியும் நோய்த்தடுப்பு முறைகளைப் பற்றியும் பெரிய ஆர்வம் காட்டாமல் இருப்பது கண்டு கோபப்படுவேன். அதே நேரம் அந்த மக்கள் எவ்வளவு பெரிய நோயையும் எளிதில் தாங்கிக்கொள்வதை வியப்புடன் கண்டிருக்கிறேன்.

கீழைத்தேச மக்கள் நோய்மையை எதிர்கொள்வதற்கும் மேலைத் தேச மக்கள் எதிர்கொள்வதற்கும் வித்தியாசம் இருக்கிறது. மேற்கத்தியப்

பார்வை உடலைப் பருப்பொருளாகப் பார்க்கிறது. நம்முடையதைப் போன்ற மரபோ உடலை ஆன்மீக மற்றும் பிரபஞ்ச இயக்கத்தின் ஒரு பகுதியாகவே பார்க்கிறது. சுயம் முன்னிறுத்தப்படுவது குறைவே.

இதுபோன்ற நோய் மற்றும் நோய்மையோடு தொடர்புடைய வரலாற்று, சமூக உளவியல் பார்வைகளைத் தன் வசீகர மொழியால் *துயில்* நாவலில் ஆவணப்படுத்தியிருக்கிறார் எஸ்.ராமகிருஷ்ணன்.

நாவல் மூன்று தளங்களில் இயங்குகிறது. தெக்கோடு எனும் கிராமத்தைச் சுற்றியே கதைக்களம் அமைத்திருக்கிறார். 1982ஆம் ஆண்டு மனைவிக்குக் கடற்கன்னி வேடமிட்டுத் திருவிழாவில் ஷோ நடத்தத் தெக்கோடு கிராமத்துத் துயில்தரு மாதாவின் திருவிழாவுக்குச் செல்லும் அழகர் மற்றும் அவனது மனைவியின் இருத்தலியல் சிக்கல்கள் ஒருபுறம். மறுபுறம் அதே காலகட்டத்தில் அந்தத் திருவிழா விற்குச் சென்றால் நோய்கள் தீரும் என்ற நம்பிக்கையில் செல்லும் நோயாளிகள் வழியில் எட்டூர் என்ற இடத்தில் தங்கி தங்கள் நோய்மையின் காரணங்களையும் அனுபவங்களையும் பகிர்ந்து கொள்வது சித்தரிக்கப்பட்டிருக்கிறது. இன்னொரு தளத்தில் கொல் கத்தாவிலிருந்து மருத்துவ சேவையாற்றுவதற்காகத் தெக்கோடு கிராமத்துக்கு வரும் கிருத்துவ மருத்துவர் ஏலன் பொவார் அடையும் அனுபவங்கள். இது 1870களில் நடக்கிறது.

அழகர் முற்றிலும் முழுமையான இருத்தலியல்வாதியாகச் சித்தரிக் கப்படுகிறான். நாவலின் மையக்களமான நோய்மைக்கும் அழகரின் அனுபவங்களுக்கும் பெரிய தொடர்பு இல்லை எனினும் அடிப்படைத் தேவைகளான பசி, காமம் போன்றவை அவனை ஆட்டிப்படைக் கின்றன. இளவயதில் ஏற்படும் அனுபவங்கள் அவனது ஆளுமையைச் செதுக்குகிற விதம் நன்கு சித்தரிக்கப்படுகிறது.

வீட்டை விட்டு ஓடி பழனியில் ஒரு ஓட்டலில் வேலைக்குச் செல்கிறான். ஓட்டலில் தங்கியிருப்பவர்களின் துயரங்களை, பிரிவுகளை, சின்னச் சின்ன சந்தோஷங்களைக் காட்டுகிறார். எல்லாப் பெரிய ஓட்டல்களுக்கு அருகிலும் அவற்றின் கழிவுகள், குப்பைகளால் நிரம்பிய ஒரு மிக அழுக்கான சந்து இருக்கும். அதுபோல் அன்றாடம் நாம் சந்திக்கும் எளிய மனிதர்களுக்கு உள்ளே உள்ள அறியப்படாத வெளிகளை அழகரின் கதை மூலம் எட்டிப் பார்க்கிறது நாவல்.

பாலியல் தொழிலாளி (எஸ்.ரா.வின் பாணியில் 'வேசை') ஜிக்கியுடன் சென்று அவளுக்கு உதவியாக இருக்கிறான். ஓட்டல் வேலையைப் போன்று இங்கும் அழகர் வலி, வேதனைகள், நம்பிக்கைத் துரோகங்கள் போன்றவற்றைக் காண்கிறான். பின்னர் தன் மனைவியைக் கடல்கன்னி வேடமிட்டுக் காட்சிப் பொருளாக்கிச் சம்பாதிக்கிறான்.

அழகர் வரும் பகுதி முழுதும் விளிம்பு நிலை மனிதர்களின் அன்றாடச் சிக்கல்கள், அதை அவர்கள் எதிர்கொள்ளும் முறை, அவர்களுக்குள் நிலவும் உறவுமுறை, அவர்களது நம்பிக்கைகள், ஆச்சரியங்கள், கொண்டாட்டங்கள் பற்றிய நுட்பமான பதிவுகள்

காணப்படுகின்றன. திருவிழாவில் ஷோ நடத்தும் பல்வேறு வகையான மனிதர்களைப் பற்றி இவ்வளவு விவரங்களுடன் வேறு ஒரு நாவல் வந்திருக்குமா என்பது சந்தேகமே.

கொல்கத்தாவிலிருந்து மருத்துவ சேவை செய்ய தெக்கோடு கிராமம் வரும் ஏலன் பவார் ஆரம்பத்தில் மக்களின் நம்பிக்கையைப் போராட வேண்டியிருந்தது. நவீன மருத்துவம் விஞ்ஞானத்தின் நீட்சியாதலால் மத நம்பிக்கைகளுக்கும், பாரம்பரிய மருத்துவ முறைகளுக்கும் எதிரானதாகவே இருக்கிறது. எனவே உள்ளூர் மக்கள் மட்டுமின்றி அவ்வூரின் பாதிரியாரும் அவளது முயற்சிகளுக்கு எதிர்ப்புத் தெரிவிக்கின்றார்.

ஏலன் பவார் கொல்கத்தாவில் உள்ள தலைமைப் பாதிரியார் லகோம்பிற்கு எழுதும் கடிதங்கள் மதத்திற்கும் மருத்துவத்திற்கும் நடக்கும் முரணியக்கத்தைக் கவித்துவமாக வெளிப்படுத்துகின்றன. கரமசாவ் சகோதரர்களில் வரும் பாதிரி ஜோசிமாவுக்கும் அல்யோஷா விற்கும் நடக்கும் உரையாடலை நினைவுபடுத்தும் செறிவு கொண்டது. ஏலன் பவார் கூறுகிறாள்: "உண்மையில் மருத்துவத்தின் முதல் எதிரி மதம்தான். நோயைச் சொல்லித்தான் மனிதர்களை மதம் தன்வசம் இழுக்கிறது. இந்த பயத்தால்தான் அவர்கள் கடவுளை வணங்குகிறார்கள்."

நவீன மருத்துவத்தின் வளர்ச்சிக்கும் கிருத்துவ மதம் நம் நாட்டில் பரவியதற்கும் நெருங்கிய தொடர்பு இருந்தாலும் ஒரு சில மிஷினரிகள் ஆரம்ப காலத்தில் நவீன மருத்துவம் பரவினால் மக்களிடம் கடவுள், மதம் மீது நம்பிக்கை குறைந்துவிடுமோ என்று அச்சப்பட்டனர் என்பதை பவார் விளக்குகிறாள். ஆனால் உண்மையான கிருத்துவரான லகோம்பே மூலம் மருத்துவமும் ஆன்மீகமும் ஒரே தளத்தில் இயங்கு பவையே என்பதை ஆசிரியர் வெளிப்படுத்துகிறார்.

பாதிரி லகோம்பே கூறுகிறார்: "மதம் என்ற மாளிகைக்கு நான்கு தூண்கள் அடிப்படையாக இருக்கின்றன. அதில் ஒன்று நோய். மற்றது பசி. மூன்றாவது காமம். நான்காவது அதிகாரம். இந்த நான்கிலிருந்தும் உலகில் எந்த மதமும் விலக முடியாது."

"நோயாளிகள் தன்னைப் பற்றிச் சொல்வதில் எப்போதும் பாதி அளவே உண்மையிருக்கிறது. அந்தப் பாதி உண்மைகளைக் கூட அவன் தன் வலி தாங்க முடியாமல்தான் சொல்கிறான்."

எட்டூர் மண்டபத்திற்கு வரும் நோயாளிகளின் கதைகளும் அதற்கு அவர்களுக்குச் சேவை செய்யும் கொண்டலு அக்கா என்பவர் கூறும் பதில்களும்தான் கதையின் மைய ஓட்டமான நோய்மையைப் பற்றிய விவாதங்களாக இருக்கின்றன. உடல் மனத் தொடர்பு குறித்துத் தத்துவவாதிகள், ஆன்மீகவாதிகள், அறிவியலாளர்கள் என்று பலரும் விவாதித்துள்ளனர். நவீன மருத்துவம் மனதை உடலின் ஓர் அங்கமாக ஒரு பருப்பொருளாகப் பார்க்கிறது. இது தட்டையான பார்வையாக இருந்தாலும் உடல் மனத் தொடர்பு

நோய் உருவாவதையும், நோயை எதிர்கொள்வதையும் விளக்குகிறது. ஒரே நோய் இருவருக்கு வந்தாலும் இருவரும் வேறு வேறானவர் என்பது மருத்துவத்தின் பால பாடம்.

நோயுற்றவர்கள் அனைவருக்கும் பொதுவான சில இயல்புகளைக் கதை படம் பிடிக்கிறது. நோயுற்றவர்கள் அனைவரது முகங்களும் ஒரே மாதிரி ஆகிவிடுகின்றன; நாம் நோயுறும்போது அடுத்தவரோடு அதைப்பற்றிப் பேச விரும்புகிறோம். மனதுக்குள் புதைந்த நினைவுகள் நோய்களாகின்றன; இதுபோன்ற கருத்தாக்கங்கள் எட்டூர் மண்டப விவாதங்களில் வெளிப்படுகின்றன.நோயுற்றவர்களும் உடன் இருப்பவர்களும் பரஸ்பரம் மற்றவரை வெறுக்கத் துவங்குகின்றனர்.

நோய்மை மனதின் சிக்கல்களிலிருந்து உருவாவதையும் ,அதை ஒவ்வொருவரும் தனித்தன்மையுடன் எதிர்கொள்வதையும் நோயுற்றவர் மீது சுற்றமும் சமூகமும் காட்டும் வெறுப்பையும் இந்தப் பகுதியில் வெளிப்படுத்தியிருக்கிறார் எஸ்.ரா.

ஒரு பறவைப் பார்வையில் சொன்னால் அழகர் சம்பந்தப்பட்ட பகுதிகள் *நாளை மற்றுமொரு நாளே*வின் இருத்தலியல் பார்வையைப் போன்றும், ஏலன் பொவார் வரும் பகுதி 'கரமசாவ் சகோதரர்களின்' தத்துவ விவாதப் பகுதி போன்றும், எட்டூர் மண்டபப் பகுதி *பசித்த மானுடம்* போல் நோயுற்றவர்களின் வாழ்வையும் வீழ்ச்சியையும் சித்தரிப்பதாகவும் அமைந்திருக்கிறது. தெக்கோடு என்னும் முடிச்சில் இம்மூன்று சரடுகளும் இணைகின்றன.

நோய்மையின் வரலாற்று சமூக உளவியல் கூறுகளைத் தன் கவித்துவ மொழி மூலம் அழியாத பதிவாக்குகிறார். தீவிரத் தளத்தில் இயங்கும் இந்நாவலில் சில இடங்களில் பாத்திரங்கள் இயல்பு மொழியன்றிச் செந்தமிழில் பேசுவது சற்று ஒட்டாமல் இருக்கிறது எனினும் அங்கு ஆசிரியரின் குரலே ஒலிக்கிறது என்பதைப் புரிந்து கொள்ள முடிகிறது.

நோயை அறிந்துகொள்வதைவிட நோயாளியைப் புரிந்துகொள்வது முக்கியம். இந்த நாவலை மருத்துவத்தை மக்கள் சேவையாக நினைக்கும் மருத்துவர்களுக்குச் சமர்ப்பணம் செய்திருக்கிறார். மருத்துவர்கள் ஒவ்வொருவரும் வாசிக்க வேண்டிய நாவல். ஆனால் அவர்களது வாசிப்புப் பழக்கம் குறித்து அறிந்தவர்களுக்கு அது ஓர் இன்பக்கனவே என்று புரியும்.

(இணையம்)

துயில்

நோய்மையின் தரிசனம்

பி.வசந்தா

தமிழ் வாசகத் தளத்திற்கு நல்ல நாவல்கள் அபூர்வமாகவே வெளிவருகின்றன. இருண்மை, புரியாமொழி, கட்டுரைத்தனம் எனக் கதையின்றி வரும் நாவல்கள் வாசகரைச் சித்ரவதை செய்கின்றன. வாழ்க்கையைப் பற்றிய புரிதல் ஏற்படுத்தும் நாவல்கள் மிகவும் குறைந்துவிட்டன. இந்தக் களேபரங்களிலிருந்து விலகி சமூகத்தில் ஒதுக்கப்பட்ட மக்களின் வாழ்க்கையையும், நோயாளிகளின் வாழ்வையும் முன்வைத்துச் சமூகத்திற்கு யதார்த்தமான நற்செய்திகளைச் சொல்லும் நாவலாய் எஸ்.ரா.வின் *துயில்* வெளிவந்துள்ளது. ஐநூறு பக்கங்களுக்கும் மேலிருந்தாலும் நாவல் படிக்க விறுவிறுப்பாகச் செல்கிறது.

வாழ்க்கை எப்போதும் அவலங்களையும் ஆரவாரங்களையும் அபத்தங்களையும் கொண்டதாகவே இருக்கிறது. இளகிய மனங்களும் இரக்கமற்ற கல்நெஞ்சங்களும் இணைந்தே ஒருவரோடொருவர் ஒட்டாமல் வாழ்ந்துகொண்டிருக்கிறார்கள். மாயநடையும் மந்திரச் சொற்களுமாய் யதார்த்த வாழ்வை எழுதிவரும் எஸ்.ரா. இந்த நாவல் யாவரும் எளிதாகப் புரிந்துகொள்ளும் விதத்தில் வெற்றிகரமாகப் படைத்துள்ளார்.

கதையைச் சொல்லும்போதே பல கிளைக்கதைகள் மாதிரி இயற்கை பற்றியும் சுற்றுச்சூழல்கள் பற்றியும் தத்துவங்கள், மதங்கள் பற்றியும் உள்ள அனைத்திலும் எஸ்.ரா. தனது ஒளியைப் பாய்ச்சிப் பயணிக்கிறார். இவை வாசகனைப் பிரமிப்பில் ஆழ்த்துகின்றன. துயரங்கள் பேரலைகளாய் எழும்போது நாவலை வாசிக்கின்ற நாமும் ஒருவிதக் கொந்தளிப்பான மனநிலைக்கு ஆளாகிவிடுகிறோம்.

நோய்தான் நாவலின் முக்கிய கருப்பொருள். நோயாளிகளைப் பற்றி இதற்கு முன்பு யாரும் இவ்வளவு நுட்பமாக எழுதியதேயில்லை.

நோயில்லாமல் மனிதன் எப்படி வாழ முடியும்? நோயுற்றவர்களின்

மீது எஸ்.ரா. காட்டும் அக்கறையும் அவதானிப்பும் மிக முக்கியமான ஒன்று. உலகில் காற்றையும் வெளிச்சத்தையும் குளிர்ச்சியையும் வெக்கையையும் நோயாளிகளே கவனமாய் உணர்கிறார்கள். மற்றவர்கள் அதை வெறும் சூழ்நிலையாகக் கருதிக் கடந்துபோய் விடுகிறார்கள் என்கிறார் எஸ்.ரா. உண்மைதானில்லையா?

நோயாளிகளுக்கு எப்போதுமே மனம் கொந்தளித்துக் கொண்டும், நினைவுகள் முன்பின்னாக இடைவிடாது ஓடிக் கொண்டுமிருக்கின்றது. நாவலிலும் அதுபோலதான் நடை உள்ளது. நோயிலிருந்து நலமடைவதில் மருத்துவத்தைப் போலவே நம்பிக்கையும் கூடுதலாகவே செயலாற்றுகிறது.

மருத்துவம் ஒரு வேலையில்லை. அது மனிதவாழ்வில் ஆற்றப்படும் ஒரு சிறந்த சேவை. அதிலும் மருத்துவர்கள் சொல்லும் ஆறுதலான சொற்களை நம்பித்தான் பலர் வாழ்ந்துகொண்டிருக்கிறார்கள். சொல் கசக்கும்போது மனம் நடுங்கத் துவங்குகிறது. ஆறுதலான சொற்களே நம்மை வலியிலிருந்து மீளச் செய்கிறது. குளிரில் நடுங்குவோருக்குக் கதகதப்பான போர்வைபோல ஆதரவான சொற்கள் நோயாளியைப் பாதுகாக்கின்றன. அதை இந்த நாவலில் நன்றாகவே உணரமுடிகிறது.

இன்னொரு பக்கம் நோயாளிகள் மருத்துவரிடம் சொல்வதைவிடக் கடவுளிடம் அதிகம் மன்றாடுகிறார்கள். அதற்காகக் காணிக்கை, விரதம், நேர்த்திக்கடன்கள் என்று பல்வேறு வடிவங்களில் முறையிடுகிறார்கள். நோய்மை பற்றிப் பேசாத மதங்கள் எதுவுமில்லை. அதைத்தான் நாவலின் மையமாகக் கொண்டிருக்கிறார் எஸ்.ரா. மதமும் மருத்துவமும் கொண்டுள்ள உறவே இந்த நாவலின் விவாதப் புள்ளி. அதற்கான தர்க்கம் விவாதம் காரணகாரியம் என்று நாவலில் ஒரு பெரிய கருத்தரங்கே நடைபெறுகிறது,

நோய்பற்றியும் வலி மற்றும் மரண அவஸ்தையைக் குறித்து தமிழில் இதுவரை இத்தனை விரிவாக எந்தப் புத்தகமும் எழுதவில்லை. அதையே முழுக்களமாகக் கொண்டுள்ள நாவலாகத் துயில் முதன் முதலில் உருவாகியுள்ளது.

நாவலின் துவக்கமே ரயிலின் வருகைக்காகக் காத்திருக்கும் குடும்பங்கள், ஸ்டேஷன் மற்றும் அதன் பணியாளர்கள், வெக்கையால் தணியாத தாகமுடன் காத்துக்கிடக்கும் யாத்ரீகர்களுமாய்... அவர்களோடு சின்னராணி, அழகர், செல்வி மூவரும். அவர்கள் இந்நாவல் முழுதும் வரும் முக்கிய பாத்திரங்கள். இந்த மூவரும் அவர்களின் அவலமான வாழ்வும் அன்றாடம் நம் கண்முன் நடக்கும் அச்சு அசலான பாத்திரப் படைப்புகள்.

சூழலைப் பற்றிய விவரிப்பு அதுவும் கரிசல் ரயில் நிலையத்தின் விவரிப்பும் கோடைகாலப் பகல்வேளையும் கண்முன்னே காணும்படியாக இருக்கிறது. நாவல் இரண்டு பகுதியாக உள்ளது. முதல்பகுதி நோயாளிகளின் வருகை. இரண்டாம் பகுதி தெக்கோடில் நடைபெறும் மாதாகோவில் திருவிழா, மாதாகோவில் கோபுரம், திருத்தேர்,

ஓவியங்கள், வெண்கலமணி, அதன் ஓசை, மாடங்கள், கலைஞர்கள், புனிதச் சொரூபங்கள், எக்காளமிடும் வானவர்கள், தேவதைகள், தேக்குமரப் பெஞ்சுகள், ஊசிக்கிணறு, மணிக்கூண்டு, கன்னிமார்மடம், பெரிய மைதானம் என்று மிக விரிவாகப் பத்து நாள் திருவிழாவையும் நாமே நேரில் காண்பது போன்று எஸ்.ரா. எழுதிக் காட்டும்போது ஒரு பேரழகு ஜொலிக்கிறது.

நாவலின் ஊடாக சமூகப் பிரச்சினைகளும் சுட்டிக்காட்டப்படு கின்றன. அழகர் இளவயதில் அன்பும் அரவணைப்பும் இன்றி ஊர்ஊராய்ச் சுற்றித் தவறான பெண்களிடம் சிக்கி அனுபவங்கள் கற்று வருகிறான். அந்தக் காட்சிகள் சமகால இளைஞர்களின் மனநிலையைப் படம்பிடித்துக் காட்டுகின்றன. அழகர் தேர்வு செய்யும் தொழில் விசித்திரமானது. தனது மனைவியை மச்சக்கன்னியாக உடைமாட்டி, உருமாற்றிப் பொருட்காட்சியில் ஷோ நடத்திக் காசு வசூலிக்கிறான். சிறுநீர் கழிக்கக்கூட முடியாமல் அவன் மனைவி சின்னராணி படும்பாடு நம்மிடம் இரக்கத்தைத் தோற்றுவிக்கிறது.

‘மதம் என்பது ஒடுக்கப்பட்ட ஒரு பிராணியின் புலம்பல்’ என்றார் மார்க்ஸ். மதம் பற்றி இந்நாவலில் எஸ்.ரா.வும் தனது கருத்துக்களைக் கதையோடு பின்னிப் பிசைந்து தருகிறார். மிகப்பெரிய தத்துவங்களிலி ருந்து வாழ்வைக் கற்பதைவிட எளிய விஷயங்களிலிருந்து கற்பிப்பது எளிது என்பதை எஸ்.ரா. தனது எழுத்தில் எடுத்துக் கூறுகிறார். நாவலில் பல கிளைக்கதைகள் வந்து வலுசேர்க்கின்றன. நாவலெங்கும் சமூக அவலங்கள் மிகையின்றிக் கூறப்பட்டுள்ளன.

பசியை அலட்சியம் செய்பவனிடமும், மிகுதீனி தின்பவனிடமும் உடனே நோய் அடைக்கலமாகிவிடுகிறது என்பதையும், நோய்களுக்கு வைரஸ் கிருமிகளைவிடப் பசிதான் பெரிதும் காரணமாகயிருக்கிறது என்பதையும் நாவல் அழுத்தமாகப் பதிவு செய்துள்ளது. கொண்டலு அக்கா பற்றிய பகுதி நாவலின் மிகச் சிறந்த அம்சமாகும்.

இந்திய மருத்துவமுறைகள் மற்றும் மேற்கத்திய மருத்துவமுறைகளின் சாதக பாதகங்களை விவரிப்பதோடு, சிறிய ஊர்களில் எப்படி மருத்துவமனைகள் உண்டானது என்பதையும் நாவல் சுட்டிக்காட்டு கிறது.

நாவலின் முதல்பகுதியில் மனிதர்களின் ஆசைகள் பொங்கி வழிகின்றன. இரண்டாம் பகுதி முழுவதும் வீழ்ச்சியாகவே உள்ளது. நாவலின் முடிவில் சின்னராணி அடையும் துயரமும் ஏலன்பவரின் மரணமும் மனதை உலுக்குகின்றன, ஏலனைக் கொன்றவர்கள் யார் என்றுகூட தெரியாமல் போவது கூடுதல் சோகம்

தெற்கத்தி மக்களின் உணவுப் பழக்கங்கள், சொல்லாடல்கள், விசித்திரக் குணாதிசயங்கள் நாவலை அழகுபடுத்துவதோடு அந்த மக்களிடம் நம்மை அழைத்துச் செல்கிறது. நாவலில் நிறைய எழுத்துப் பிழைகள் இருக்கின்றன. அது கவனமாகச் சரிசெய்யப்பட வேண்டும்.

இந்த ஆண்டு வந்துள்ளவற்றில் துயில் மிகச் சிறந்த நாவல் என்பதில் சந்தேகமில்லை. எளியநடையில் உயிரோட்டமாய்க் கதையைச் சொல்லும் எஸ்.ரா.வை எவ்வளவும் பாராட்டலாம். கூடவே நாவலை அழகுற அச்சிட்டு வெளியிட்டுள்ள உயிர்மையையும்.

உலகப் புகழ்பெற்ற நாவல்களுக்கு இணையாக இந்நாவல் தமிழில் எழுதப்பட்டுள்ளது. அவ்வகையில் இது தமிழ் நாவல்களில் மிகப் பெரிய சாதனை. அதைக் கொண்டாட வேண்டியது இனி நம் கையில்தானிருக்கிறது.

(இணையம்)

எஸ்.ராமகிருஷ்ணனின் சிறுகதைகள்

விந்தைகளின் கதையுலகம்

சா. தேவதாஸ்

இருபதாண்டுகளில் தொண்ணூறு கதைகளைத் தந்திருக்கும் எஸ்.ராம கிருஷ்ணன் யதார்த்தவாதத்தில் தொடங்கி, மாய யதார்த்தவாதத்தில் உற்சாகங் கொண்டு, பின்நவீனத்துவத்தில் அடியெடுத்து வைத்து, மீண்டும் யதார்த்தவாதத்திற்குத் திரும்பக் கூடியவராக இருக்கிறார். அவரின் மொழி ஒருவித புனைவியல் தன்மை கொண்டிருப்பதால், ஒரு தளத்திலிருந்து இன்னொன்றிற்கும், இன்னொன்றிலிருந்து வேறொன் றிற்கும் செல்வதில் அதிகம் சிரமம் இல்லாதவராக இருக்கிறார். சிறுகதை என்னும் வடிவத்தை அப்படியே எடுத்துக் கொள்ளும்போது, ஒரு கட்டத்தில் தேக்கநிலை வந்துவிடும். இதனை எதிர்கொள்ளும் வகையில், சிறுகதை வடிவத்தைக் கலைத்துப் போட்டு, நீண்ட கதை யாக, குட்டிக்கதையாக அ கதையாக மாறி மாறி எழுதிப் பார்க்கிறார். கவிதையைப் போலத் தீவிரத்தைக் கோரும் சிறுகதை வடிவத்தில் தொடங்கி, அது கைவரப் பெற்றவர்கள், பின்னர் நாவல் உலகத்திற்குச் செல்வதோ வேறு வடிவத்தைக் கைக்கொள்வதோ சிறப்பாக அமையும். இதையே வில்லியம் ஃபாக்னர் வேடிக்கையாகக் குறிப்பிட்டார்; ‘நாவலாசிரியன் முதலில் கவிதை எழுதத் தொடங்குகிறான், அது சரியாக அமையாமல் சிறுகதை எழுத முற்படுகிறான்; அதில் வெற்றி பெறாமல் நாவல் எழுத ஆரம்பித்துவிடுகிறான்.

சிறுகதை, நாவல், நாடகம், கட்டுரை, பத்திரிகை, திரைக்கதை என்று தீவிரமாக இயங்கும் ராமகிருஷ்ணன் உருவாக்கும் பாத்திரங்கள் எத்தகையவர்கள், அவரது கதைகளின் பின்புலம் என்ன, அவரது அக்கறையும், பரிவும் யார்மீது?

கதை நிகழும் சூழலும் பின்புலமும் ராமகிருஷ்ணன் கதைகளில் விரிவாக இடம் பெறுகின்றன. வேனலும், வெக்கையும், வேம்பும் சதா நிறைந்து நிற்கும். இந்தச் சூழலை வாசிக்கும்போதே இதில் நிகழப்போகும் கதையும் வரப்போகும் பாத்திரங்களும் எப்படி இருக்கும் (அ) எப்படி இருப்பார்கள் என்பதை யூகித்துவிடலாம்.

கலெக்டர் துரையின் குதிரையைத் திருட முற்பட்டு அடிபட்டுச் சாகும் சொர்ணராசு, அதனால் பல ஆண்களுடன் தொடர்பு கொள்ளும் அவன் மனைவி செம்பாவை ஊரார் விலக்கி வைத்தல், செம்பா மீது தான் கொண்ட காதலைச் செம்பா நிராகரித்து விடுவதால் தூக்கிலிட்டுக்கொள்ளும் பாதிரியார் மகன் தானியேல், நடந்த துயரங்கள் எல்லாவற்றிற்கும் கழுவாய்த் தேடும் வகையில், பாதிரியார் பொறுப்பிலிருந்து விலகி வந்து கருவுற்றுள்ள செம்பாவுக்குச் சிகிச்சை செய்யும் பாதிரியார் ஆகியவர்களைக் கொண்டுள்ள 'உப்புவயல்' சிறுகதை இப்படி முடிகின்றது.

"வேதனை நாள் ஒன்றில் அவளை அழைத்துக்கொண்டு மலைநகர மொன்றின் மருத்துவமனைக்குப் புறப்பட்டார். சில மைல் நடந்து வந்ததும், பிரதான சாலையில் உப்பு வண்டிகள் போய்க்கொண்டிருந் தன. பாதிரி அவளை ஒரு வண்டியில் ஏற்றி உட்காரவைத்துவிட்டு, தானும் அமர்ந்துகொண்டார். நிலா பிறை கண்டிருந்தது. உப்பு வாசனை எங்கும் நிரம்பியது. தன் மீது உறங்கும் அவளைப் பார்த்துக் கொண்டிருந்தபோது தானியேலின் நினைவு தாளாது அவர் அழுது வந்தார். நட்சத்திரங்கள் மட்டும் சலனமில்லாமல் வானில் மிதந்து கொண்டிருந்தன." *(பக்.396)*

இந்தக் கதையில் இடம்பெறும் சொல்லாட்சி ஒன்று கவனிக்க வேண்டியது: "உப்பு வியாபாரிதான் காதலை அறிந்தான்." இங்கே 'அறிதல்' என்பது 'உறவு கொள்ளுதல்' என்னும் பொருளில். இது பைபிளிலிருந்து வருகின்றது. பைபிளின் நுட்பமான சொல்லாட்சியில் கவனம் செலுத்தும் கதையாசிரியர், மனசாட்சி இடந்தராதபோது, பாதிரியார் பொறுப்பை உதறித்தள்ளிவிட்டு, நிராதரவான கர்ப்பிணிக்கு ஊழியம் செய்ய முற்படும் பாதிரியாரை முன்னிறுத்துகிறார். இதுதான் மனிதனிடம் இருக்க வேண்டிய ஆன்மீகம். இந்த ஆன்மீக பலம்தான் தார்மீக நெருக்கடிகளுக்கும் புற உலகப் பிரச்சினைகளுக்கும் மருந்தாக இருக்க முடியும். மழை இல்லாது வறட்சிக்குத் தாக்குப் பிடிக்காமல் ஊரே காலி செய்ய நினைக்கும்போது, திடீரென வந்த மழையில் அந்தரத்தில் தொங்கி நிற்கும் அதிசய மழைத்துளியால், ஒரு தச்சாசாரி சொர்ணக் காசுகளும் வெள்ளிப்பாளமும் பெறுவது எப்படிச் சாத்திய மாகின்றது? சாதாரணக் கைவினைஞன் என்றபோதும், உள்ளுணர்வு ரீதியில் அவன் கொண்டிருந்த ஓர் ஆன்மீக நம்பிக்கையால்தான். இந்தக் கதை புனைவியல் தளத்திற்கும் யதார்த்தத் தளத்திற்கும் போய் வந்து கொண்டிருப்பது, பொருண்மையான உலகத்திற்கும் ஆன்மீக உலகத்திற்கும் இடையேயான பயணம்தான். தச்சாசாரி

மட்டும் பெருமழையைத் தருவது இந்த உறுதிப்பாடு கொண்ட நம்பிக்கைதான்.

எழுத்து ஏன் இந்த நம்பிக்கையைச் சொல்ல வேண்டும்? "நம்பிக்கை அற்றவர்கள் நாவல்கள் எழுதாதது மட்டுமல்ல, அவற்றை அவர்கள் வாசிப்பதுமில்லை. எழுத்து நடவடிக்கை அதனளவிலேயே நம்பிக்கையின் செயல்பாடாக இருக்கிறது."

1

அன்பு, கருணை என்று புனித நூல்கள் சதா உச்சரித்துக்கொண்டிருந்தாலும் மதத்தின் பெயராலேயே கொலைகளும், தாக்குதல்களும், நிர்மூலங்களும் நிகழ்த்தப்பட்டு, சகமனிதனைச் சகித்துக்கொள்ள இயலாதவனாக மனிதன் ஆகிவருகின்றான். இப்போது அவனுக்கு இருக்கும் ஒரே ஆறுதல், ஒரே நம்பிக்கை எழுத்துதான்.

இந்த எழுத்தினை வளமாக்கிடவே இதிகாசக் கதைகளை/வாய் மொழிக் கதைகளை மறுவாசிப்புச் செய்வதும் மறு எழுத்தாக்கம் செய்வதும், 'யாரும் இறந்துபோகாத வீட்டிலிருந்து கடுகு வேண்டும்' என்று பௌத்தக் கதையில் வரும் கோதமியிடம், 'யாரும் பிறக்காத வீட்டிலிருந்து கடுகு கொண்டுபோகச் சம்மதமா?' என்ற ராம கிருஷ்ணனின் கதைசொல்லி கேள்வி கேட்கிறான். விதைக்காமலேயே தானியங்களை விளைவிக்கின்ற சாக்கியனின் பல்லைத் தேடிப் போகின்றனர் மூவர். ஒரே பிரதியைப் பல பிக்குகள் ஒரே நேரத்தில் திரும்பத் திரும்பப் பிரதி எடுக்கின்றனர்.

"என் பால்யம் இந்த நதியின் அடியில் ஓடிக்கொண்டிருக்கிறது. நான் பால்யத்தைக் கடந்துபோக முடியாதவனாகக் காத்திருக்கிறேன். இது என் பால்ய நதி" என்று கண்டுணரும் புத்த பிக்கு "பால்யம் சந்தோஷத்தின் நதியா, துக்கத்தின் நதியா...?" என்ற புதிரையும் முன்வைக்கின்றான்.

'பெயரில்லாத ஊரின் பகல்வேளை' என்னும் நீண்ட கதையில் வெவ்வேறான கருத்திழைகள் ஒருசேர விவரிக்கப்படுகின்றன. தாங்கள் நடத்திய போராட்டத்தில் ஒரு போலீஸ்காரர் கொல்லப்படவே, தலைமறைவாக இருக்கும் இருவர், இவர்களுக்குத் தங்க ஆதரவு தரும் இருவர் என நான்கு கம்யூனிஸ்ட் கட்சிக்காரர்கள் வருகின்றனர். தங்க ஆதரவு தரும் இருவரான ரெங்கசாமி மற்றும் தாஸ் ஆகிய இருவர் வீட்டுப் பெண்களும் சோகத்தில் உள்ளனர். வீடுகள் காரை பெயர்ந்து இருள் சூழ்ந்துள்ளன. "வீட்டின் குணாம்சத்துக்குப் பொருந்தாது தொங்கிக்கொண்டிருந்தது பிடல் காஸ்ட்ரோவின் படம். அதனருகில் இளம் வயதில் செத்துப்போன தமிழ் எழுத்தாளனின் புகைப்படம். செம்படை அணிவகுப்பு ஓவியம். பரண், அலமாரியெங்கும் மாஸ்கோ வெளியிட்ட புத்தகங்கள்." (பக். 309-310) அநாதரவாக

இறந்து கிடக்கும் கழுதை. அதன் நினைவில் சோகத்தில் தற்கொலை செய்துகொள்ளும் பெரிய பாதகக்காரன் விவரிக்கப்படும் இடத்தில், "மரணத்தின் கறையோடு மாலை நீண்டுகொண்டிருந்தது" (பக்.326) என்னும் குறிப்பு இடம் பெறும்.

இதில் இடம்பெறும் கம்யூனிஸ்ட்டுகளின் நடைமுறை/போராட்ட வழிமுறை சரியில்லை என்பது நேரடியாகக் குறிப்பிடவில்லை. மாறாக, கம்யூனிஸ்ட்டுகளின் பெண்டிரும் வீடுகளும் எப்படிச் சோர்வு கண்டுள்ளன என்பது விவரிக்கப்படுகிறது. மற்றும் அவர்களது நடவடிக்கை நையாண்டியுடன்தான் சொல்லப்படுகிறது. இதற்கு எதிரான வகையில் கழுதையின் மரணமும் பெண்களின் உருவங் களைப் பச்சைகுத்திக் கொண்டுள்ள பெரிய பாதகக்காரனின் தற் கொலையும் ஈடுபாட்டுடன் விவரிக்கப்படுகின்றன. அரசியல் ரீதி யிலான குரலைத் தவிர்க்க நினைப்பவராகவே ராமகிருஷ்ணன் இருக்கிறார். எனவேதான் அரசியல் சார்ந்த நிலவரங்களைப் பேசும் சந்தர்ப்பம் வரும்போதும் பகடி செய்து ஒதுக்கிவிடுகிறார். பூமணியின் "வெக்கை"யிலிருந்து உத்வேகம் கொண்டு எழுந்துள்ள இக்கதை பன்மைத்தன்மைகளைப் பேசி வேறொரு திசையில் பயணம் செய்வ தாகிவிடுகிறது. "மரணத்தின் கறையோடு மாலை நீண்டு கொண்டிருந் தது" என்னும் வாசகத்தில் போராளியின்/கவிஞனின் கரிசனம் படிந்திருக்கவே செய்துள்ளது.

கட்டிடவேலை செய்ய நகருக்கு வந்து, வேலையற்ற நாட்களில் திருட்டுத் தொழில் செய்ய நேரும் ஒருவனின் கையில், நிராதரவான பெண் ஒருத்தி எழுதிய காதல் கடிதம் கிடைத்து, அதனை அவன் படிக்க நேர்வது ஓர் அலாதியான முரண்தன்மை கொண்டது. அழகும் கவர்ச்சியுமற்ற தன்னை ஒருவன் நேசிக்கின்றான் என்று எண்ணிக் கொள்ளும் அப்பெண், திடீரென்று தன் காதலன் தன்னைப் பார்ப்பதை நிறுத்திவிடுவதை அறிந்து எழுதும் கடிதம் அது. அவள் அவன் உடலிச்சையைத் தீர்க்க இடங்கொடுக்காததால்தான் அவன் வருவதை நிறுத்திவிட்டான் என்பதைப் புரிந்துகொண்டு அதற்கும் தயாராக இருப்பதாகக் கரிசனத்துடன் அக்கடிதத்தில் குறிப்பிடுகிறாள்.

வேறுவழியின்றி மாடு திருடிப்பிழைக்கும் ஒருவன் துப்புத் தெரிந்து விட்டால், காசு வாங்கிக்கொண்டு மாட்டைத் திருப்பித் தந்துவிடும் குணமிக்கவன். உடல் வசீகரம் இழந்தபின் தனிமைக்குள் வதைபடும் கணிகை ஒருத்தி, அப்போது தன்னிடம் வருபவன் திருடனாக இருந்தும் தன் உல்லாச நாட்களை நினைத்துத் திளைத்து அப்படியே இறந்து போகிறாள்.

'மற்றவர் வெயில்' புதிர்த்தன்மையுடன் விவரிக்கப்பட்டுக்கொண்டே போகிறது. ஊரின் புறத்தே குன்றுகள் சூழ்ந்த பகுதியில் புத்தகத்துடன் செல்லும் ஒருவன், கள்ளத்தனமாக உறவு கொள்ள வரும் இருவரைப் பார்க்கின்றான். பாறைகளுக்குப் பின்னே மறைந்து விடும் அவர்களைத் தேடிப்போகும் அவன், குகை ஒன்றினுள் எட்டிப் பார்க்கையில்

சிறுவனாக உள்ளே அமர்ந்திருப்பவனிடம் தன் சாயலைக் கண்டு அதிர்ந்து போகிறான். இவனின் காம வேட்கைதான் இந்த நிகழ்வுகளை உருவாக்கித் திளைக்கின்றதா என்று கேள்வியை எழுப்பும் இக்கதை. ஒருவித மயக்க நிலை, மாயத்தன்மை இக்கதை மீது கவிந்து கிடக்கும். வண்ணநிலவன் கதைகளைப் பற்றிப் பேசும்போது சா.கந்தசாமி ஒன்றைக் குறிப்பிடுவார். "புதிராக உள்ளது. புதிராகவே சொல்லப்பட்டு இருப்பதோடு அதற்கான ஒரு தொனியில் சொல்லியிருக்கிறார்."

2

ராமகிருஷ்ணனும் விந்தைகளை, விநோதங்களை, விசித்திரங்களை, மர்மங்களை அப்படியே முன்வைப்பதில் ஆர்வங்கொண்டவராகவே காட்சியளிக்கிறார். அவரவர் ஆகாசம் கதைபோல வாழ்க்கைப் போக்குகளைப் பரிசீலிப்பது மிக அபூர்வமாகவே. ஆரம்ப கட்டத்தில் ஒற்றைப் பரிமாணத்தில் சில கதைகளை எழுதியிருந்தாலும், சீக்கிர மாகவே பன்மைத் தன்மையிலான குரல்களும், முகங்களும், பரிமாணங் களும் கொண்ட கதை உலகிற்கு வந்து சேர்ந்துவிடுகிறார். யதார்த்த வாதத்திலிருந்து மாய யதார்த்தத்திற்குச் சென்று மீண்டும் யதார்த்த வாதத்திற்கு வருவது அவருக்குச் சிரமமானதாக இல்லை.

ராமகிருஷ்ணன் கதைகளில் வரும் அப்பாக்கள் சர்வாதிகாரிகளாகக் கர்ஜிக்கின்றனர். அம்மாக்களும், அக்கா தங்கைகளும், கருணையும் கரிசனமும் கொண்டு ஆறுதல் படுத்துகின்றனர். கிராமங்கள் சிதைந்து புழுங்கி மனிதர்களை வெளியேற்றுகின்றன. மனிதர்கள் வேறுவழியின் றித் திருடுகின்றனர். வேசையராக்கப்படும் பெண்கள் அவமானத்தில் தலை குனிகின்றனர். படித்து வேலையற்ற இளைஞர்கள் புழுங்கிக் கொண்டிருக்கின்றனர். சிறுவர்கள் கபடமற்ற உலகில் திளைக்கின்றனர். இவர்களின் உருவாக்கத்தில், இப்பண்பு நலன்களால் இவர்கள் சார்ந்துள்ள சூழல் பெரும்பங்கு வகிப்பதாகத் தோன்றுகிறது. மாடு திருடுபவனை விவரிக்கும் காட்டின் உருவம் இப்படித் தொடங்குகிறது; "எந்தப் பக்கமும் ஊர் தெரியவில்லை. வெட்டவெளி அத்துவானப் பரப்பு பழுப்பு நிறங்கொண்டு மங்கியிருந்தது. மாடு தலையைக் கூட அசைக்காமல் நடந்துகொண்டிருந்தது. அவன் தலையைச் சுற்றிக் காற்று போகாவண்ணம் துண்டைக் கட்டிக்கொண்டிருந்தான். ரயில்வே தண்டவாளம் வளைந்து, உடம்பைத் திமிறிக்கிடந்தது. காற்று பனியோடு அடித்தது. தண்டவாளப் பாதை வழியாக நடந்தான். செடிகள் தலையைக் கவிழ்த்துக்கொண்டு கிடந்தன. கருவ மரங்கள் வெறிச்சிக் கொண்டு நின்றன. மாடு பெருமூச்சு விட்டுப் போனதில் தண்டவாளத்தின் அடியில் பதுங்கிய பூச்சிகள் மேலே ஏறின. திக் கில்லாமல் நிலா அலைந்தது. கால்மயிர்கள் பனியில் குத்திக் கொண்டு நின்றன. அவன் சிவப்பு மினுக்கட்டாம் பூச்சிகளைப் பார்த்தவாறே நடந்து வந்தான். மினுக் மினுக் என அவை வெளிச்சம் வெட்டின." *(பக்.191)*

இங்கே கதைசொல்லியும் பாத்திரமும் பிரிக்க முடியாதபடி கலந்துவிடுகின்றனர். பாத்திரம் தன் அக உலகில் மட்டுமல்லாது, சூழ்ந்துள்ள பிரபஞ்சத்திலும் பிரக்ஞை கொண்டுள்ளது. செடி கொடிகளும், மரங்களும், பூச்சிகளும் நிலவும் அவன் பிரக்ஞையில் பதிகின்றன. வெளிச்சம் காட்டிட மினுக்கட்டாம் பூச்சிகள் உள்ளன. இவன் மீதும் இவனைப் போன்ற பிற திருடர்கள் மீதும் கணிகையர் மீதும் நம் அக்கறையைக் கோருவது எது? "என்னால் செய்ய முடியாததாக நான் கற்பிதம் செய்துகொள்ளக்கூடிய குற்றத்தினை நான் கேள்விப் பட்டதே இல்லை" என்றார் கதே.

எனவேதான் பாதிரியார் சபை ஊழியத்தைத் துறந்து கர்ப்பிணியாயுள்ள வேசைக்கு ஊழியம் செய்கிறார். மனிதர்கள் மட்டுமல்லாது, பிரபஞ்சத்தின் இதர ஜீவராசிகளும் மனிதன் மீது கருணை கொள்வது இதனால்தான். ஜுரத்தில் தவிப்பவனிடம் எதையும் யோசியாமல் தூங்கேன் என்று மீன்கள் மன்றாடுகின்றன.

"கதை எழுதுபவன் இந்த அறிதலை, விழிப்புணர்வை, புரிந்து கொள்ளலை, எழுதும் நிகழ்ச்சிப் போக்கிலேதான் கண்டறிகின்றான். யதார்த்தம் மறைத்திடும் உண்மைகளைக் கற்பனைப் படைப்பு வெளிக்காட்டுகிறது" என்று ஜெஸ்ஸாமின் வெஸ்ட் குறிப்பிடுவது இதனையே. இன்று எழுதுபவனுக்கு ஆகக் கூடுதலான பொறுப்பும், கடமையும் உள்ளது அத்தகைய எழுத்தாளனுக்கு இந்தச் சமூகம் கடமைப்பட்டுள்ளது.

காட்டின் உருவம், மற்றவர் வெயில், உப்பு வயல், பால்ய நதி, கழுவேற்றம் ஆகிய 5 கதைகளை ராமகிருஷ்ணனைப் பிரதிநிதித்துவப் படுத்தும் கதைகளாக தலைசிறந்த படைப்புகளாகக் குறிப்பிடலாம்...

குறிப்புகள்

1. Flannery O `eonnor From The short story: An Introduction/ Tata MeGraw-Hill Edition. 1997.
2. வண்ண நிலவன் கதைகள் முன்னுரையில் சா. கந்தசாமி.
3. Writers on writing vol II Times Books,
4. Jessamyn west`s quotation form deccan chronicle.

இலக்கிய ஆளுமைகளும் பிரதிகளும்
நூலிலிருந்து

வெயிலைக் கொண்டு வாருங்கள்

ஒரு புதிய கதைவெளியை நோக்கி

எச்.பீர்முஹம்மது

தமிழ் இலக்கிய உலகம் இன்று நவீன காலகட்டத்தை தாண்டி தன்னை நகர்த்தி வருகிறது. பல்வேறுபட்ட கதைக்களங்கள், கதையாடல்கள் மிதந்து வருகின்றன. மிதத்தலின்போது நாம் அவற்றில் ஒன்றை மட்டுமே தேர்ந்தெடுத்துக்கொள்ள வேண்டியது இருக்கிறது. வெறுமனே சொல்லிவிடக்கூடிய கதைகளும் உலாவந்து கொண்டிருக்கின்றன. உலகின் தோற்றம் முதல் சமகாலம் வரையிலான எல்லா காட்சிகளும், நிகழ்வுகளும் நம் மூளை செல்களுக்குள் போய் அமர்ந்து கொள்கின்றன. ஞாபகங்களின் தேர்ந்தெடுப்பு இந்த இடத்தில் இருந்துதான் தொடங்குகிறது. 'வெயிலைக் கொண்டு வாருங்கள்' என்ற இந்தத் தொகுப்பில் இருபத்தி மூன்று கதைகள் உள்ளன. Story tellerஆக தன்னை வெளிப்படுத்திக்கொள்பவை அவை. இதுவரை அறியப்பட்ட தமிழின் எதார்த்த கதைகளில் இருந்து தன் போக்கை மாற்றிக்கொள்கின்றன இக்கதைகள். அன்றாட நிகழ்வுகள், செய்தி விமர்சனங்கள் எல்லாம் கதாநாயகர்களை உண்டுபண்ணி தாங்கள்தான் கதையின் மூலவர்கள் என்று அறிவிக்கின்றன. எல்லா திசைகளில் இருந்தும் இப்படிக் கதைகள் வந்துகொண்டே இருக்கின்றன. புனைவு வெளிக்குள் தன்னை நுழைத்துக்கொள்ள முடியாமல் தவிக்கின்றன இக்கதைகள். ஆனால் எல்லாம் புலன்சார்ந்த தொட்டுக் காட்டக்கூடிய தளங்களில்தான் தன்னை அமைத்துக் கொள்கின்றன. நம்மால் அறியப்படாத கதைவெளி இன்னும் நிறையவே இருக்கிறது. தொடப்படாத அந்தக் கதைவெளியை அவை எடுத்துக் கொண்டு ஒவ்வொரு கதையாகத் தன்னை வெளிப்படுத்தும். இத்தொகுப்பில் பறவைகளின் சாலை, வடு, ஆதாமின் பாஷை, மூன்று வான சாஸ்திரிகள், அ—கதையாளன் சொன்ன கதைகள், துன்பியலின் மூன்று காட்சிகள், புலனி, சாக்கியனின் பல், இப்படியாகத் தன்னைக் கதைகளாக நீட்டித்து கொண்டே செல்கின்றன. நம் வீட்டில் கூட

நம்மால் அறியப்படாத இடங்கள் உண்டு. விலங்குகள், வனதேவதைகள், பறவைகள், தூந்திர மனிதர்கள் எல்லாம் இன்று கதாநாயகர்களாக வந்துகொண்டு இருக்கிறார்கள். தனிமனிதனின் அறியப்படாத முகம் அவனுக்குள்ளே இருக்கும். எல்லா நிலைகளிலும் அவன் அதற்குள் ளிருந்துதான் எடுத்துக்கொள்ள முயற்சிப்பான். அதற்குள் செய்திகள் முடிவற்ற துண்டுகளாக வந்துகொண்டே இருக்கின்றன. பறவைகளின் சாலையில் இது வெளிப்படுவதைக் காணலாம். கடந்துபோன மனிதர்களின் மனங்களில் ஊடுருவி இருக்கின்ற பண்டைய தொன்மங் கள் இத்தொகுப்பில் நிறையவே இருக்கின்றன. அ—கதையாளன் சொன்ன கதைகளை உதாரணமாகக் கொள்ளலாம். உலகின் முதல் மனிதரின் தோற்றம் குறித்து மதம் சார்ந்த தொன்மங்கள் இருந்து வருகின்றன. விலக்கப்பட்ட கனியைச் சாப்பிட்டு மனித ஒழுங்காகத் தன்னை அடையாளம் கண்ட ஆதாம்/ஏவாளை நாம் நிறையவே அறிந்திருப்போம். ஆதாமின் பாஷையில் இதனைக் காணமுடிகிறது. பத்மவிகாரை கதையின் தொன்மம் திடார் முடிவாக வந்ததாகவே தெரிகிறது. அரசு/அரசன் என்ற கட்டுமான நிலையைப் பற்றிய உடனடி முடிவுகளே இதற்குக் காரணம். மூன்று வானசாஸ்திரி கதை தப்பியலையும் விலங்கு மாதிரியே இருக்கிறது. இக்கதைவெளி வெவ்வேறு விதமான புள்ளிகளைத் தொட்டுக்கொள்ள எத்தனிக் கின்றன.

எஸ்.ராமகிருஷ்ணனின் புதிய கதை எழுத்து நுட்பம் லத்தீன் அமெரிக்க சாயலைக் கொண்டது. குறிப்பாக லூயிபோர்ஹே, ஆக்டோவியபாஸ், ரோஸா போன்றோர்களின் பாதிப்பு நிறையவே இருக்கிறது. எதார்த்தவாதம் இன்னும் உயிரோடு இருக்கிறதா அல்லது செத்து விட்டதா அல்லது பிரவாக மனநிலையில் இருந்துகொண்டு இருக்கிறதா என்ற விவாதங்கள் முடிவற்றுக் கொண்டே செல்கின்றன. தமிழில் எதார்த்தவாதத்திற்கான தளம் இறுக்கமாக ஆகி வருகின்றது. எப்பொழுதுமே சேகரம்/இறுக்கம் இரண்டுக்குமான வித்தியாசம் இருந்துகொண்டே வருகின்றது. சேகரங்கள் தன்னை ஓர் அளவீட்டிற் குள் அமர்த்திக்கொள்ளும். ஆனால் இறுக்கம் அதனை உடைபடாத துண்டுகளாக ஆக்கிக் கொள்ளும். நாம் எப்பொழுதுமே வாசிப்பு நிலையில் இருந்து கொண்டுதான் இதனை அணுக வேண்டும். கோணங்கி தொடங்கியதான இந்தக் கதை தொழில்நுட்பம் தொடர்ச்சி யாகப் பல நபர்களால் தொடர்ந்துகொண்டே வருகின்றது. பாழடைந்து போன எல்லா உத்திகளும் தன்னைத் தக்க வைத்துக் கொள்ளும் இச்சூழலில் வாசிப்பு நிலையில் இருந்துகொண்டுதான் அணுக வேண்டியதிருக்கிறது. 'வெயிலைக் கொண்டு வாருங்கள்' என்ற இந்தத் தொகுப்பு தமிழின் மரபான கதைத்தளத்தை அப்படியே இன்னொரு வெளிக்கு நகர்த்திச் செல்லும் என எதிர்பார்க்கலாம்.

வெயிலைக் கொண்டு வாருங்கள்
முடிவற்று பெருகும் கதைகள்

ந.முருகேச பாண்டியன்

கதைகளின் உலகிற்குள் பயணித்திட யாருக்குத்தான் விருப்பம் இல்லாமல் போகும்? நம் பாரம்பர்யத்தின் வேர்கள் கதைகளுக்குள் வாழ்வின் ஆதாரங்களைத் தேடிக்கொண்டிருக்கின்றன. தட்டையாகவும் வடிவிலியாகவும் கதைகள் சித்தரிக்கும் காட்சிகள் நினைவுப் பரப்பில் புள்ளிகளாய் மறைந்துகொண்டிருக்கும் வேளையில், புதியதான கதையாடல்கள் தோன்றுகின்றன. காட்டு வழியே யாத்திரை போன மனிதனுக்கும் காலில் முள் தைத்து அவதிப்பட்ட சிங்கத்திற்குமிடையி லான ஸ்நேகிதம் முக்கியமானது. குட்டிச்சாத்தான்களும் மோகினிப் பிசாசுகளும் நீலிகளும் மனித வாழ்க்கையில் ஒவ்வொரு கணத்திலும் எட்டிப் பார்க்கும் சாத்தியப்பாடுகள் நிரம்ப உள்ளன. ஆட்டுக்கறியைச் சமைத்து சாப்பிட்டுவிட்டு, மீதமான குழம்பை அடுப்பு மேட்டில் வைத்துவிட்டு உறங்கிவிட முடியாது. நள்ளிரவில் அபேஸ் செய்துவிடும். நடப்பு வாழ்க்கையுடன் கதைகள் பின்னிப் பிணைந்து மலிந்த தமிழகத்தில், நவீன கதைசொல்லிகள் உற்சாகத்துடன் கிளம்பியுள்ளனர். மொழியைத் திருகி சொற்களைக் குலைத்து அடுக்கிப் புதிய வகைப் பட்ட கதையாடல் விரிந்துகொண்டிருக்கிறது. வாசகன் ஏதோ 'பப்பா' போல இனியும் இருப்பது இயலாது. படைப்பாளியைப் பிடித்து உலுக்கும் 'உக்ரம்', ஏதோ ஒருவகையில் வாசகனுக்கும் ஏற்படவேண்டும். இல்லாவிடில் படைப்பினை முன்வைத்துப் படைப் பாளி நிகழ்த்தும் சொல்லாடல்கள் காற்றில் கரைந்து போய்விடும். இத்தகைய சூழலில் எஸ்.ராமகிருஷ்ணன், வெயிலைக் கொண்டு வாருங்கள் தொகுப்பு மூலம் முன்னிறுத்தும் கதைகள், விநோதமான பிராந்தியத்திற்குள் வாசகனை அழைக்கின்றன; பள்ளத்தாக்கில் பரவிக் கிடக்கும் காட்டு மலர்களென பரந்துபட்ட காட்சிகளை அறிமுகப்படுத்துகின்றன.

எஸ்.ரா.வின் கதையாடல் முழுக்க இந்திய வாழ்க்கை முறையுடன் தொடர்புடையதெனினும், மொழிப் பயன்பாட்டில், வேற்று – அந்நிய – பிரதேசங்களின் சாயல் தேய்ந்துள்ளது. ஏதோ பெயர் தெரியாத தேசத்தின் கதைகளின் மொழிபெயர்ப்புப் போல ஐயம் தோன்றுகிறது. இதனால் கதைகளின் மீது ஒருவிதமான மர்மத் தன்மை படிகின்றது. கதையாடலுக்கு இதுவரை பயன்பட்டு வந்த தமிழ்மொழியின் வழமைப் போக்கினைச் சிதைத்து இறுக்கமான தொடர்கள் மூலம் சித்தரிக்கப்பட்டுள்ள கதைகள், வாசிப்பில் அற்புதமான சித்திரங்களாக மனதிற்குள் பதிகின்றன. ஸ்திரி, விருட்சம், வஸ்திரம்... போன்ற வடமொழிச் சொற்கள் மொழியின் பயன்பாட்டை முடித்துவிட்டாலும், அவை முற்றுப்பெறாத கதைகளாகவே தோன்று கின்றன; வாசக மனதில் புதிய கதைகளாகத் தொடர்கின்றன; பல்வேறு வாயில்களைத் திறந்துகொண்டேயிருக்கின்றன. கதைகளை வாசிக்கும்போது பொதுவாகக் கிடைக்கும் 'திருப்தி', எஸ்.ரா.வின் கதைகளின் மூலம் கிடைப்பதில்லை. திடீரெனக் கூண்டினுள் அடைக் கப்பட்ட சிறுத்தை அங்குமிங்கும் வீர்யத்துடன் அலைவதுபோல, கதைகள் எண்ணற்ற புள்ளிகளில் பொங்கிப் பீரிடுகின்றன. கதையாட லின் தளத்திற்குள் பிரவேசிக்கும் வாசகன், ஒருவிதமான துக்கந் தோய்ந்த கனவுலகவாசி போல தன்னை அடையாளங்காணும் நிலையேற்படுகிறது. எஸ்.ரா. கதை மொழியைத் 'தழையாக்கி' மந்திரித்து வீசும் உச்சாடன சொற்கள், கதையை வெளியெங்கும் விசிறியடிக் கின்றன.

வாசகனை Patternise செய்து அவனை வெற்று நுகர்வோனாக்கி, இதுதான் அவனுக்குப் பிடிக்குமென்று 'நுகர்கனி'களாகக் கதையைத் தயாரிக்கும் தமிழ்ச்சூழலில், எஸ்.ரா.வின் கதைகள் அறிவின் சொல் லாடலை முன்னிறுத்துகின்றன. இடமும் வெளியும் கலங்கிய புள்ளியில் தவித்து நிற்கும் மனிதனுக்கு நம்பிக்கை தருவது எஸ்.ரா.வின் நோக்க மன்று. 'இதோ இந்த பள்ளத்தாக்கின் அழகைப் பார்" என்று வாசகனைக் குப்புறத் தள்ளிவிடுகிறார். அதல பாதாளம் நோக்கி மிதந்து செல்லும் மனிதனுக்கு ஆயிரமாயிரம் சேதிகள் நினைவுக்கு வருகின்றன; அதியற்புதக் கதைகள் பொங்கி வழிகின்றன. வெளியெங் கும் பரவியுள்ள காற்றின் பாடலை ருசிக்கும் புலன்கள் கூர்மைப்படு கின்றன. புலன் சார்ந்த வாழ்க்கையில் 'கனவின் ருசி'யைக் குடித்தவாறு, மனிதன் தன் இருப்புக் குறித்து அடிப்படையான கேள்விகளை எழுப்புகிறான். இதுவே எஸ்.ரா. கதைகள் தோற்றுவிக்கும் முக்கியமான 'அதிர்வு' ஆகும்.

வீடு அல்லது அறையிலிருந்து வெளியே கூர்ந்து நோக்கித் தனக்குள் அபிப்ராயங்களை உருவாக்கிக்கொண்டு பத்திரமாக (!) வாழ்ந்து கொண்டிருக்கின்றவனுக்கும் வெளியே அலைந்து திரிகின்றவனுக்கு மான முரணில் விரியும் பறவைகளின் சாலை பல்வேறு கேள்விகளைத் தோற்றுவிக்கின்றது. இருப்பு x இருப்பற்ற நிலைக்குமிடையிலான ஊசலாட்டம் / இடைவெளி ரொம்பக் குறைவு. பத்திரிகைகள்,

புத்தகங்கள் வழியாகவும் நவீன ஊடகங்களின் அழுத்தம் காரணமாக வும் கடந்து செல்லுதல் இயலக்கூடியதாயிருக்கிறது. புனைவு வெளியில் அலைந்து திரிதல் ஒருவனின் ஸ்திதி எனில் எல்லாவகையையான புனைவுகளும் நொறுங்கிப் போகின்றன. அப்புறம் ஒருபோதும் திரும்பி வரவியலாத 'கூடு' பற்றிய கற்பனையுடன், மீண்டும் மீண்டும் கட்டிப் பார்க்கும். 'கூடு' ஒவ்வொரு கணத்திலும் நொறுங்கிக்கொண்டே யிருக்கும். எனினும் வழி தவறிய ஆட்டுக்குட்டியாகப் 'பிம்பம்' வடிவமெடுத்தாலும் எல்லாவிதமான சொல்லாடல்களும் வெவ்வேறு தளங்களுக்கு விரிந்துகொண்டேயிருக்கின்றன. எளிமையான கதையா டல் போல எஸ்.ரா. சித்தரிக்கும் கதைப் பரப்பானது, சிக்கலான முடிச்சைத் தனக்குள் கொண்டுள்ளது. அது அவிழ்க்கப்படும்போது புதிய முடிச்சு விழுவதுதான் பிரதிக்குள் பொதிந்துள்ள புதிராகும்.

சிலப்பதிகார காப்பியத்திலிருந்து உருவப்பட்ட 'நாளங்காடிப்பூதம்' என்ற சொல், தமிழரின் வாழ்வியலுடன் தொன்ம நிலையில் கலந்தது. அது நகை x அழுகை விலை பகர்தல் என்ற புனைவில் நாடோடிக் கதையாக வடிவெடுத்துள்ளது.

ஒரு மூளி அழுகையை விலை கூவி விற்கும் பெண் பற்றிய சித்தரிப்பும், அழுகையை விலைக்கு வாங்கிய பூதத்தின் நிலையும் நுட்பமான கேள்விகளை எழுப்புகின்றன. நாளங்காடிப்பூதம் என்ற சொல் மறுவாசிப்பில் புனைவாக விரிந்துள்ளது, எஸ்.ரா.வின் மொழி மீதான ஆளுமையைக் காட்டுகின்றது.

'கடகினை யாசிப்பவள்', 'சாக்கியனின் பல்', 'மூன்று வான சாஸ்திரிகள்', 'ஆதாமின் பாஷை' ஆகிய கதைகள் மரபு வழிப்பட்ட கதையாடலை மறுவாசிப்பில் புதிய தளத்திற்கு நகர்த்துகின்றன. இத்தகைய கதைகள் குறித்த எஸ்.ரா.வின் அபிப்ராயங்கள் அழுத்தமாக வெளிப்பட்டுள்ளன. அவை ஆழ்ந்த விவாதத்தை முன்னிறுத்துகின்றன. புராதனக் கதையை மீண்டும் சொல்லுவது எஸ்.ரா.வின் நோக்கமன்று. அவை சொல்லப்பட்ட காலத்திலேயே, அவற்றுக்குள் பொதிந்துள்ள முரண்கள் பன்னெடுங்காலமாகத் தவித்துக் கொண்டிருக்கின்றன. ஒற்றைப் பதிவுடன் முடிந்து போகின்ற மரபு வழிப்பட்ட வாசிப்பில் உருவாக்கப்பட்டுள்ள பிம்பத்தைச் சிதைப்பதுடன், அடியாழத்தில் துளிர்த்துள்ள இயக்கத்தினைக் கதையாக்குவதே எஸ்.ரா.வின் நோக்க மாக உள்ளது. 'மிகப் புதியதில் மிகப் பழையதின் சாயல்' என்று நகுலன் மொழிந்திட்டது அருமையான வாசகம். தொன்மக் கதைகள் நவீன கதைசொல்லிகளிடம் அதீதமான தாக்கத்தை ஏற்படுத்துகின்றன. அவை வாசகனின் வாசிப்பு மனநிலையை, சலனங்களைத் தோற்றுவித் துக்கொண்டேயிருக்கின்றன.

வழியிலுள்ள கிராமங்களை எரியூட்டிக்கொண்டே முன்னேறிய அபின்—அல்—அக்தா, 'பத்ம விகாரை'யினுள் நுழைந்து, புத்தகத்தைப் படியெடுத்துக்கொண்டிருக்கும் இருநூற்றுப் பதின்மூன்று புத்த பிக்குகளின் சிரசையும் அறுத்துக் கொல்கிறான். ஒரே புத்தகம்

ஆயிரக்கணக்கான பிரதிகளாகப் படியெடுப்பதன் மர்மம் புலப்படாமல் குழம்பியவன், இறுதியில் தலைமைப் பிக்குவையும் அவரது அருகி லிருந்த காயமுற்ற நாயையும் கொல்கின்றான். ஒரு பிரதியைத் தவிர நூலகத்திலிருந்த ஆயிரக்கணக்கான புத்தகங்களைத் தீயிலிட்டுக் கொளுத்துகிறான். அப்புறம் அவன் அந்த ஒற்றைப் பிரதியுடன் படும்பாடு, கதையாடலைப் பன்முகத் தன்மையுடையதாக மாற்று கின்றது. சாகசங்களும் வெற்றியடைதலுமே நடைமுறை வாழ்க்கை யெனக் கொண்டவனுக்குப் பிரதியானது புரியாத புதிராக விரைத்துக் கிடக்கிறது. புத்தகப் பிரதிக்குள் எப்படிப் பயணிப்பது அல்லது அதை வெல்வது எப்படியென்ற கேள்வி, கொடுங்கோலன் எதிர்கொள் ளும் முதன்மைச் சவாலாக மாறியது வாழ்வின் விசித்திரமன்றி, வேறுஎன்ன? ஒரே பிரதி... வெவ்வேறு பிரதிக்குள்/ ஆயிரமாயிரம் பிரதிகள்... "எதுவாயினும் என்ன? இது எதனுடைய புத்தகம்?" என்ற வினா அவனைத் துளைக்கிறது. புதிர் வழிக்குள் சிக்கியவனாக ஒன்றையே கருத்தில் கொண்டு ஆழ்ந்து போகின்றான். பின்னர் அவன் எழுதத் தொடங்கிய ஒற்றை வாக்கியம் வெளியில் மிதந்துகொண் டிருக்க, புன்னகை ஓடி மறைகிறது. மனிதனுக்கும் பிரதிக்குமான உறவு காலங்காலமாகத் தொடர்கிறது. அது ஒரு நிலையில் கண்ணா மூச்சி விளையாடுகிறது. இங்கு எஸ்ரா. புலனாய்வாளராக மாறுகின்றார். அவரது வழியைப் பின்பற்றிப் பிரதிக்குள் ஏதேனும் முக்கிய தடயம் ஏதாவது சிக்குமா என்று வாசகனும் புலனாயும் நிலையேற்படுகிறது. பிரதியில் கதை என்ற வாசிப்பை அழித்துவிட்டுப் புலனாய்வாளரின் குறிப்புகளை முன்னிறுத்த வேண்டிய சூழல் ஏற்படுகின்றது. இத்தகைய சாத்தியப்பாட்டினை முன்வைக்கும் எஸ்.ரா.வின் எழுத்தானது, தமிழ்க் கதையாடலை உச்சத்துக்கு இட்டுச் செல்லுகிறது.

எஸ்.ரா. மொழியும் யதார்த்தக் கதைகளின் தளமும் அடிப்படையில் புனைவு வயப்பட்டதாக உள்ளது. 'அந்தரம்', 'வெயிலைக் கொண்டு வாருங்கள்' ஆகிய இரு கதைகளும் சராசரி மனிதர்களின் அவல நிலையினைப் பதிவு செய்கின்றன. கரிசல் காட்டுப் பகுதியில் மழை யற்றுத் தொடரும் ஆண்டுகளில் சம்சாரியே வாழ்ந்திட இயலாதபோது, அவர்களை நம்பிப் பிழைத்திடும் தச்சாசாரி போன்ற கைவினைஞர் களின் நிலை இன்னும் மோசமாகிவிடும். விசும்பினின்று துளி விழா விடில், இருத்தல் என்பது அர்த்தமிழந்து போய்விடும். ஊரை விட்டுப் பிரியச் சிரமப்படும் தச்சாசாரியின் கனவு மழை பற்றிய கதையைப் புலன் சார்ந்து விவரிக்கும் எஸ்.ரா.வின் மொழியில் முழுக்கத் துக்கம் தோய்ந்துள்ளது. கைவினைக் கலைஞனின் அவலத் தைத் திரட்டித் துளியளவு துக்கமாகச் செறிந்த நிலையில் மொழிவழியே வீசும் முயற்சி நுட்பமானது. மாயவித்தைகள் காட்டும் மந்திரக் கலைஞனுக்கும் அவனது மனைவிக்குமான இல்லற வாழ்க்கைச் சிதைவு, 'வெயிலைக்கொண்டு வாருங்கள்' கதையாகியுள்ளது. சைக்கிளை மறையச் செய்திடவும் மணலை இனிப்பாகவும் மாற்றிடத் தெரிந்தவனின் பிம்பம் பல்வேறு கனவுகளைத் தோற்றுவிக்கக்கூடியது.

அவனது மந்திரங்கள் காற்றில் மிதந்து கொண்டிருக்கின்றன. மந்திரக் கலைஞனால் குழந்தைக்கு அழுகையை வரவழைத்திடவியலுமா? வெயிலைக் கொண்டுவர முடியுமா? எங்கும் பற்றிப் படரும் நிழல் களின் அழுத்தம் காரணமாக மந்திரக் கலைஞன் தொலைந்து போகின்றான். அசலான துக்கத்தில் தோய்ந்து வெளிப்படும் வாழ்வின் வெக்கையின் முன்னர் கலைஞனின் சவால் காற்றில் வெடித்துச் சிதறுகின்றது. யதார்த்தமான விவரிப்புப் போன்று தோற்றமளிக்கும் கதைகளிலும் குறிப்பிட்ட மண்ணின் பதிவுகள் இல்லை. அவை அடையாளமற்று தனித்துவமான பேரவலத்தை முன்னிறுத்துகின்றன.

உலகின் நுனி தேடிப் பயணப்பட்ட 'நத்தைகளின் புன்னகை' தொகுப்பிலுள்ள அருமையான கதை. பாட்டி சொன்ன கதைக்கும் எஸ்.ரா.வின் நவீன மொழிக்கும் பெரிய வேறுபாட இல்லை. மரபு வழிப்பட்ட புனைகதை மரபில் நத்தையின் பயணத்தை அடையாளம் காணவியலும். மனிதனுடைய பயணத்திற்கும் நத்தையின் பயணத்திற் கும் என்ன பெரிய வேறுபாடு உள்ளது? எதிரே விரிந்து பரந்திடும் பார்வைப் புலத்தில் அர்த்தமாகும் வெளியைக் கண்டறிந்திடவும், வெளியில் இருப்பினை அடையாளப்படுத்திவிடவும் முயலும் முயற்சி களின் சாராம்சம் வேடிக்கையானது. நத்தைக்குத் தன் முதுகிலுள்ள கூடே வீடு எனினும், அது உலகின் நுனியைக் காணப் பயணப்படுவது எளிதில் புறக்கணிக்கக் கூடியதல்ல. இறப்பல் காலத்தில் மனிதனுடைய நினைவுகள் வெறுமனே காற்றில் கரைந்து போகக்கூடியன. நத்தையின் ஊர்தல் என்பதே புனைவு போன்றுள்ளது. விண்ணிலுள்ள பால்வீதியை நத்தைக்கூடு போன்று உருவகிக்கும் நிலையில், நத்தையின் நகர்வு என்பது வாசிப்பில் விசித்திரத்தைத் தருகின்றது. காலம் – நத்தை – மனிதன் என்ற சமன்பாட்டில் மனித இயங்குதல் பல்வேறு கேள்வி களைத் தோற்றுவிக்கின்றது.

தமிழில் நவீனக் கதையாடல் விவரிப்பில், பம்மாத்துகளும் பாசாங்கு களும் புழங்கும் சூழலில், மொழி மீதான அக்கறையுடன் எஸ்.ரா. புனைந்துள்ளவை அசலான தன்மையுடையன. கலைத்துப் போட்ட சீட்டுகளென சிதறிக் கிடக்கும் கடந்த காலத்தின் தடங்களும் இறப்பல் காலத்தின் ஊகங்களும் எஸ்.ரா.வின் கதையாடலில் ததும்பி வழிகின்றன. அவை தமிழ்க் கதையாடலை மாற்றியமைக்கின்றன. சொல் வழியே காலத்தையும் வெளியையும் கதைகளாக்கியுள்ள நவீனக் கதை சொல்லியான எஸ்.ரா.வின் இடமானது இத்தொகுப்பு மூலம் முன்னிலையடைந்துள்ளது. புனைவு ஆக்கத்தில் எஸ்.ரா. பெற்றுள்ள வெற்றியானது, காலம் கடந்து நிலைத்திருக்கக் கூடியது; தமிழ்க் கதை மரபினுக்கு வளம் சேர்ப்பது.

பன்முகம்
2003

தாவரங்களின் உரையாடல்

உரையாடும் கதைகள்

சா. தேவதாஸ்

உரையாடல் நிகழாத தமிழ்ச்சூழலில் *தாவரங்களின் உரையாடலை* வாசிப்பது சுவாரஸ்யமான விஷயமாகியிருக்கிறது. தனிப்பட்ட அளவில் தீவிரமான எண்ண ஓட்டங்களும் எழுத்து முயற்சிகளும் இருந்தபோதிலும் அவற்றைப் பரஸ்பரம் உரையாடிக் கொள்வதும் உரையாடல் மூலமாகச் செழுமைப்படுத்திக் கொள்வதும் இல்லாது போகிறது இங்கே.

அதனால்தான் ராமகிருஷ்ணனின் தாவரங்களும் கிரகண நாளில் மட்டும் உரையாடிக்கொள்கின்றனவோ என்னவோ! .....

அசலை நகலெடுக்கும் காரியமாக யதார்த்தவாதம் சென்று தேய்ந்து இற்றுவிடும்போது கதை கூறலில் வேறு உத்திகள் தேவைப்படுவது உணரப்படலாயிற்று; பிரச்சினைகளை அணுகும் முறையில் மாற்றம் வேண்டும் என்பது பரிசீலிக்கப்பட்டது.

அது யதார்த்தவாதத்தையே பழிப்பதாகாது. யதார்த்தவாத வார்ப்பிலேயே தலைசிறந்த சிருஷ்டிகள் பிறந்திருக்கின்றன. டால்ஸ்டாயும் செகாவும் தஸ்தாயெவ்ஸ்கியும் இந்த வகையில் ஒரு நூறு ஆண்டுகளுக்கு முன்னரே இதனைச் சாதித்திருக்கின்றனர். ஆனால் அவர்கள் அசலை நகலெடுக்கவில்லை. ஒரு பிரச்சினையின்/நிகழ்வின்/ஆளுமையின் பன்முகங்களையும் துருவித் துருவிப் பார்த்தனர்.

ஆனால் இந்த அளவு சாத்தியப்பாடுகளை பிரிட்டிஷ் எழுத்தாளர்கள் சாதிக்க முடியாது போயிற்று. காரணம், அவர்கள் வெறுமனே லோகாயதவாதிகளாகவே இருந்துவிட்டனர். ஆன்மா என்ற் ஒன்று இருப்பது பற்றியோ அதன் தவிப்புகள் பற்றியோ அக்கறை கொள்ளவில்லை என்று குற்றம்சாட்டுவார் விர்ஜினியா வுல்ஃப்.

இப்படி ஒரு வடிவம்/ உத்தி உச்சநிலையை எட்டிய பிற்பாடு, பரிமாணங்கள் இழந்து ஓய்ந்துவிட்ட பிற்பாடு அதில் சாதிப்பதற்கான சாத்தியப்பாடுகள் இல்லையென்றான பிற்பாடு வேறு வடிவத்தை /உத்தியைக் கையாளுவதுதான் இயல்பு, அவசியம், நியாயம்.

..... யதார்த்தவாதப் போக்கில் எழுதிய ராமகிருஷ்ணனும் வேறு உத்திகளை / வடிவங்களை மேற்கொள்வது இந்த ரீதியில்தான்.

நினைவும் நிஜமும் மயங்கி ஒரு உலகம் உருவாவதை வழி, ஜல சதுரங்கம், கடற்கரை ரயில் நிலையம் கதைகளில் விவரிக்கிறார்.

அல்லது யதார்த்தவியல் ரீதியில் கதை சென்றாலும் நிலவியல்/ சூழல் விவரிப்பில் மேலதிகமான அக்கறை கொள்வதன் வாயிலாகக் கதைக்கு ஒரு புதிய வடிவம் தருவதை புலிக்கூட்டம், உப்புவயல், ரகஸிய ஆண்கள், பெயரில்லாத ஊரின் பகல்வேளை, மழை சார்ந்த வீடு கதைகளில் காணலாம்.

முற்றிலும் புனைவாக மாயமாக அற்புதமாக நிகழ்த்துதல் என்ற வகையில் அலகில் விருட்சம் முளைத்த செம்பறவை பாதம் வேனல் தெரு கதைகள் உள்ளன.

காவிய இதிகாச கதைக்கருக்களை மறுபரிசீலனை செய்தல் என்னும் போக்கில் 'நட்சத்திரங்களோடு சூதாடுபவர்கள்' கதை இருக்கிறது.

தேடிச் செல்லுதல் என்பதாக தாவரங்களின் உரையாடலும் நயனமும்.

'எதிர்பார்த்தமுகம்' முற்றிலும் யதார்த்தவியல் போக்கில் அமைந்ததுதான் ....

ராமகிருஷ்ணனின் கதைகள் நிகழும் சூழலும் பாத்திரங்களின் போக்கும் எப்படி இருக்கின்றன?

'தீப்பெட்டி பெட்டிகள் ஓட்டிக் கூடையில் சுற்றிவைக்கப்பட்டிருந்தன. வரிசையாக சாமி படங்கள். மூலையில் இரண்டு வேல் கம்பு. எங்கும் சோளம் சிதறிக்கிடந்தது. வெறும் தரையைக் கொத்திக் கொண்டிருந்தது கோழி. பின்வாசலில் நல்ல வெளிச்சம்.

வானம் பொய்த்துப் போய் வேனலும் வெக்கையும் தகிக்கின்றன. உறவுகள் சிக்கலாகி மனங்கள் பதைக்கின்றன. வறுமையும் ஏழ்மையும் ஆளுமைகளை உருக்குலைக்கின்றன. இங்கே வார்த்தை ரீதியிலான பரிமாற்றங்கள் குறைந்து போகின்றன. வதைபடுவதும் குமுறுவதும் புழுங்குவதும்தான் நிகழ்கின்றன. உரையாடல் தேவையில்லாது போகிறது கட்டிவைக்கப்பட்ட திருடனுக்கு மரத்தில் ஊர்ந்து தன் மேல் ஏறி வர இருக்கும் எறும்புகளே பெரிய விஷயமாகிவிடுகிறது. வயதாகிவிட்ட தாசிக்குத் தன் அந்திம காலத்தில் இறுதியாக ஒரு ஸ்பரிசம் தருபவனை – இருக்கின்ற மிச்சசொச்சத்தையும் எடுத்துப்போக இருக்கும் திருடனாக இருந்தாலும் – ஏற்றுக்கொள்ளத் தோன்றுகிறது.

தன்மகன் தானியேலின் இறப்புக்குக் காரணமானவள் செம்பா என்று அவளை ஊரைவிட்டு விலக்கிவைக்கக் காரணமாக இருக்கும் பாதிரியாரே பின்னாளில் அவள்பால் கரிசனம் கொள்ளும் நபராக உருமாறுகிறார்.

சுகவீனமாயிருக்கும் தனக்குச் சிகிச்சை செய்யும் அம்மாவின் கண்கள் சிறுமியின் கண்களாக, அவளும் சிறுமி போலவே இருப்பதைக் காணும் தானும் பெண்முகம் கொண்டிருப்பதை உணர்கிறான். 'மழை சார்ந்த வீட்டின்' பாத்திரம், பல யோசனைகளில் அல்லாடும் போது, 'எதையும் யோசிக்காமல் தூங்கேன்' என்று மீன்கள் காதருகில் சொல்கின்றன... வரும் கனவிலும், 'மீன்குஞ்சுகளின் முகத்திற்காகவும் அதுகளின் இரக்கமிகு வார்த்தைகளுக்காகவும் நீரிலிருந்து வெளியேறுவதாக முடிவு' செய்கின்றான் ....

விடாது மழை பெய்யும் நாளில் மீனைப் போல சுழன்றுவரும் சிறுமி ஒருத்தி ஒரு செருப்பினைத் தைத்து வைக்குமாறு கூறிப்போகிறாள். சரி செய்து வைத்து இரண்டு மூன்று நாளாகியும் அவள் வரவில்லை. வெல்வெட் செருப்பு, சிறியவர் பெரியவர், ஆண் பெண் எல்லோருக்கும் பொருந்திப் போகும் மாயம் கொண்டிருக்கிறது. அதனைக் காட்சிக்கு வைத்தே பெரிய ஆளாகிவிடுகிறான். தைக்கக் கொடுத்திருந்தவள் ஒருநாள் வந்து திரும்பிப்பெற்று போடப் பார்க்கும் போது உலகின் எல்லாப் பாதங்களுக்கும் பொருந்திய செருப்பு அவளுக்கு மட்டும் சிறியதாக இருந்து விடுகிறது.

தானியங்களுக்கும் பறவைகளுக்குமான விரோத காலத்தில், செம்பறவையின் அலகில் தற்செயலாகக் குத்திக் கொண்ட ஒரு தானியம் செடியாகி மரமாகிறது. பறத்தல் இயலாததாகி மண்ணில் விழுந்து கிடக்கிறது. அவ்விருட்சத்தில் உண்டாகும் மலர்கள் வானை நோக்கியிருப்பதும் பறவைகளைக் கண்டு முணுமுணுப்பதும் நிகழ்கிறது.

செடிகொடிகளுக்கும், பறவைகளுக்கும், மீன்களுக்கும், மனிதருக்கும், நட்சத்திரங்களுக்கும் இடையேயான சிநேகம் மீண்டும் உயிர்ப்படைகிறது. கிரகண நாளில் மட்டுமல்லாது எல்லா நாட்களிலும் தாவரங்கள் உரையாடுகின்றன. மீன்கள் அறிவுறுத்து கின்றன. நட்சத்திரங்கள் வழிகாட்டுகின்றன.

அறிவு மட்டும் ஆதிக்கம் செலுத்தும் மனிதன் வாழ்விலும், இயற்கையிலும், மனிதரிலும், பிரபஞ்சத்திலும் உள்ள சித்திர விசித்திரங்களைக் காண முடியாது போய்விடுகிறான். பார்வையில் சுருக்கமும் உறவில் இறுக்கமும் கொள்பவன் சிநேகம் கொள்ள முடியாது. இடையில் வந்த விரோதம் இடையிடையே போய்விட வேண்டும்.

மீண்டும் அவன் சகல ஜீவராசிகளையும் நேசிக்க வேண்டும். இயற்கையை அரவணைக்க வேண்டும். சந்திரனையும் சூரியனையும் நட்சத்திரங்களையும் தன்னுலகில் கொண்டிருக்க வேண்டும்

செடியாக கொடியாக

பறவையாக பாம்பாக
குரங்காக மனிதனாக
அனுபவம் கொண்டவனே போதிசத்துவன் ஆகக்கூடும்.

உலகின் இசையை ஒருவன் தனக்குள் கொண்டுவரக்கூடும். செடி கொடிகள் பின்னிப்படர்ந்திருக்க வான்முட்ட உயர்ந்திருப்பவனாக கோமதீஸ்வரனாக ஆகக்கூடும்.

"பூமியே, நீரும் தாவரமும் ஏந்திச் செல்வதும், சூரியக்கதிர்களில் விரவி நிற்பதும், உன்னிலிருந்து எழுவதுமான வாசனையால் என்னை இனிதாக்கு. யாரும் என்னை வெறுக்கலாகாது."

– அதர்வண வேதம்

இடையில் இன்னொன்றையும் குறிப்பிட வேண்டும்.

நவீனமாக – எழுதிப் பார்க்கும் ஆசையில் எழுதியவைகளாக சேவற்குரலோனும், புத்தரின் கார்ட்டூன்மொழியும் இருக்கின்றன.

'ராமசாமிகளின் வம்ச சரித்திரம்' ஆரவாரமான சிரிப்பை வரவழைப்பதுதான், என்றாலும் இதுபோன்றவை தனிப்பட்ட வாசிப்புகளுக்கானவை. சிறுகதைத் தொகுப்புகளில் வரலாகாது. நல்ல நகைச்சுவை /கிண்டல் /பரிகாசம் என்பது தன்னை மையமிட்டதாக இருக்க வேண்டும். தன்னைப் பரிகசிக்கும் தைரியம் கொள்ள வேண்டும். அதுவே சாப்ளின் செய்தது, ஆர்.கே.நாராயணன் செய்தது, சந்திரபாபு செய்தது, எஸ்.வி.வி. செய்தது. பிறரைப் பரிகசிப்பது, ஏளனம் செய்வது ஒருவகை வன்முறையைத்தான். தன்னை மையப்படுத்தும் பரிகாசத்தில் உலகின் சித்திர விசித்திரங்கள் ஆனந்தத்தைத் தர வேண்டும். பஷீர் அதையே செய்தார்.

இலக்கிய ஆளுமைகளும் பிரதிகளும்
நூலிலிருந்து

பதினெட்டாம் நூற்றாண்டின் மழை

கதைகளின் கண்கள்

அ. முத்துலிங்கம்

அப்பூதியடிகள் என்ற தொண்டரைப்பற்றி பெரியபுராணத்தில் படித்திருப்போம். அவர் திருநாவுக்கரசரில் அளவில்லாத பக்தி கொண்டவர். திருநாவுக்கரசரை அவர் பார்த்தது கிடையாது, கேள்விப்பட்டதுதான். ஆன்மீக குருவாக அவரை வரித்து நிறைய தானதருமங்கள் செய்து வந்தார். அவருடைய பிள்ளைகள் எல்லோருக்கும் 'திருநாவுக்கரசர்' என்றே பெயர் சூட்டினார். ஆடு மாடுகளுக்கும் அதே பெயர்தான். திருநாவுக்கரசர் பெயரால் ஒரு தண்ணீர் பந்தல் நடத்தி வழிப்போக்கர்களின் தாகம் தீர்த்தார்

ஒருநாள் நாவுக்கரசர் களைத்து நடந்து பந்தலுக்கு வந்து தாகம் தீர்ந்து ஆறினார். அப்பூதியடிகளைப் பார்த்து 'இந்த நாவுக்கரசர் யார்?' என்று வினவினார். 'அவர் என்னுடைய குரு' என்றார். 'அப்படியா, அவரைப் பார்த்திருக்கிறீரோ?' 'இல்லை' என்றார். 'அடியேன்தான் நாவுக்கரசர்.' அப்பூதியடிகள் திகைத்துப்போனார்.

இரண்டுநாள் முன்பு எழுத்தாளர் எஸ்.ராமகிருஷ்ணனிடமிருந்து எனக்கு ஒரு கடிதம் வந்தது. அதைப் படித்தபோது எனக்கு அப்பூதியடிகள் அனுபவித்த பரவச உணர்வு நினைவுக்கு வந்தது. அந்தக் கடிதம் இதுதான்.

'உங்கள் இணைய தளத்தை முழுமையாக வாசித்தேன். பதிவுகள் மிக நன்றாக உள்ளது. உங்கள் எழுத்தின் தனிச்சிறப்பு மெல்லிய பகடி, நுட்பமான விவரணை அது வெகு சிறப்பாகக் கட்டுரைகளில் உள்ளது. இணைய வடிவமைப்பு, எழுத்துரு வடிவம் அழகாக உள்ளது. எனக்குப் பிடித்தமான எழுத்தாளரின் இணையதளம் என்பதால் அடிக்கடி இதைப் பார்வையிடுகிறேன். எஸ்.ராமகிருஷ்ணன், சென்னை.'

இது எனக்கு அவர் தனியாக அனுப்பிவிட்ட மகிழ்ச்சி. எஸ்.ராமகிருஷ்ணனை நான் சந்தித்தது கிடையாது; பேசியதும் இல்லை. உலகம் அறிந்த, லட்சக்கணக்கான வாசகர்களைக்கொண்ட ஓர் எழுத்தாளர் இன்னொருவரைப் பாராட்டுவதற்கு மனதின் எல்லாக் கதவுகளும் திறந்திருக்க வேண்டும். எஸ்.ராமகிருஷ்ணன் அப்படியானவர்.

நான் இணையதளம் தொடங்கியதை ஒருவருக்கும் சொல்லவில்லை. என் உற்ற நண்பர்களுக்குக்கூடத் தெரியாது. என் மனைவி அதைத் தற்செயலாகவே கண்டுபிடித்தார். எனக்கு அவ்வப்போது தோன்றுவதை எழுதுவதற்காக ஆரம்பிக்கப்பட்டது. மற்றவர்கள் படிப்பார்கள் என்பதை நான் எதிர்பார்க்கவில்லை. அதுவும் மிகவும் பிசியான எஸ்.ராமகிருஷ்ணன் போன்ற ஒருவர் தானாகவே தளத்தை தேடி வந்து படிப்பதென்றால் அது ஆச்சரியப்படவேண்டிய விசயம்தானே.

என்னுடைய மகிழ்ச்சிக்கு இன்னொரு காரணமும் இருந்தது. இரண்டுநாள் முன்புதான் சென்னையிலிருந்து நான் தபால்மூலம் எடுப்பித்த எஸ்.ராமகிருஷ்ணனின் *பதினெட்டாம் நூற்றாண்டின் மழை* சிறுகதை தொகுப்பை படித்து முடித்திருந்தேன். இப்படியான புத்தகங்களைப் படித்தால் அது மனதில் பெரும் விரக்தியை உண்டாக்கி விடும். ஒன்றுமே படிக்கவோ எழுதவோ தோன்றாது. ஆழமான மன எழுச்சியடைந்திருந்தேன். சிறுகதைகள் எழுப்பிய அதிர்வு மனதில் அடங்க சில காலம் பிடிக்கும்.

ஒரு காலத்தில் யாழ்ப்பாணத்தில் ‘50சேம் மாட்டுத்தாள்’ விற்றார்கள். அதன் விலை ஐந்து ரூபாயாக உயர்ந்தபிறகும்கூட அதை ‘50சேம் மாட்டுத்தாள்’ என்றே அழைத்தார்கள். நான் லாகூருக்குப் போனபோது அங்கே ‘நவ்லாக்’ என்ற மண்டபத்தைப் பார்த்தேன். கலாபூர்வமான உள்வண்ண வேலைப்பாடுகள் கொண்ட சலவைக்கல் விமானம். ‘நவ்லாக்’ என்றால் ஒன்பது லட்சம் என்று அர்த்தம். ஷாஜஹானுக்குக் கட்டிடங்கள் கட்டுவதே வேலை. கட்டிடத்தின் செலவுக் கணக்கைப் பார்த்தபோது ஒன்பது லட்சம் காட்டியதாம். அப்படியே அதன் பெயரைச் சூட்டிவிட்டார்கள். ஒரு பொருளுக்கு அதன் விலையையே பெயராகச் சூட்டுவது சில இடங்களில் வழக்கம்.

எஸ்.ரா.வின் புத்தகத்தில் நான் படித்த முதல் சிறுகதை அப்படியான ஒன்றுதான். என் வழக்கம்போல புத்தகத்தை நடுவிலே பிரித்துப் படிக்கத் தொடங்கியபோது அகப்பட்ட சிறுகதைதான் ‘ஹசர் தினார்.’ ஹசர் தினார் என்றால் ஆயிரம் தினார் என்பது பொருள். ஓர் அடிமையை ஆயிரம் தினார் கொடுத்து வணிகன் வாங்குகிறான். அதிலிருந்து அடிமைக்கு ஹசர் தினார் என்ற பெயர் நிலைத்துவிடுகிறது. அந்த இழிவான பெயர் அடிமைக்குப் பிடிக்கவில்லை. தன் வாழ்நாள் முழுவதும் அந்தப் பெயரை உதறி எறியவே முயற்சிக்கிறான். டில்லியை அப்போது ஆண்ட சுல்தான் கில்ஜி இந்த அடிமையை வாங்குகிறான். இருவரும் காதலர்கள் ஆகிறார்கள். வெகு சீக்கிரத்தில் சுல்தானின்

மனதையும், அரண்மனையையும் தன் வசப்படுத்திவிடுகிறான் ஹசர் தினார். அரசனிடம் தனக்கு ஒரு புதுப்பெயர் வைக்கச்சொல்லி மன்றாடுகிறான். அரசன் 'மாலிக் கபூர்' என்று நாமம் சூட்டுகிறான். அப்படியும் அவன் வெறுக்கும் ஹசர் தினார் என்ற பழைய பெயர்தான் தொடர்கிறது. ஒருநாள் அரசனை நஞ்சுவைத்துக் கொன்றுவிட்டு டில்லிக்கு அரசனாகி ஆள்கிறான். வெளியே அவன் மாலிக் கபூர் என்று அறியப்பட்டாலும் வரலாற்றிலிருந்து அடிமைச் சின்னமான ஹசர் தினார் என்ற பெயரை அவனால் இறுதிவரை நீக்கிவிட முடியவில்லை.

'சௌந்திரவல்லியின் மீசை' என்று ஒரு கதை. ஏழாம் வகுப்பு படிக்கும் சௌந்திரவல்லிக்கு மெல்லிய மீசை முளைத்துவிடுகிறது. வகுப்பில் பையன்களும் பெண்களும் கேலி செய்கிறார்கள். சயின்ஸ் வாத்தியார் வகுப்பர்களுடன் சேர்ந்து, இரண்டுபேர் அவள் தலையை அழுத்திப் பிடிக்க, குனிந்து அவள் முகத்தைப் பார்த்து பலத்த சிரிப்போடு 'ஆமாம், மீசை இருக்கிறது' என்று ஆமோதிக்கிறார். சௌந்திரவல்லி அவமானம் தாங்காமல் பள்ளிக்கூடம் போவதை நிறுத்திவிடுகிறாள். மஞ்சள் கிழங்கை முகத்தில் தேய் தேய் என்று தேய்க்கிறாள். முகம் மஞ்சள் காமாலை வந்தவள் போல மாறிவிடுகிறது. பச்சிலை, கழுதை மூத்திரம் என்று சகல வைத்தியமும் செய்துபார்க்கிறாள். நாள் போனது, மீசை போகவில்லை.

ஒருநாள் அம்மா டவுனுக்குப் போய் முகத்துக்குப் பூசும் கிரீம் வாங்கிவந்து கொடுக்கிறாள். சௌந்திரவல்லி வேண்டாமென்று விடுகிறாள். தலையில் அடித்தபடியே தாய் அழத் தொடங்குகிறாள். சௌந்திரவல்லிக்கும் அழவேண்டும்போல இருந்தது. இருவரும் ஒருவரை ஒருவர் கட்டிக்கொண்டு அழுதார்கள். அந்த அழுகை சௌந்திரவல்லியின் மீசை முளைத்ததற்காக மட்டும் இல்லை என்பது இருவருக்கும் தெரிந்தேயிருந்தது.

ஏழாம் வகுப்பு தமிழில் எழுதப்பட்ட இந்தக் கதை ஏழாம் வகுப்பு மாணவர்களுக்கான கதை அல்ல. உலகத்தின் எந்தவொரு மூலையில் வாழும் எந்த ஒருவரும் தன்னை அதில் காணும் கதை.

'நற்குடும்பம்' என்ற கதை. நான் இருமுறை படித்தது. இன்னும் ஒரு தடவை படிக்கலாம் என்று இருக்கிறேன். தொகுப்பிலே உள்ள கதைகளில் ஆகச் சிறந்தது என்பது என்னுடைய எண்ணம். இந்தக் கதை நடுவிலே தொடங்குகிறது. வித்தியாசமான கட்டமைப்பு. அப்பாவின் சம்பள நாள் அன்று வழக்கம்போல அம்மாவும் மகனும் பஸ்பிடித்து வந்து பஸ் நிலையத்திலே அப்பாவுக்காகக் காத்து நிற்பார்கள். ஒருநாளும் அப்பா சொன்ன நேரத்துக்கு வருவது கிடையாது. அவன் அம்மா மூத்திரம் போவதற்குக்கூட பயந்து அடக்கிக்கொண்டு காத்திருப்பாள். சிடுசிடுத்த முகத்தோடு அப்பா தான் நினைத்த நேரத்துக்கு வருவார். அம்மா ஒரு சொல் பேசமாட்டாள். சாமான்களை வாங்கிக்கொண்டு பஸ்சில் வீடு திரும்புவார்கள்.

அப்பாவைப் பார்க்கும்போது அம்மா எதற்காகவோ நடுங்குவாள். அப்பா அடிக்கும்போதெல்லாம் பிள்ளைகளைக் கூட்டிக்கொண்டு அம்மா தாத்தா வீட்டுக்குப் போவாள், மறுபடியும் திரும்புவாள். ஒரு நாள் அம்மா அடியின் வலி தாங்க முடியாமல் பூச்சி மருந்து குடித்து தற்கொலை செய்துகொள்கிறாள்.

அப்பா அவசரமாக இன்னொரு பெண்ணை மணமுடித்து வீட்டுக்குக் கூட்டிவந்தார். ஆனால் எல்லாமே மாறிவிட்டது. அவனும் சித்தியும் மாதக் கடைசியில் பஸ் நிலையத்துக்கு வந்தார்கள். சித்தி பஸ் நிலையத்தில் காத்திருக்க சம்மதிக்கவில்லை. அப்பாவின் அலுவலகத்துக்கே போய் விடுகிறாள். அவனுக்கு அதிர்ச்சி. சாமான்களை வாங்கி ரிக்சாவில் கொண்டு செல்கிறார்கள். அம்மா இருந்தபோது ஒருமுறைகூட ரிக்சா பிடித்ததில்லை. பேருந்தில் திரும்பும்போது சித்தி அப்பாவின் தோளில் சாய்ந்திருக்கிறாள். அவளுடைய கேசம் காற்றில் விசிறிபோல பறக்கிறது. அவனுடைய அம்மா இப்படியெல்லாம் செய்ததே கிடையாது. அம்மாவை அடித்த அதே அப்பா எப்படி சித்தியிடம் மாறிவிட்டார் என்பது அவனுக்குப் புரியவே இல்லை.

தொகுப்பில் கடைசியாக வருவது 'விசித்திரி' என்ற விசித்திரமான கதை. தெருவில், பகல் நேரத்தில், ஒரு பெண் நிர்வாணமாக ஓடி வருவதிலிருந்து கதை ஆரம்பிக்கிறது. அன்று பின்மதியப் பொழுதில் என்ன நடந்ததென்பது ஒருவருக்கும் தெரியாது. ஊகம்தான். அவள் உடைக்குமேல் உடை அணிந்து, வீட்டில் அகப்பட்ட துணியை எல்லாம் எடுத்து உடலைச் சுற்றிக் கட்டியிருக்கிறாள். அவள் என் னத்தை மறைக்க எண்ணுகிறாள். தன்னையா அல்லது உலகத்தையா?

இப்படித் தொகுப்பில் பல கதைகள். ஆனால் ஒன்றையொன்று தூக்கிச் சாப்பிட்டுவிடும். ஒவ்வொரு கதைக்கும் ஒரு சொல்முறை உருவாகியிருக்கிறது. ஆங்கில எழுத்தாளர் யாரை சந்தித்து சிறுகதையின் வெற்றி என்னவென்று நீங்கள் கேட்டாலும் அவர்கள் construction (கட்டுமானம்) என்று பதில் சொல்வார்கள். நான் அப்படி பலமுறை கேட்டிருக்கிறேன். இந்தத் தொகுப்பில் உள்ள 27 கதைகளில், நான் மேலே சொன்ன கதைகள் ஒரு மாதிரிக்குத்தான். ஒவ்வொரு சிறுகதை யின் கட்டுமான நுட்பங்களும் கூர்ந்து அவதானிக்கத்தக்கவை. உணர்ச்சிப் பெருக்குக்கு ஏற்றமாதிரி கட்டுமானம் மாறுபடுவதுதான் இதன் பெரிய வெற்றி.

சில கதைகள் அழவைத்தாலும் வாசிப்பு இன்பம் என ஒன்று இருக்கத்தானே செய்கிறது. Jigsaw puzzleல் ஒரு சில்லு இன்னொரு சில்லைப்போல இருப்பதில்லை. இந்தத் தொகுப்பில் ஒவ்வொரு கதையும் ஒவ்வொரு வகையாக அமைந்துள்ளது. சிறுகதை எழுது வோருக்குப் பாடப்புத்தகமாக வைக்கக்கூடிய அளவுக்குக் கதைகள் கச்சிதமாக நிறைவடைந்திருக்கின்றன. நல்ல சிறுகதையின் இலக்கணம் அதை வாசித்து முடித்த பின்னர் நீங்கள் பார்க்கும் பார்வை விசால

மானதாக இருக்கவேண்டும் என்பவர்கள் உண்டு. புதுக் கண்கள் கிடைக்கும் என்பார்கள். உங்களுக்கு ஒரு புது உலகமே காத்திருக்கிறது. இந்த நூலை வாசிக்கும் ஒவ்வொருவருக்கும் எஸ்.ரா. தனித்தனியாக அனுப்பிவைத்த மகிழ்ச்சி போய்ச்சேரும்.

(இணையம்)

அப்போதும் கடல் பார்த்துக்கொண்டிருந்தது

குதிரைகள் பேச மறுக்கின்றன

பா.சதீஸ் முத்து கோபால்

திரு.எஸ்.ராமகிருஷ்ணன் அவர்களின் சிறுகதை தொகுப்பு. அவரின் இயல்பான நடையில், காற்றில் அடித்துச் செல்லப்படும் இறகைப் போல, இந்த நூலை வாசிக்கும்போது பறக்கத் தொடங்கி விடுவீர்கள். பல்வேறு தளங்களில் எழுதப்பட்டிருக்கும் இந்த சிறுகதை தொகுப்பில் மிகச் சிறந்த கதையாக நான் விரும்புவது, 'குதிரைகள் பேச மறுக்கின்றன.'

பெங்களூரில் ஒரு பன்னாட்டு நிறுவனத்தில் வேலை பார்க்கும் கணவன் மனைவியின் வாழ்க்கையில், நின்று நிதானிக்க நேரம் இல்லை. ஊரில் இருந்து வரும் அவனின் அப்பா வீட்டில் வளரும் நாயை வெளியே கூட்டிச் செல்கிறார். திரும்பி வரும்போது அது குதிரையாக இருக்கிறது. நாய் குதிரையாக மாறிவிட்டதாகச் சொல்லி விட்டு, எதுவும் நடக்காதது போல அமைதியாகிவிடுகிறார். அதைத் தொடர்ந்து நகரும் இந்தக் கதை நடைமுறை வாழ்க்கையில் நாம் தொலைந்துபோன பொறுமையை, அமைதியை எடுத்துக் காட்டுகிறது.

குதிரை என்ன தின்னும் என்பதை இணையத்தில் தேடுவது, ஏரிக்கு அருகில் வந்ததும் கேமிரா எடுத்து வரவில்லை என்று யோசிப்பது, குதிரை ஏறத் தெரியாமல் அதைப் பிடித்துக்கொண்டு நடந்து செல்வதை அவமானமாக நினைப்பது, தன்னுடைய குதிரை என்று சொல்லக் கூச்சப்படுவது என இயல்பான மனிதனின் பிரதிபலிப்புகளை அழகாக எடுத்துக் காட்டுகிறது.

(இணையம்)

புத்தனாவது சுலபம்

ஒரு வாசிப்பனுபவம்

உஷாதீபன்

ஓரே ஒரு சிறுகதையைப் படித்துவிட்டு அதன் வாசிப்பனுபவத்தை மனநிறைவோடு, சொல்லியே ஆக வேண்டும் என்கிற உந்துதலோடு, பகிர்ந்துகொள்வதில் கிடைக்கும் திருப்தியும், நிறைவும் ஒரு பெரிய நாவலைப் படித்து முழுமையாக உள்வாங்கி மொத்த நாவலின் காலகட்டத்தையும், நிகழ்வுகளையும் அடுக்கடுக்காக மனதில் வைத்து, ஒரு புத்தக விமர்சனமாக முன்வைக்கும் நிகழ்வில் கிடைப்பதில்லை என்றுதான் தோன்றுகிறது.

சிறுகதைகள் அதன் முழு உள் கட்டமைப்போடு உருவம், உத்தி, உள்ளடக்கம் என்கிற இலக்கணங்களோடு அமைந்து மிகச் சிறப்பாக வந்திருக்கிறது என்பதான அனுபவம் அந்தப் படைப்பினைப் படிக்கும் போதே ஒரு தேர்ந்த வாசகனுக்கு ஏற்பட்டுப் போகிறது.

இப்படித்தான் இருக்க வேண்டும் என்கிற இலக்கணமெல்லாம் சிறுகதைக்கு இல்லை என்கிற கருத்தும் உண்டு. இலக்கணமெல்லாம் ஒரு பக்கம் கிடக்கட்டும். சொல்ல வந்த விஷயம் என்ன? அதை எழுதிய முறை என்ன? அது தந்த நிறைவென்ன? என்பதை மட்டுமே பார்ப்பது என்று கொண்டோமானால் ஆழ்ந்த ரசனையின்பாற்பட்டு, படைப்பினில் சொல்லப்படும் விஷயத்தின்பாற்பட்டு நம்மின் அனுபவச் செறிவு நமக்கு உணர்த்தும் அர்த்தங்கள் அநேகம்.

பெரும்பாலும் படைப்பாளிகளுக்கிடையே ஏதோ ஒரு ஒற்றுமை எல்லாக் காலங்களிலும் இருந்து கொண்டுதான் இருக்கிறது என்றே தோன்றுகிறது. அது வெவ்வேறு மொழிகளில் ஆன வாசிப்பனுபவத்தின் பாலான பாதிப்போ அல்லது வாழ்நிலைகளில் ஏற்பட்டுவிட்ட ஒற்றுமையோ அல்லது படைப்பனுபவத்தில் ஏற்பட்டுவிட்ட தவிர்க்க முடியாத எண்ணச் சுழல்களோ, ஒருவர் முந்தி ஒருவர் பிந்தி எனப் பல சமயங்களில் பின்தங்கும் நிலை வந்துவிடுகிறது.

மனதில் தோன்றும் எண்ணங்களெல்லாம் ஒரு உருவகமாகி கதையாக உருப்பெறும் காலகட்டம் ஒவ்வொரு படைப்பாளிக்கும் ஒவ்வொரு விதமான அவகாசத்தைக் கொடுக்கிறது. இந்தக் கால அவகாசத்தில்தான் ஒரு தேர்ந்த அனுபவப் படைப்பாளி இன்றைய படைப்பாளியைவிட ஓட்டத்தில் முந்திக் கொள்கிறார்.

வாழ்வனுபவங்களும், மனக்குமுறல்களும், மனப் புழுக்கங்களும் ஏற்படுத்தும் தாக்கங்கள், உந்துதல்கள் ஒரு சரியான வடிவத்தில் உருப்பெற்றால்தான் ஒரு படைப்பாளி தன் எண்ணங்களுக்கான துல்லியமான வடிவம் கிடைத்துவிட்டதாகத் திருப்தி கொள்ள முடியும். இல்லையென்றால் இதை எப்படிச் சொல்வது என்பதிலேயே காலம் கழிந்து போகும் வாய்ப்புண்டு. அந்த மாதிரி சமயங்களில்தான் ஒரு முதிர்ந்த, மூத்த படைப்பாளி முந்திக்கொள்கிறார். சே! நாம நினைச்சதை இந்த மனுஷன் எவ்வளவு அழகா சொல்லிட்டான் பார்யா? நாம எழுதியிருந்தாக் கூட நிச்சயமா இவ்வளவு அழகாக கொடுத்திருக்க முடியாதே...என்று எண்ணி ஏங்க வைத்து விடுகிறது அநேகப் படைப்புக்கள்.

இதில் என்ன ஒரு சந்தோஷம் என்றால் நம் மனதில் தோன்றிய எண்ணங்களுக்கு சரியான வடிவம் கிடைத்துவிட்டதில் ஒரு திருப்தி. என்னே அற்புதம்... இத இவர் எழுதினதுதான் சரி... நம்மால இந்தளவுக்கு நிச்சயமா முடியாது என்று தோன்றுவதில் கிடைக்கும் ஒரு நிறைவு. ஆமாம்...ஒரு தேர்ந்த வாசகன் அப்படித்தான் நினைக்க முடியும்... அப்படித்தான் நினைக்க வேண்டும் என்பேன் நான். அதுதான் நல்ல வாசகனாய் இருக்கும் ஒரு படைப்பாளியை வளர்க்கும் லட்சணம் என்றும் சொல்வேன்.

நம்மை நாமே குறைத்து மதிப்பிட்டுக்கொள்வதா என்று நினைப்ப தில் பொருளல்ல. ஒரு நல்ல படைப்பினை மனம் விட்டுப் பாராட்டும் பாங்கு அது. நிறையப் பேரிடம் அது இல்லைதான். அதனால்தான் ஒளிவு மறைவாய் குறைத்து மதிப்பிடுவது அது இது என்றெல்லாம் மனதுக்குத் தோன்றுகிறது. ஒரு நல்ல படைப்பாளி பிறிதொரு நல்ல படைப்பினை மனம்விட்டுப் பாராட்ட வேண்டும். அது அவனின் தன்னம்பிக்கையின் அடையாளம். அப்படியெல்லாம் நாமும் தேடினால்தான் சிறந்த படைப்புக்களைக் கண்டடைய முடியும். சிறந்த படைப்புக்களைத் தருவதற்கான முயற்சிகளை மேற்கொள்ள முடியும்.

அப்படியான ஒரு அனுபவம்தான் சமீபத்தில் எனக்குக் கிட்டியது. அந்தப் படைப்பு இரண்டு மூன்று மாதங்களாகவே மனதில் ஓடிக் கொண்டுதான் இருக்கிறது. திரும்பத் திரும்பப் படிக்க வைத்துக் கொண்டுதான் இருக்கிறது. எப்படி இப்படியெல்லாம் எழுத முடிகிறது என்று பிரமிக்கத்தான் வைக்கிறது. இப்படியே பிரமித்துக்கொண்டே யிருப்பதிலேயே காலம் கழிந்து விடுமோ என்றும் தோன்றுகிறது. என்று அம்மாதிரி ஒரு படைப்பினை நாம் படைப்பது, மற்றவர்

பாராட்டுவது?

அந்த மட்டும் அம்மாதிரி எழுத்துக்களை அடையாளம் கண்டு கொள்ளும் திறனாவது இருக்கிறதே என்று ஒரு சமாதானம். ஆனால் அப்படியான அந்த நல்ல படைப்பை அந்த மதிப்பிற்குரிய படைப்பாளி ரொம்பவும் அநாயாசமாக எழுதி, இந்தா பிடி என்று எறிந்துவிட்டது போல் தோன்றுகிறது. நிச்சயம் அந்தக் குறிப்பிட்ட படைப்பிற்கு அவர் சிரமப்பட்டிருக்கப் போவதில்லை. எழுதுகோல் ஓடுகிற போக்கில் எழுதி முடித்த ஒன்றாகத்தான் அது இருக்கும். அவரின் வாசிப்பு அனுபவமும் எழுத்து அனுபவமும் அப்படி! ஆனாலும் அது நமக்கு அதிசயம். நமக்கு என்பதைவிட எனக்கு. அதுதான் சரி. இன்னமும் புதிரை விடுவிக்காமல் இழுத்தால் பொறுமையைச் சோதித்ததாகிவிடும். சொல்லி விடுகிறேன்.

திரு எஸ். ராமகிருஷ்ணன் அவர்கள் *கணையாழி* ஏப்ரல் 2011 இதழில் எழுதியுள்ள புத்தனாவது சுலபம் என்கிற சிறுகதைப் படைப்புதான் அது.

அறிவியல் தொழில்நுட்பம் பெருகியுள்ள இக் காலகட்டத்தில் லட்சக்கணக்கான இளைஞர்கள் உள் நாடுகளிலும், வெளி நாடுகளிலும் சுறுசுறுப்பாகவும், வேகமாகவும், பரபரப்பாகவும், நிற்க நேரமின்றியும், ஓட்டமெடுத்த போக்கிலும், காலில் வெந்நீரைக் கொட்டிக் கொண்டது போல மென்பொருள் பொறியாளர்களாகவும், வேறு பல தொழில்நுட்ப அறிவியல் பணிகளிலும், ஓயாது ஒழியாது பணியாற்றிக்கொண்டு லட்ச லட்சமாக அள்ளிக் கொட்டிக்கொண்டிருக்கிறார்கள். எண்ணிக் கையிலடங்கா இவர்களுக்கு நடுவே உள்ளூரிலேயே படிப்பை முடித்து விட்டும், படிப்பைப் பாதியில் விட்டு விட்டும், படிக்க வசதியில்லா மலும், அடுத்து என்ன செய்வது என்கிற லட்சிய நோக்கு எதுவுமில்லா மல், எந்தவிதமான தீர்மானங்களும் இல்லாமலும், ஒரு பெருங்கூட்டம் வெறுமே அலைந்து காலத்தைக் கழித்துக்கொண்டிருக்கிறது என்பதும் இங்கே ஒரு தவிர்க்க முடியாத உண்மையாய் இருக்கிறது.

படித்து முடித்து வேலை தேடும் ஒரு இளைஞன், படிப்பைப் பாதியில் விட்டுவிட்டு வெறுமே திரியும் இளைஞன் இப்படி எல்லோருமே பெற்றோர்கள் சம்பாதித்து அக்கறையாய் சேமித்து வைத்திருக்கும் சேமிப்பின் மகிமை அறியாமல் அதனை மனம் போன போக்கில் அன்றாடம் சும்மா இருந்து வீணடித்துக் கொண்டிருக்கிறார்கள். குருவி சேர்ப்பது போல் வியர்வை சிந்தி சேர்த்த சேமிப்புப் பணம் இது என்கிற மகிமை அவர்களுக்குத் தெரிவதில்லை. மகிமையா அப்படீன்னா என்ன? கிலோ என்ன விலை? என்று கேட்பார்கள் நம்மிடம். ஏதாவது சொல்லப் புகுந்தால் ஏம்ப்பா இப்டி மொக்க போடற? என்று புதிய பாஷை பேசுவார்கள். வழக்கில் இல்லாத எங்கிருந்தோ வந்து ஒட்டிக்கொண்ட ஒழுக்கமில்லாத வார்த்தைகள் இவர்களிடம் சர்வசாதாரணமாகப் புழங்கிக்கொண்டிருக்கும். கேட்டால் உங்களுக்கு உங்கள் பையன்மேல் சந்தேகம் வரும். இவன்

தடம் புரண்டு கொண்டிருக்கிறானோ என்று பயம் எழும். இவர்கள் தற்காலத்தில் பேசும் வார்த்தைகள் அம்மாதிரி ஒழுக்கப் பிறழ்வின் அடையாளங்கள்தான்.

வெட்டியாய்த் திரிபவனுக்குப் பெற்ற தாயின் முழு ஆதரவு. அவனின் பிறழ்தல்களைக் கண்டுகொள்ளாத, அதனை ஒழுங்கு படுத்தும் கடமையை மறந்த, எல்லாம் சரியாப் போகும் என்கிற மெத்தனமான மனப்போக்கு கொண்ட விட்டேற்றியான கண்மூடித்தன மான ஆதரவு. அப்படியான ஒரு இளைஞனின் மனப்போக்கும், தான்தோன்றிச் செயல்களும், அதனைக் கண்டிக்காத தாயாரின் அரவணைப்பும், அதனைக் கண்டு அருகிலிருந்தும் அவனை நல்வழிப் படுத்த முடியாத தந்தையின் மனக்குமுறல்களும் மனப் புகைச்சல்களும் ஒருங்கே அமைந்த கட்டு செட்டான படைப்புதான் திரு எஸ்.ரா.வின் புத்தனாவது சுலபம்.

இந்தக் கதையைப் போல் இதற்கு முன் எத்தனையோ சாதனையைச் செய்திருக்கிறார் எஸ்.ரா. அவர்கள். அவரது *நடந்து செல்லும் நீரூற்றும், குதிரைகள் பேச மறுக்கின்றன* என்கிற படைப்பும், *தரமணியில் கரப்பான்பூச்சிகள்* என்கிற சிறுகதையும், *ஒரு நகரம், சில பகல் கனவுகள்* மற்றும் *பி. விஜயலட்சுமியின் சிகிச்சைக் குறிப்புகள்* என்ற சிறுகதைகளும் என்றும் மறக்கமுடியாத படைப்புகளாகத்தான் இருந்து கொண்டிருக்கின்றன.

இவைகளையெல்லாம் படித்துவிட்டு எழுதினால் இப்படி எழுத வேண்டும், இல்லையென்றால் வெறும் வாசகனாக மட்டும் இருந்தால் போதும் என்றே நான் நினைத்திருக்கிறேன். பல்வேறு மொழிகளிலான தொடர்ந்த வாசிப்பனுபவமும், சிறு பிராயம் முதலான படிப்பனுபவ மும், விடாத எழுத்தனுபவமும்தான் இப்படியெல்லாம் அதிசயிக்கத் தக்க படைப்பினை ஒரு படைப்பாளியிடம் உருவாக்குகின்றன. எத்தனை பேருக்கு நடைமுறை வாழ்க்கையில் இவை சாத்தியமா கின்றன. குறைந்தபட்சம் இவற்றையெல்லாம் கண்டடையும் திறனாவது இருக்கிறதே என்று பெருமைப்பட்டுக் கொள்ள வேண்டியதுதான்.

புத்தனாவது சுலபம். ஆம், இன்றைய குடும்பச் சூழ்நிலைகள் ஒரு தந்தையை அந்த அளவுக்கான நிலைக்குத்தான் தள்ளிக் கொண்டி ருக்கின்றன. மிகவும் பண்பட்ட, சாத்வீகமான, விவேகமிக்க ஒரு மனநிலை இந்தக் கதையில் சொல்லப்படும் நிகழ்வுகளால் ஒரு குடும்பத்தின் பொறுப்பு மிக்க தந்தைக்கு அநாயாசமாக நிச்சயம் ஏற்பட்டுப் போகும். தலைமுறை இடைவெளி, மாறிவிட்ட உலகமயமாக்கலின் தாக்கம், வீட்டுக்குள்ளும் தவிர்க்க முடியாமல் பரவிவிட்ட பரபரப்பு நிலை, கலாச்சாரச் சீரழிவுகளின் மாயைகளில் அமிழ்ந்து போகும் இளைய தலைமுறை, அவற்றினைக் கண்கொண்டு பார்த்துக்கொண்டே அந்த நசிவினை உணர்ந்துகொண்டே தடுக்க இயலா கையறு நிலை, வயதும் அனுபவமும் கற்றுத் தந்த மேன்மை களை எடுத்து முன் வைத்து தன் வாரிசுகளைப் பண்படுத்த இயலாத,

அதே சமயம் கண்முன்னே எல்லாமும் சீரழிந்து கொண்டிருக்கிறதே என்கிற ஆதங்கத்தில் ஏற்படும் அர்த்தமுள்ள, ஆனால் அர்த்தமற்றதாகக் கருதப்படும் கோபதாபங்கள், குடும்பமே தீவாக மாறிப்போனதும், மொழியே மறந்து போகுமோ என்கிற அளவுக்கான அன்றாடப் பரஸ்பர உரையாடல்கள் நின்று போய் வீட்டில் ஒருவரை மற்றவர் ஒரு மூன்றாம் மனிதனைப் போல் பார்த்தும் பார்க்காமலும் கடந்து, வார்த்தைகளும், பேச்சுக்களும் தானாகவே குறைந்துபோன மயான அமைதி, இவை இவையெல்லாம் உனக்கு நல்லது, இவற்றையெல்லாம் என் வழிதான் நீ தெரிந்துகொள்ள வேண்டும், ஒரு மூன்றாமவன் மூலம் நிச்சயமாக நீ இவற்றையெல்லாம் அறிந்து தெளிய முடியாது, வாழ்க்கையில் எல்லாவிதமான அனுபவங்களும் உனக்குக் கிடைத்து விடப் போவதில்லை, பிறர் மூலமாகவும், புத்தகங்கள் மூலமாகவும்தான் நீ எல்லாவற்றையும் அறிந்து பண்பட வேண்டியிருக்கும் என்று பெற்ற மகனையே இழுத்து உட்கார வைத்து உய்த்துணர வைக்க முடியாத நிலை, இப்படியெல்லாம் இருக்கும் தன் மகனைக் கண்மூடித் தனமாக எதையும் கண்டுகொள்ளாமல் ஆதரிக்கும் தாய், எல்லாம் போகப் போகத் தானே சரியாகும் என்று பொத்தாம் பொதுவாய் எல்லாவற்றையும் மன்னித்து ஒதுக்கிவிடும் மனநிலை, இப்படியாகச் சொல்லிக்கொண்டே போகலாம்தான் இந்தப் படைப்பைப் பற்றி.

வார்த்தைகளைச் சின்னச் சின்னதாக அடுக்கிச் சடசடவென்று கதையை நகர்த்திச் செல்லும் பாங்கு கூடவே நம்மையும் இதமாகக் கைப்பிடித்து அழைத்துச் செல்கிறது. அருண் என்ற அந்தப் பையனின் செயல்களும், அவற்றைக் கண்டும், கேட்க நினைத்துக் கேட்க முடியாம லும், மூன்றே மூன்று பேர் இருக்கும் ஒரு குடும்பத்தில் தனித்து விடப்பட்டு ஏங்கி நிற்கும் ஒரு தந்தை. அய்யோ, இப்படியெல்லாம் நடக்கிறதே, இவற்றைத் தடுக்க முடியவில்லையே, இது எங்கு போய் நிற்குமோ என்று நினைத்து நினைத்துப் பொருமி தனக்குத் தானே பேசிக்கொள்ளும் ஒரு தந்தையின் மன ஆதங்கங்கள் இந்தச் சிறுகதை யில் மிக அற்புதமாகச் சொல்லப்பட்டிருக்கின்றன.

இன்ஜினீயரிங் படிப்பைக் கடைசி வருடம் டிஸ்கன்டினியூ செய்த தன் மகனை இனி என்ன செய்யப் போகிறாய் என்று கேட்க, பார்க்கலாம் என்கிறான் அவன். எவ்வளவு பொறுப்பற்ற வார்த்தை அந்தப் பார்க்கலாம். ஒரு தந்தையின் மனது இந்த வார்த்தையில் நிச்சயம் நொறுங்கிப் போகும்தான். கடைசி வருடம் ஒரு படிப்பை ஒரு பையன் விட்டுவிடுவது என்பதே அவனிஷ்டத்திற்குச் செய்யும் செயல்தானே? அதையே தடுக்க முடியாத நிலைதான் இன்றைய குடும்பங்களில் உள்ளது என்பதைச் சொல்லாமல் சொல்கிறது இந்த இடம்.

பெற்றோர்களிடம் பேசுவதைக் குறைத்துக்கொண்டு தங்களைத் தனிமைப்படுத்திக்கொள்ளும் இளைய தலைமுறை. வயதானவர்களைக் கண்டால் உண்டாகும் வெறுப்பு. முதுமை எல்லாருக்கும் பொது

என்பதை உணராத மனநிலை. அப்படி என்ன வீட்டின் மீது வெறுப்பு என்கிற வார்த்தைகள் இதை நமக்கு உணர்த்தி வேதனைப்பட வைக்கிறது. யாரோ ஒருவரிடம் மணிக்கணக்காகப் பேசும் உனக்கு எங்களோடு ஏன் சில வார்த்தைகள் பேச முடியவில்லை. அந்த அளவுக்கா நாங்கள் வெறுத்துப் போய்விட்டோம். நன்றி கெட்ட உலகம் இது. அதற்கு இன்றைய இளைஞர்கள் சாட்சிகளாக ஆகிக் கொண்டிருக்கிறார்கள். இம்மாதிரியான மன ஆதங்கங்களையும், ஏமாற்றங்களையும் பெற்றோர்களுக்கு உண்டாக்கி அவர்கள் மகிழ்ச்சி கொள்கிறார்களோ என்று தோன்றுகிறது அவருக்கு. சத்தியமான உண்மை என்றுதான் நினைக்க வேண்டியிருக்கிறது.

அவன் மாமா வாங்கித் தந்த பைக்கில் அவன் பறந்துகொண்டிருக் கும் காட்சி ஒரு கழுகு அவனுக்குள் புகுந்துகொண்டிருக்கிறது போல எண்ணவைத்து இவரைப் பயம் கொள்ள வைக்கிறது. அவன் சிகரெட் பிடிப்பதும், பியர் குடிப்பதும், கடன் வாங்குவதும், லாலியும் பீலியுமாக அடுத்தவர் சட்டையைப் போட்டுக் கொள்வதும், முடியின் நிறத்தை மாற்றிக் கொள்வதும், ஒரு பெண்ணின் பின்னால் சுற்றுவதாக அறிய நேர்வதும், தன் வீட்டில் தான் பார்க்க வளர்ந்த ஒருவன், இப்பொழுது தான் பார்க்காத ஒரு ஆளாக மாறிக் கொண்டிருப்பதை நினைத்து வேதனை கொள்கிறார் தந்தை. என்னே இழிநிலை. இன்றைய பல இளைஞர்கள் அப்படித்தான் இருக்கிறார்கள். தான் அனுமதிக்கக் கூடாது என்று தடுத்து வைத்திருந்த அத்தனையையும் இந்த உலகம் அவனுக்குப் புசிக்க கொடுக்கிறதே என்று குமுறுகிறார். அற்புதமான வரிகள். கதையைச் சொல்லும் விதத்தில் அது எத்தனை மெருகேறுகிறது என்பதற்கு இந்த இடம் சரியான உதாரணம்.

படிப்பைப் பாதியில் விட்ட அவனைப்பற்றி அவன் பெற்றோர் களுக்கு எத்தனை வருத்தம் இருக்கும் என்பதை எந்த இளைஞனும் உணருவதில்லை. அதுவரை செலவழித்த பணம் பற்றியும், அந்தப் பணத்தின் சேமிப்பு அருமை பற்றியும், இப்போதைய கால விரயம் பற்றியும், அநேகப் பெற்றோர்கள் புழுங்கிச் சாகிறார்கள். ஆனால் அதுபற்றி இந்த இளைஞர் கூட்டத்திற்குக் கிஞ்சித்தும் கவலையில்லை. அப்படின்னா அப்படித்தான். அதுக்கு இப்ப என்ன பண்ணச் சொல்ற? இதுதான் அவர்களின் கேள்வி. ஒழுக்கமற்றுப் போன இளைஞர்கள். அதுபற்றிக் கவலைகொள்ளாத மனங்கள். தான் இளைஞனாய் வாழ்ந்த காலத்துக்கும், இப்பொழுதுக்கும் எத்தனை வித்தியாசம்? இது கதையில் வரும் அந்தத் தந்தை ஒருவரின் பிரச்சினை மட்டுமல்ல, இந்த சமுதாயத்தின் பிரச்சினை. ஒட்டுமொத்த சமுதாயத்தின் படிப்படியான சீரழிவுப் பிரச்சினை.

இப்படியான எண்ணங்களோடு சிக்கித் தவிக்கும் ஒரு தந்தை. ஒரு வேளை தன் நினைப்பெல்லாம் தவறோ என்றுகூடத் தடுமாறு கிறார். இன்றைய எல்லாத் தந்தைகளுக்கும் இருக்கும் தடுமாற்றம்தான் அது. அதனால்தான் பலரும் ஆவது ஆகட்டும் என்று விலகி

நிற்கிறார்கள். நம் கையில் என்ன இருக்கிறது, நடப்பது நடந்தே தீரும்... என்று பொருமிக்கொண்டிருக்கிறார்கள். இரவில் தூக்கமில்லாமல் பையனைப் பற்றியும், அவனின் முன்னேற்றம் பற்றியும், எதிர்காலம் பற்றியும் அலமந்து கொண்டிருக்கிறார்கள். இதைத்தான் புத்தனாவது சுலபம் என்கிற பொருத்தமான தலைப்பின் மூலம் அந்த விலகல் மன நிலையை, ஸ்திரமாக ஸ்தாபிக்கிறார் எஸ்.ரா. அவர்கள்.

அம்மாவோடு அவனுக்கு இருக்கும் நெருக்கம், சகஜநிலை, தன்னிடம் இல்லாமல் போனதிலான ஆதங்கம், அவரும் அவனும் ஒன்றாக வெளியில் போனதும், சிரித்துப் பேசிக்கொண்டதும், ஒன்றாக அமர்ந்து சாப்பிட்டதுமான கடந்த காலங்களை நினைத்து ஏக்கம் கொள்ள வைக்கிறது.

தன்னையும் ஒரு பொருட்டாக மதித்து அவன் தனக்கான தகவல்களை பகிர்ந்து கொள்ளாததையும், தன் மனைவியிடம் மட்டும் சொல்லிப் போவதும், சொல்லாமல் கொள்ளாமல் வெளியூர் கூடச் சென்று வருவதும், ஒரு வாரம் பத்து நாட்கள் என்று வராமலிருப்பதும், அவைகுறித்து விசாரிக்கும்போது மகனின் சார்பாக ஒரு தாய் தயங்காமல் பொய்களைச் சொல்வதும், இவரை வெறுப்பான மனநிலைக்குத் தள்ளுகிறது. அம்மாக்கள் மகன்களுக்காக நிறைய்ப் பொய் சொல்கிறார்கள். பிள்ளைகளின் பொருட்டு அடிக்கடி சண்டையிட்டு மனக் கசப்பு கொள்கிறார்கள். இதுதான் இன்றைய நிதர்சனம்.

இன்றைய அநேகப் பெற்றோர்களின் நிலை இதுதான். ஒரு தேர்ந்த படைப்பாளிக்கு இருக்கும் அற்புதமான எழுத்துத் திறமை நம்மைப் பிரமிக்க வைக்கிறது. நான் நிறையக் குழம்பிப் போயிருக்கிறேன் என்று முடிக்கிறார். பல பெற்றோர்கள் அப்படித்தான் இருக்கிறார்கள். தலைமுறை இடைவெளி அவர்களை அப்படி நகர்த்தி ஒரு வனாந்திரத்தில் தன்னந்தனியே நிறுத்தி வைத்திருக்கிறது. வயதானவர்கள் முகத்திற்குப் பின்னே கேலி செய்யப்படுகிறார்கள். பெற்ற மகனோடு சேர்ந்து கொண்டு கட்டிய மனைவியாலும் ஒதுக்கப்படுகிறார்கள். கடைசிவரை அவர்தான் நமக்குத் துணை என்கிற ஆழமான புரிதல்கூட நடுத்தர வயதிலான பெண்மணிகளுக்கு இருப்பதில்லை. இதனால் மூன்று பேர், நான்கு பேர் உள்ள குடும்பம் தனித் தனி தீவுகளாக இயங்கிக் கொண்டிருக்கிறது. தினமும் உறக்கமின்றித் தவிக்கும் தகப்பன். படுக்கையில் புரண்டுகொண்டே பல எண்ணச் சிதறல்களில் வாழ்க்கையின் மீதிப் பொழுதுகளை எப்படிக் கழிக்கப்போகிறோம் என்கிற மிரட்சி. போதிய பணம் இருந்தும் ஆதரவற்ற நிலை. சொந்தங்களின் கருணையைத் தேடும் மனம். நீங்கள் தகப்பனாகும் நாளில் என்னைமாதிரி பலவற்றையும் உணர நேரிடும் என்கிற பொருள்பட ஒரு சித்தாந்த நிலைக்குப் போகிறார் இக்கதையின் தந்தை. காலம் இப்படிப் பல தந்தைகளைத் தனிமைப்படுத்தி, மிரட்டி, கூனிக் குறுக வைத்திருக்கிறது என்பதுதான் இன்றைய நிதர்சனமான உண்மை.

புத்தனாவது சுலபம் சிறுகதையைப் படித்ததன் மூலம் ஒரு

சிறந்த, மென்மையான, இலக்கிய நயம் வாய்ந்த, நீரோடை போன்ற தெளிந்த நடைகொண்ட, ஒரு உயர்தரமான படைப்பைப் படித்து முடித்த அனுபவமும், படைப்பாளியான திரு எஸ்.ரா. அவர்களின் மீது மதிப்பும் நம் மனதில் பெருக்கெடுக்கிறது. இந்த மனம் லேசாகி உலக பந்தங்களிலிருந்து வெகு தூரம் விலகிச் சென்று நின்றுவிடுகிறது. எல்லாமும் மாயை என்கிற வெற்று வெளிதான் மிஞ்சுகிறது. ஏற்கனவே புத்தனாகி விட்டவர்கள் இந்த லௌகீக வாழ்க்கையில் ஏராளம். புத்தனாகிக்கொண்டிருப்பவர்கள் அநேகம். இந்தப் படைப்பைப் படிப்போர் அந்த மனநிலைக்குத் தள்ளப்படுவது நிச்சயம். வாழ்க்கையில் இம்மாதிரியான எழுத்துக்களும், கூடவே கிடைக்கும் செழுமையான அனுபவங்களும்தான் மனிதர்களை இப்படி எங்கோ இட்டுச் சென்று நிறுத்தி விடுகிறது. அது ஞான நிலை. மோன நிலை. மனிதர்கள் தன்னிலிருந்து தன்னை விலக்கிப் பார்த்துக் கொள்ளும் பக்குவத்தை எய்த வேண்டும். அங்கேதான் ஞான நிலை கைகூடுகிறது. புத்தனாவது சுலபம் அந்த ஏகாந்த நிலைக்கு நம்மை இழுத்துச் செல்கிறது.

இதைப் போல் இன்னும் நிறைய ஆகச் சிறந்த படைப்புக்களை அவர் தந்துகொண்டே இருக்க வேண்டும். அதையெல்லாம் ஆழ்ந்து அனுபவித்துப் படித்து ரசிப்பதற்கு என்னைப் போல் பல்லாயிரம் வாசகர்கள் எப்போதும், எந்நேரமும், ஆவலாய் தயாராய்க் காத்திருக் கிறார்கள்.

(இணையம்)

செகாவின் மீது பனிபெய்கிறது

வாழ்வும் கலையும்

எஸ்.ஏ. பெருமாள்

இலக்கியங்கள் வாசிப்பதும், அவற்றைப் பற்றிப் பேசுவதும், எழுதுவதும் ஒரு அற்புதக்கலை. அதுவும் கூட மிகச்சிறந்த படைப்பாளிகளுக்கே அது சாத்தியமும் ஆகும். தமிழில் ஒரு காலத்தில் க.நா.சு. உலக இலக்கியங்களைப்பற்றி அறிமுகப்படுத்திக் கொண்டிருந்தார். அவரது எழுத்துக்கள்கூட அவர் குறிப்பிடும் நாவல்கள், நோபல் பரிசுபெற்ற நாவல்களைப் படிக்கத் தூண்டுவதாக அமைந்ததில்லை. நாவலின் கதையம்சங்களை மட்டுமே புரிந்துகொள்ள முடியும்.

க.நா.சு.வுக்குப் பிறகு ஒரு நீண்ட இடைவெளிக்குப் பின்பு எஸ்.ராம கிருஷ்ணன் அந்தக் களத்தில் இறங்கி வெற்றி நடைபோட்டு வருகிறார். உலக இலக்கிய ஆளுமைகள் பற்றி அவர் எழுதிய *செகாவின் மீது பனிபெய்கிறது* என்ற தொகுப்பு அண்மையில் உயிர்மை பதிப்பகத்தால் வெளியிடப்பட்டுள்ளது. நூலில் குறிப்பிடப்பட்டுள்ள படைப்பு, எஸ்.ரா.வின் இந்த நூல் நமக்கு வன்மையாக உணர்த்துகிறது. அதைவிட அந்தப் படைப்பாளியின் வாழ்வுபற்றியும் அவரது வாழ்வின் முக்கிய சம்பவங்களையும் அவை அவரது படைப்பில் நிலைத்திருப்பதையும் ஒருசேரத் தருவதுதான் இந்த நூலின் புதுமையாகும்.

ஒரு படைப்பை அறிமுகம் செய்கிறபோது அந்தப் படைப்பாளியின் வாழ்வுபற்றிய முக்கிய அம்சங்களை எடுத்துக் கூறுவதில்தான் இந் நூலின் மேன்மையான வெற்றி அடங்கியுள்ளது. லியோ டால்ஸ்டாய், தஸ்தாயெவ்ஸ்கி, மாக்சிம் கார்க்கி, வான்கா, கோகல், பாசுஅலியேவா, புஷ்கின், வர்ஜீனியா உல்ப், பெசோ, எர்னெஸ்ட் ஹெமிங்வே, ராபர்ட்ருவார்க், மாப்பசான், ஹொமுசாய், ஜார்ஜ் ஆர்வெல், அன்டன்செகாவ் போன்ற மாபெரும் இலக்கிய கர்த்தாக்களையும் அவர்களது படைப்புலகையும் படித்து முடிக்கிறபோது நம்மை உணர்ச்சி வெள்ளத்தில் ஆழ்த்துகிறது. இந்தப் படைப்பாளிகளின் துயரமான வாழ்க்கை நமது நெஞ்சை உலுக்குகிறது.

மகாத்மா காந்தியால் 'மகான்' என்று அழைக்கப்பட்ட டால்ஸ்டா யின் இறுதிநாள் பற்றி நூல் துவங்குகிறது. *போரும் அமைதியும், அன்னாகரீனினா, புத்துயிர்ப்பு* போன்ற பிரம்மாண்ட இலக்கியங் களைப் படைத்த டால்ஸ்டாயின் இறுதிநாள் அஸ்தபோவ் என்ற ரயில்நிலைய ஓய்வறையில் முடிகிறது. மரணநேரத்தில்கூட தனக்காகப் பதிமூன்று பிள்ளைகளைப் பெற்று பல குழந்தைகளைப் பறிகொடுத்த மனைவியைக்கூடப் பார்க்காத சோகம் நம்மை வாட்டுகிறது. ஆனால் டால்ஸ்டாய் தனது மகள்களின் மீது பாசமழை பொழிவது வியப்பளிக் கிறது.

எழுத்தாளரின் வாழ்வு பற்றியும், அவரது படைப்புச்சூழல் மற்றும் கதாபாத்திரங்கள் குறித்து வாசகருக்கு நேர்காணல் போலக்காட்டுவதும், விளக்கிச்சொல்வதும் எஸ்.ரா.வின் தனிச்சிறப்பான உத்தியாகும். இது புத்தகத்தை நாம் கீழே வைத்துவிடாமல் தடுக்கிறது. டால்ஸ்டாய் தனது கடைசிநாளில் தனது நூல்களின் பதிப்புரிமையை நாட்டுக்கே சொந்தமாக்கிட வேண்டும்; தனது நிலங்கள் அனைத்தையும் அவற்றை உழுதுகொண்டிருக்கும் விவசாயிகளுக்கே பிரித்துத் தந்துவிட வேண்டும் என்பதில் அவர் உறுதியாக இருந்தார். தனது பெயரால் ஒரு பண்ணை அமைத்து அங்கே இளைஞர்களை டால்ஸ்டாய் வாசிகளாக மாற்றிக் கொண்டிருந்தார். அவர் தனது குடும்பத்தைவிட ரஷ்ய சமூகமே முதன்மையானது என்று கருதினார். வியப்பூட்டும் இந்தச் செய்திகள் டால்ஸ்டாய் மீது நமக்கு மிகப்பெரிய மரியாதையை ஏற்படுத்துகின்றன.

டால்ஸ்டாய் மதம் மனிதனின் அகவிடுதலைக்கானது. அது மனிதரைக் கட்டுப்படுத்தி அடிமைப்படுத்தக்கூடாது. அன்பைவிடச் சிறந்த மதமில்லை என்றார். இதனால் திருச்சபை அவரை விலக்கி வைத்தது. இறுதி நிமிடங்களில் தனது மகளிடம் வீட்டையும் அம்மா வையும் நன்கு கவனித்துக்கொள்ளுமாறு கூறுகிறார். கடைசிவரை தனது நோட்டில் குறிப்பு எழுதியவாறு பேசிக்கொண்டிருக்கிறார். அவர் எழுத முடியாமல் போனதும் தன் மகளை எழுதச் சொல்கிறார். அது அவரைத் தனது வீட்டுக்கு வந்து தங்கும்படி கடிதம் எழுதிய ஒரு விவசாயிக்குத் தனது இயலாமை குறித்து எழுதி நன்றி தெரிவிக் கிறார். இதுவே அவரது கடைசிக் கடிதமாகும்.

9.11.1910ல் டால்ஸ்டாய் இறந்த தினத்தில் ரஷ்யா முழுவதும் துக்கம் அனுஷ்டிக்கப்பட்டது. நாடாளுமன்றம் ஒத்திவைக்கப்பட்டது. மாணவர்கள் தங்கள் வகுப்புகளை விட்டு வெளியேறி அஞ்சலிக் கூட்டங்கள் நடத்தினர். அவரது இறுதிச் சடங்கில் ஆயிரக்கணக்கான மக்கள் கலந்துகொண்டனர். டால்ஸ்டாய் என்ற இலக்கியவாதி தனிமனிதன் இல்லை. அவர் ரஷ்யாவின் ஆன்மா என்று கொண்டாடப் பட்டார். டால்ஸ்டாயைப் பற்றி முழுமையான விபரங்களை எஸ்.ரா. தெரிவித்துள்ளார். எழுத்தைவிட வாழ்க்கை அதிகப்புனைவும் திருப்பங் களும், புதிர்கள் அடங்கியதாகவும் இருக்கிறது. இதை அந்த மகானின் வாழ்க்கை நமக்கும் சுட்டிக் காட்டுகிறது.

ஆன்டன் செகாவ் பிறந்து 150வது ஆண்டு இது. சிறுகதை உலகின் மிகப்பெரும் மேதையான செகாவின் வாழ்வும் படைப்புகளும் நெஞ்சை உலுக்குவதாக உள்ளது. செகாவை இந்த ஆண்டு உலகம் கொண்டாடுகிறது. மனித வாழ்வின் உன்னதமான கணங்களையும், அதல பாதாளச் சறுக்கங்களையும் அவரது கதைகள் கூறுகின்றன. மனிதர்களின் வினோதமான, விசித்திரமான குணங்களை நேரடியாக அனுபவித்து அவர்களைத் தனது கதைகளில் உலாவிடுகிறார்.

சிறுவயதில் சாலையில் கைவிடப்பட்ட குதிரை ஒன்று பனியில் நனைந்தபடி நிற்பதைப் பார்த்து தானும் பனியில் நிற்கிறார். நீண்ட இரவில் பனி கொட்டி அவரை நடுங்கச் செய்கிறது. செகாவ் ஒரு நோயாளி. ஆனாலும் அவர் தன்னை வாட்டும் குளிரில் நிற்கிறார். குதிரை இவரைத் திரும்பிக்கூடப் பார்க்கவில்லை. மனித வேதனை களில் முக்கியமானது, கைவிடப்படுதலும் நிராகரிப்புமே என்பதைத் தனது கதைகளில் உணர்த்துகிறார். செகாவின் மீது பனிபெய்கிறது என்ற கட்டுரை அவரோடும் அந்தக் குதிரையோடும் கொட்டும் பனியில் நம்மையும் நிற்கவைத்துவிடுகிறது. இரண்டு ஆசான்கள் என்ற கட்டுரையில் ஆன்டன் செகாவ், மாப்பசான் ஆகிய இரண்டு இலக்கியச் சிகரங்களை எஸ்.ரா. ஒப்பியல் ஆய்வுசெய்கிறார். இந்த இருவரையும் ஆழ்ந்து கற்றுத் தேர்ந்தவர்கள் எந்தக் கதையையும் சுலபமாக எழுதிவிடமுடியும் என்று எழுத்தாளர்களுக்கு எடுத்துக் கூறுகிறார். இருவருமே நாற்பது வயதுகளில் இறந்து போனவர்கள். இருவருமே தங்கள் நூற்றுக்கணக்கான சிறகதைகளைப் பதிமூன்று தொகுதிகளாக வெளியிட்டிருக்கிறார்கள். இருவருமே வாழ்வின் பெரும் பகுதியைப் பயணங்களிலும் எழுதுவதிலும் கழித்திருக்கிறார், கள். சொந்த வாழ்விலும் இருவரும் இளமையில் துயரமான அவல வாழ்வில் உழன்றிருக்கிறார்கள்.

செகாவ், மாப்பசான் ஆகிய இருவரின் கதைகள் பெண்களின் அகவுலகைப் பெரிதும் விவரிப்பவை. மனித அவலங்களைப் பிரதிபலிப் பவை. ஒதுக்கப்பட்ட மனிதர்கள் மீது இருவரும் அக்கறையுடன் எழுதியவர்கள். செகாவ் நாற்பது வயதிலும், மாப்பசான் நாற்பத்தி ரெண்டு வயதிலும் மரணமடைந்தனர். அதிலும் மாப்பசான் மோச மான முறையில் காலமானார் என்ற செய்தி இதுவரை நாம் அறியாத செய்தியாகும். ஆனால் இந்த இருவரும் சூறாவளியைப் போல எழுதிக் குவித்தவர்கள்.

ரஷ்ய இலக்கிய மகுடங்களில் ஒன்றாய்த் திகழ்ந்தவர் தஸ்தா யெவ்ஸ்கி. அவரது இளமைப்பருவம் ஆறாத மனத்துயரங்களோடு கடந்தது. அவரது தந்தை மிகயில் அந்திரேவிச் பெரும் குடிகாரர். தன் மனைவியைச் சந்தேகித்துச் சித்ரவதை செய்தே சீக்கிரம் சாகடித்த குடிகாரர். குடிபோதையில் தனது வயலில் வேலை செய்துகொண் டிருந்த விவசாயிகளைத் தரக்குறைவாகத் திட்டியதால் அவர்கள் பச்சைச் சாராயத்தை வற்புறுத்தி வாயில் ஊற்றினர். பின்பு அவரது

வாயையும் மூக்கையும் இறுக மூடியதால் மூச்சுமுட்டி இறந்தார். இந்தக் கொலைக்கு, அந்த விவசாயிகள் இருவரின் மகள்களை இவர் சீரழித்ததாய் கூறப்பட்டது. தந்தையின் கொலைச் செய்தியைக் கேட்டதும் தஸ்தாயெவ்ஸ்கி உடல்நடுநடுங்கக் கீழே விழுந்தார். கையைக் காலை உதைத்தார். டாக்டர் வந்து பார்த்துவிட்டு இது காக்காய் வலிப்பு என்றார். அவருக்கு அதிர்ச்சியில் முதல் தடவை காக்காய் வலிப்பு ஏற்பட்டது அப்போதுதான். அது அவரது வாழ்வின் கடைசிவரை தொடர்ந்தது.

தஸ்தாயெவ்ஸ்கியின் முதல் படைப்பு "பாவப்பட்ட மக்கள்" பெரும் பாராட்டைப் பெற்றது. அது ரஷ்ய இலக்கியத்தின் முதல் சமூக நாவல் என்று கொண்டாடப்பட்டது. கோகலை மிஞ்சிய படைப்பாளி என்று புகழ்ந்தனர். இது தஸ்தாயெவ்ஸ்கிக்கு எழுதுவதில் பெரும் உற்சாகத்தையும் ஊக்கத்தையும் கொடுத்தது. அவரது படைப்பு கள் தனிரகமானவை. அவர் நாலரை ஆண்டுகள் ஜார் ஆட்சியாளர் களால் சைபீரியச் சிறையில் கொடுமையை அனுபவித்தார். அவரது வாழ்வின் எல்லா அம்சங்களையும் தனது படைப்புகளின் கதாபாத் திரங்களில் உலவவிட்டவர். இந்நூலில் எஸ்.ரா. அவரது வெண்ணிற இரவுகள் நாவலைப் பற்றி திறம்பட்ட ஆய்வினை முன்வைத்துள்ளார். பலமுறை படித்திருந்தாலும் அந்த வெண்ணிற இரவுகளுக்குள் மீண்டும் போகத் தூண்டுகிறது. வெண்ணிற இரவுகள் நிராசையின் முடிவில்லாத பாடலை எப்போதும் முணுமுணுத்துக்கொண்டேயிருக் கிறது. எஸ்.ரா.வின் எழுத்துநடையில் அந்த முணுமுணுப்பு நம் காதுகளில் கேட்டுக்கொண்டேயிருக்கிறது.

மாக்சிம் கார்க்கியின் வாழ்க்கைப் பாதையில் சந்தித்த மனிதர்களைப் புனைவுடன் தனது கதைகளில் நடமாட விடுகிறார். அவரது வகை வகையான கதைகளிலிருந்து வகைவகையான கதைகள் பிறந்துள்ளன. கார்க்கியின் சிறுகதைகளில் சிரஞ்சீவித்தன்மை கொண்டதாக இன்றும் திகழ்வது இசர்கில் கிழவியின் கதைதான். இன்றைய மாந்த்ரீக எதார்த்தப் படைப்புகளுக்கெல்லாம் முன்னோடிப் படைப்பு அது. கார்க்கியின் கதைகளில் அடைபடாத தான்தோன்றித்தனமான நாயகர்கள் டாங்கோ, லாரா, லோய்கோ சோபார் கதையில் அவர்களைப் படிக்கும்போது வாசிப்பதுபோல இருக்காது. நாம் நேரில் பார்ப்பது போலவே இருக்கும். மனிதர்கள் கதைகளின் வழியாகவே கடந்த காலத்தை அதிகம் தெரிந்துகொள்கிறார்கள். இசர்கில் கிழவியின் இளம் பருவத்துக் காதல் அனுபவங்கள் கார்க்கி யின் இளம்பருவத்தின் சாட்சி போலவே இருக்கிறது என்கிறார் எஸ்.ரா.

தாராஸ்புஸ்பா உலகின் மகத்தான நாவல்களில் ஒன்று. கோகல் குறைந்த பக்கங்களில் எழுதியிருந்தாலும் இது பெரிய நாவல். யாருக்கும் அஞ்சாத, போர் செய்வதையே வாழ்வாகக் கொண்ட கசாக்கிய வீரன் தாராஸ்புஸ்பா, தனது தோழர்களோடு சென்று

போர்க்களம் காண்பதே அவனது லட்சியம். "புலிகூடத் தன்குட்டியை நேசிக்கிறது. மனிதன் மட்டுமே மன ஒருமைப்பாட்டுடன் தோழமை யோடு நேசிக்கிறான். தோழமை உறவு மகத்தானது" என்கிறான் தாராஸ். இறுதியில் போலந்துப் பிரபுக்களின் படையால் விரட்டியடிக் கப்பட்டு தப்பிக்கிறார்கள். தனது புகை பிடிக்கும் வெள்ளிச்சுக்கானைத் தேடி வரும்போது கைது செய்யப்பட்டு உயிரோடு எரிக்கப்படுகிறான். கடைசியில் "எல்லாம் ஒரு சாதாரணச் சாமானைத் தேடி வந்ததால் வினை. என்னை நினைவில் வைத்துக்கொள்ளுங்கள். மறு வசந்தத்தில் மற்றொரு மகத்தான போருக்கு இங்கே வாருங்கள்" என்று தாராஸ் புஸ்பா அறைகூவல் விடுப்பதோடு நாவல் முடிகிறது. இக்கட்டுரையில் கோகலையும் வைக்கம் முகமது பஷீரையும் எஸ்.ரா. ஒப்பீடு செய்கிறார்.

தஜிகிஸ்தான் பெண் எழுத்தாளர் பாசு அயியேவா எழுதிய மண்கட்டியைக் காற்றடித்துப்போகாது என்ற சிறந்த நாவலை நூலில் அறிமுகம் செய்துள்ளார் ஆசிரியர். இந்த நாவலை தோழர் பூ.சோம சுந்தரம் மூலத்தின் சுவை குன்றாமல் கவிதை நடையில் தமிழாக்கம் செய்துள்ளார். சுவாரியப் பழமொழிகளும், மலைகளும் பனித்துளி களும், கிழவர் உமர்தாதாவும் நம்மை அந்த மண்ணுக்கே இட்டுச் செல்லும்.

புஷ்கினின் சூதாட்ட ராணி கதையும் ஜப்பானிய எழுத்தாளர் ஹரூகி முரகாமியின் பிறந்தநாள் கதையும் அருமையாக ஆய்வு செய்யப்பட்டுள்ளது. புஷ்கினின் வாழ்க்கைக் கதையும் கூறப்பட்டுள்ளது. இந்த மாபெரும் கவிஞன் காதல் தகராறில் ஏற்பட்ட சண்டையில் சுட்டுக் கொல்லப்பட்ட அவலம் குறிப்பிடப்பட்டுள்ளது.

வான்கோவின் தம்பி என்ற கட்டுரையை ஓவியர்களும், வீடில்லாத புத்தகங்களை எழுத்தாளர்களும் அவசியம் படிக்கவேண்டும். வர் ஜீனியா உல்ப் 'ஒரு பென்சில் வாங்குவதற்கு' என்ற பெயரில் கடைவீதிகளையும் காட்சிகளையும் பார்த்து எழுதியிருப்பது அற்புத மான ரச்னை அனுபவத்தைத் தருகிறது. கடலும் கிழவனும் நாவலை எழுதி நோபல் பரிசு பெற்றவர் எர்னஸ்ட் ஹெமிங்வே. அவரது நெருங்கிய சகாவான அமெரிக்க எழுத்தாளர் ராபர்ட் ருவாக் எழுதிய கிழவனும் சிறுவனும் என்ற நாவல் பற்றிய கட்டுரை மிகச் சிறந்த அனுபவங்களைத் தருகிறது.

பெசோ தனது வாழ்நாளில் ஒரே ஒரு கடிதம் மட்டுமே எழுதியவர். ஒரு மனிதனுக்குள் எத்தனை மனிதர்கள் இருக்கிறார்கள் என்பதுதான் அவரது முக்கிய வாதமாக உள்ளது. இயல்புவகை கற்பனையில்லாமல் புரிந்துகொள்ளவே முடியாது.

கனவு காண்பது ஒருகலை. கனவு காணத் தெரிந்தவனால் மட்டுமே வாழ முடியும். அதைத் கற்றுக்கொள்வது எளிதானதில்லை என்று ஓவசோ குறிப்பிடுவதாக எஸ்.ரா. குறிப்பிட்டுள்ளார்.

ஹெமிங்வே எழுத்தாளராகப் பரிணமிப்பதற்கு முன் அவர் கற்ற பாடங்களை வாசித்தால் அனைவருக்கும் பயன்படும். அதேபோல்

இடதுசாரிக் கண்ணோட்டமுடைய பெர்கரின் ஓவியங்கள் பற்றிய கலை விமர்சனம் கட்டுரையும் பயனுள்ளதாகும்.

எண்ணும் மனிதன் என்ற நூலைப் பற்றி நாம் படிக்கும்போது ஆசிரியர் இதை இன்னும் கொஞ்சம் அதிகம் எழுதியிருக்கலாமே என்று நம்மை ஆதங்கப்படுத்துகிறது. சிரியக் கவிஞன்அபானியஸின் சிறிய விஷயங்களின் கவிஞனும், ஹொமுசாயின் அலைகளும், வில்லியம் மிகைலின் கடவுளின் எட்டாம் நாளும், ஜார்ஜ் ஆர்வெல் ஸின் வேட்டையும், ஓநாய்கள் காத்திருக்கின்றன கதையும் நமது கண்மீளாச் சித்திரங்களாய் நிற்கவைத்துவிடுகின்றன. படைப்புலகம் பற்றிப் பரந்து விரிந்து ஞானம் உள்ள ஒருவரால்தான் இதுபோன்ற ஒரு நூலை எழுதமுடியும். இதைப்படிக்காமல் அதை உணரமுடியாது.

எஸ்.ரா.வின் இந்த அருமையான நூலை உயிர்மை பதிப்பகம் சிறந்த முறையில் வெளியிட்டுள்ளது.

(இணையம்)

செகாவின்மீது பனிபெய்கிறது

வெளிச்சத்தைத் தேடி

பாவண்ணன்

தன்னைப்பற்றியே யோசித்துக்கொண்டிருக்கும் ஒரு மனிதனை அடுத்தவர்களைப்பற்றி யோசிக்கத் தூண்டும் கூறுகளில் ஒன்று இலக்கியம். தன் வாழ்க்கை இல்லாத இன்னொரு புதிய வாழ்க்கையை இலக்கியம் மனிதனுக்கு அறிமுகப்படுத்துகிறது. தனக்கு நேரும் அனுபவங்களையொட்டி சிரிக்கவும் அழவும் செய்கிற மனிதன் எழுத்துகளின் வழியாக உருப்பெற்று எழும் மனிதர்களின் செயல்பாடு களைக் கண்டு சிரிக்கவும் அழவும் தூண்டப்படுகிறான்.

மானுட குலத்தின் துக்கத்துக்கும் ஆனந்தத்துக்கும் இலக்கியத்துக்கும் உள்ள நுட்பமான உறவை மனிதன் புரிந்துகொள்கிறான். ஒரு படைப்பை மனதார வாசித்த பிறகு மானுட குலத்தின் துக்கம் அவனுடைய துக்கமாகவும் மானுட குலத்தின் ஆனந்தம் அவனுடைய ஆனந்தமாகவும் மாறிவிடுகிறது.

தன்னைத்தானே சாட்டையால் அடித்துக்கொண்டு வித்தை காட்டிப் பணம் சம்பாதிக்கும் சிறுவனொருவனைப்பற்றிய சிறுகதை யைக் கார்க்கி எழுதியிருக்கிறார். பத்து வயதில் குடும்ப பாரத்தைத் தாங்குவதற்காக எங்கோ இருக்கும் கொல்கத்தா நகருக்கு வீட்டுவேலை செய்வதற்காக ரயில்பயணம் செய்யும் சிறுமியின் கதையை தி.ஜானகி ராமன் எழுதியிருக்கிறார். இரண்டு கதைகளையும் வாசிக்கும்போது நம் நெஞ்சம் கரைந்துவிடுகிறது. ஓர் இலக்கிய அனுபவம் நம்மீது செலுத்தும் ஆளுமைக்கு இந்த அடிப்படை உண்மைதான் அடையா ளம். உலகம் முழுதும் இப்படிப்பட்ட எண்ணற்ற ஆளுமைகள் இருக்கிறார்கள். அவர்களை அறிமுகப்படுத்துவதை ஒரு கடமையாகக் கொண்டு இந்தப் புத்தகத்தில் உள்ள கட்டுரைகளை எஸ்.ராமகிருஷ்

ணன் எழுதியிருக்கிறார். ஒரு வாசகனுடைய கோணத்தில் இந்த நூல் ஒரு நல்ல வழிகாட்டி என்பது குறிப்பிடத்தக்கது.

தல்ஸ்தோய், செகாவ், தஸ்தாயெவ்ஸ்கி, கார்க்கி, புஷ்கின், வான்கோ, ஹெமிங்வே, பெசோ, ஜார்ஜ் ஆர்வெல், வெர்ஜீனியா வுல்ஃப் என உலகெங்கும் கொண்டாடப்படுகிற ஆளுமைகளை எஸ்.ராமகிருஷ்ணனின் நூல் வாசகர்களுக்கு அறிமுகப்படுத்துகிறது. ஆளுமைகளின் சுருக்கமான வாழ்க்கைக் குறிப்புகள், அவர்களுடைய வாழ்வில் நிகழ்ந்த முக்கியமான மாற்றங்கள், எழுத்தில் அவர்கள் அடைந்த வெற்றிகள் என்பவற்றை முதல் பகுதியாகவும் அவர்களுடைய மிகச் சிறந்த ஆக்கங்களைப்பற்றிய அறிமுகம் என்பதை இரண்டாவது பகுதியாகவும் ஒவ்வொரு கட்டுரையும் அமைந்துள்ளது.

நூலில் முதல் கட்டுரையாக இடம்பெற்றுள்ள "அஸ்தபோல் ரயில் நிலையம்" உணர்ச்சிமயமான ஒரு கட்டுரை. தல்ஸ்தோயின் இறுதிக் காலத்தில் அவருக்கும் அவருடைய மனைவிக்கும் இடையே மனவருத்தம் உருவாகிக் கசப்பில் முடிவடைந்த காலகட்டம் அது. தன் படைப்புகளின் பதிப்புரிமையை நாட்டுக்குச் சொந்தமாக அறிவிக்கவும் தன் நிலங்களை விவசாயிகளுக்குப் பகிர்ந்தளிக்கவும் ஓர் உயில் எழுதிவைக்க விரும்புகிறார் தல்ஸ்தோய். ஆனால் தல்ஸ்தோயின் மனைவிக்கு அதில் உடன்பாடில்லை. விவாதத்தால் மனம் உடைந்து போன தல்ஸ்தோய் வீட்டைவிட்டு வெளியேறுகிறார். பயணத்தின் நடுவில் உடல்நலக் கோளாறின் காரணமாக அவர் இறங்கிய நிலையத்தின் பெயர்தான் அஸ்தபோல் ரயில்நிலையம்.

அங்குள்ள ஓய்வறையில் அவர் தங்கவைக்கப்படுகிறார். செய்தியைக் கேள்விப்பட்டு மக்கள் அனைவரும் அவரைப் பார்ப்பதற்கு எல்லாப் பக்கங்களிலிருந்தும் திரண்டுவருகிறார்கள். தன் சொற்களை ஏற்றுக் கொள்ளவில்லை என்பதற்காக மனைவிமீது மனவருத்தம் கொண்டு பிரிந்துவருகிற தல்ஸ்தோய், மரணப்படுக்கையில் தன்னைக் காண வருகிற தன் பெண்ணைப் பார்த்து அவர் மனம் நோகாமல் பார்த்துக்கொள்ளும்படி கேட்டுக்கொள்கிற தருணம் விசித்திரமானது. மனத்தின் மாறுபட்ட விசித்திரமான நிலைகளைத் தன் படைப்புகள் வழியாகக் கண்டறிந்துசொன்ன தல்ஸ்தோயின் மனமும் விசித்திரச் செயல்பாடுகளிலிருந்து விலகிநிற்க இயலவில்லை. துரதிருஷ்டவசமாக அந்த இடத்தில் அவருடைய உயிர் பிரிந்துவிடுகிறது. இச்சம்பவத்தை ஒரு சிறுகதைக்கே உரிய நுட்பத்தோடும் விவரணைகளோடும் எழுதியிருக்கிறார் எஸ்.ராமகிருஷ்ணன்.

செகாவின் "நாய்க்காரச் சீமாட்டி" சிறுகதையின் அனுபவத்தை எஸ்.ராமகிருஷ்ணன் முன்வைத்திருக்கும் விதம் மிகவும் நுட்பமாக உள்ளது. ஊரைச் சுற்றிப் பார்க்க வரும் சீமாட்டியின் திட்டம் கணவனும் மனைவியுமாகச் சேர்ந்து சுற்றவேண்டும் என்பதுதான். தற்செயலாக ஒரு சம்பவத்தால் அது சாத்தியமற்றுப் போகிறது. அந்தத் திட்டத்தைக் கைவிடவும் சீமாட்டிக்கு மனமில்லை. தனிமை

யில் புறப்பட்டுவிடுகிறாள். தனிமைக்கு ஒரு துணையாகத்தான் ஒரு நாயை அழைத்து வருகிறாள். தோளில் ஒருவர் ஒரு பாரத்தைச் சுமப்பதுபோல தனிமையை ஒரு பாரமாக கையோடு பற்றி இழுத்து வருகிறாள் அந்தச் சீமாட்டி. நாயை ஒரு படிமமாக உள்வாங்கி உரைக்கும் எஸ்.ராமகிருஷ்ணனின் சொற்கள் அக்கதையின் அனு பவத்தைக் கவித்துவம் நிறைந்ததாக மாற்றுகின்றன.

கைவிடப்படுதலும் நிராகரிப்புமே மனித வேதனைகளில் முக்கியமானது என்கிற செகாவின் குறிப்பை ஓரிடத்தில் எஸ்.ராம கிருஷ்ணன் குறிப்பிட்டிருக்கிறார். செகாவின் கதைகள் இவ்விரண்டு உணர்ச்சிகளையே தொடர்ந்து வலியுறுத்துகின்றன. பனியில் நனையும் குதிரையைப் பார்த்து மனம்கலங்கி அவசரமாக வீதியில் இறங்கிய செகாவும் பனியில் நனைகிறார். இருவர்மீதும் பனி கொட்டுகிறது. குதிரை அவரைத் திரும்பிக்கூடப் பார்க்கவில்லை. செகாவ் ஆழ்ந்த துயரத்துக்கு ஆளாகிறார். இந்தச் சம்பவத்தை விவரித்துச் சொல்லும் எஸ்.ராமகிருஷ்ணன் இறுதியில் கண்டுணர்ந்து எழுதிய வரிகள் மிகவும் முக்கியமானவை.

“எப்போதும் செகாவ் பனியில் நனைகிறார் என்ற படிமம் என்னை வசீகரிக்கிறது. அது வெறும் குதிரையின் மீதான பரிதாபம் மட்டுமல்ல. மொழியற்ற துயரின் மீதான எழுத்தாளனின் அக்கறையான செயல் பாடு அதுவே” என்பவை எஸ்.ராமகிருஷ்ணனின் வரிகள். இந்த வரிகளின் அடிப்படையில் இந்த நூலின் தலைப்பு இன்னும் கூடுதலான வெளிச்சத்தில் சுடர்விடுவதைப் பார்க்கலாம்.

தஸ்தாயெவ்ஸ்கியின் வெண்ணிற இரவுகள், தல்ஸ்தோயின் நடனத்துக்குப் பிறகு கார்க்கியின் கிழவி இஸெர்கில் பாஸி அலியேவா வின் மண்கட்டியைக் காற்று அடித்துப் போகாது ஆகிய எல்லாப் படைப்புகளும் நிராசையின் வலிகளை முன்வைக்கின்றன. நிலப் பின்னணிகளோடும் காட்சிகளோடும் இவற்றை இணைத்துப் புரிந்து கொள்ளும்போது உருவாகும் பரவசத்தை ஒவ்வொரு கட்டுரையிலும் எஸ்.ராமகிருஷ்ணன் பகிர்ந்துகொள்கிறார்.

மண்கட்டியை காற்று அடித்துப் போகாது நாவலைப்பற்றி எழுதும் போது, அந்த நாவலுக்கு அலியேவா எழுதியுள்ள முன்னுரை சிறப்பு மிகுந்த பகுதியாக அறிமுகம் செய்யப்படுகிறது. ஓர் இளம்பெண் எழுத்தாளராக மாறிய நுட்பமான கணம் அந்த முன்னுரையில் முன்வைக்கப்பட்டிருப்பதுதான் காரணம். ஒரு காட்சி மனத்தில் உருவாக்கும் பரவசத்துக்கும் அதன் வழியே மனம் மேற்கொள்ளும் பயணத்துக்கும் எல்லையே இல்லை. அலியேவா அப்போது இளம் பெண். வயதான கிழவிக்கு ஊசியில் நூல்கோர்த்துக் கொடுத்து பொழுதின் அலுப்பைப் போக்கிக்கொள்கிறாள். பேச்சுவாக்கில் ஒருநாள் கிழவி அவளுக்கு அழகின் ரகசியத்தைச் சொல்லிக் கொடுக் கிறாள்.

உராஸ் பண்டிகையன்று விடிகாலையில் புல்வெளியில் காணப்படும் பனித்துளிகளைச் சேகரித்து முகம் கழுவிக்கொண்டால் ஒருபெண் அழகியாகிவிடுவாள் என்பதுதான் அந்த ரகசியம். அழகியாகும் ஆசையை மனத்தில் தேக்கிவைத்துக் காத்திருந்து பண்டிகை நாளன்று அதிகாலையில் எழுந்து ஓடுகிறாள் அவள். பூக்கள் எங்கும் பனித்துளிகள். ஒரு நீலமலரின் முன்னால் மண்டியிட்டு பனித்துளிகளைச் சேகரிக்கிறாள். அப்போது அருகில் ஒரு செடி வளைந்து கிடப்பதைக் காண்கிறாள்.

அதை அழுத்திக்கொண்டிருந்த கல்லைப் புரட்டிவிட்டு அதை விடுவிக்க விரும்புகிறாள். கல்லைப் புரட்டித் தள்ளியதும் அந்த இடத்திலிருந்து ஒரு நீரூற்று பொங்கி வழிகிறது. ஆச்சரியம் ததும்ப அந்த ஊற்றைக் கவனித்தபடியே இருக்கிறாள். பண்டிகை நாளில் புது ஊற்றைக் காண்பது பேரதிருஷ்டம் என்பது ஒரு நம்பிக்கை. அது தனக்கு வாய்த்திருக்கிறது என்று தன்னை மறந்து அதில் லயித்துப் போகிறாள். தெய்வத்தின் முன் முறையிடுவதுபோல தன் மனத்தில் உள்ளதையெல்லாம் கொட்டி வேண்டிக்கொள்கிறாள்.

துக்கமும் ஆனந்தமும் கடந்த மனநிலையில் அவள் தன்னைத்தானே புதிய பிறவியாக உணர்கிறாள். வீட்டுக்கு வந்தவுடன் அவளது மனத்தில் சொற்கள் தாமாகவே சுரக்கின்றன. அவள் முதன்முறையாக ஒரு கவிதையை எழுதுகிறாள். ஒரு கல் புரண்டு அதன் அடியிலிருந்து நீரூற்று பொங்குவதுபோல மனத்தில் இருந்த தடை விலகி அவளுக்குள் கனவுகளும் சொற்களும் பீறிடுகிற அற்புதம் உண்டாகிறது.

இருபது தொகுதிகள் அடங்கும் அளவுக்கு அவள் கவிதைகளை எழுதுகிறாள். படைப்பைப் போலவே ஒரு படைப்பாளி உருவான விதம் பரவசம் மிகுந்ததாக உள்ளது. இந்த அற்புதக் கணத்துக்கு முக்கியத்துவம் தந்து வாசகர்களின் கவனத்துக்குக் கொண்டுவந்ததற்காக எஸ்.ராமகிருஷ்ணனைப் பாராட்டவேண்டும்.

மல்பா தஹான் எழுதிய எண்ணும் மனிதன் நாவலைப்பற்றிய அறிமுகக் கட்டுரை இந்த நூலின் முக்கியப்பகுதி என்றே சொல்ல வேண்டும். கணிதத்தை சுவையான கதையாக மாற்றியிருக்கும் ஆசிரியரைப் பாராட்டும் எஸ்.ராமகிருஷ்ணன் அந்த நாவலில் வாசித்த மனஎழுச்சியூட்டும் சில வரிகளைக் குறிப்பிடுகிறார். நேர்மை என்பதைப் புரிந்துகொள்ளாதவர்கள் நேர்க்கோடு என்பதைப் புரிந்து கொள்ள முடியாது. ஒவ்வொரு பறவையும் ஒரு புத்தகம். அதனுடைய பக்கங்கள் திறந்திருக்கும் சொர்க்கம். கடவுளின் இந்த நூலகத்தை அழிக்கவோ திருடவோ முயற்சிசெய்வது அசிங்கமான குற்றம் ஆகியவை முக்கியமான சில வரிகள்.

விலங்குப்பண்ணை, 1984 ஆகிய நாவல்களின் மொழியாக்கம் வழியாக தமிழ்ச்சூழலுக்கு ஏற்கனவே அறிமுகமானவர் ஜார்ஜ் ஆர்வெல். அந்த நாவல்களைக் காட்டிலும் முக்கியமான இரண்டு கட்டுரைகளை விரிவாக முன்வைத்து அவர் இந்த நூலில் அறிமுகம்

செய்யப்படுகிறார். ஆட்சி நடைமுறைகளைப் பகடி செய்கிறவராக நம் மனத்தில் பதிந்துபோயிருக்கும் ஆர்வெல் படிமத்தை எஸ்.ராமகிருஷ்ணனின் குறிப்புகள் மாற்றி புதிதாக ஒரு படிமத்தை வார்த்தெடுத்துக் கொடுக்கின்றன. இந்தப் படிமம் அவரை நமக்கு இன்னும் நெருக்கமானவராக உணரவைக்கிறது. ஆர்வெல்லின் கட்டுரைகளைத் தேடிப் படிக்கும் ஆர்வத்தை இது உருவாக்குகிறது.

தன் எழுத்துகள் வழியே ஒரு படைப்பாளி ஒரு வாசகனுடைய நெஞ்சில் சிறிது வெளிச்சம் படியும்படி செய்கிறான். அந்த வெளிச்சத்தைத் துணையாகப் பற்றிக்கொண்டு வாசகன் இன்னும் இன்னும் என வெளிச்சத்தைத் தேடிப் பயணப்படுகிறான். பயணங்கள் தொடரத் தொடர நெஞ்சில் இருட்டின் அடர்த்தி மங்கிக்கொண்டே போகிறது. வாசகர்களுக்குத் துணையாக எஸ்.ராமகிருஷ்ணன் ஆற்றியிருக்கும் பங்கு குறிப்பிடத்தக்கது.

திண்ணை இணைய இதழ்

காண் என்றது இயற்கை

பிரபஞ்சத்துடனான மானசீக உரையாடல்

கலாப்ரியா

நதி மலையாள சினிமா என்று நினைவு. வயலாரின் வரிகள் நினைவுக்கு வருகிறது. இது மொழிபெயர்ப்பு: "உன்னைக் குறித்து நான் பாடிய பாட்டுக்கு ஓராயிரம் அலைகள் சுருதியிட்டன. உன் மனோராஜ்யத்தின் நீலக்கடம்பில் நீயென் விளையாட்டோ டத்தைக் கட்டிப் போட்டாய், அன்பே கட்டிப் போட்டாய்."

ஒரு நதிக்கரை. இக்கரைக்கும் அக்கரைக்கும் ஓடுகிற ஓடம், ஓட்டுகிற ஓடக்காரன்... ஓடத்தை சற்றே ஒரு முளையில் கட்டிப் போட்டு விட்டு ஓய்வெடுத்துக்கொண்டிருக்கிறான். ஓடம் கரையோரம் அலையாடிக்கொண்டிருக்கிறது. ராமகிருஷ்ணின் நதி போன்ற கட்டுரை அல்லது கதை அல்லது அது என்ன படைப்பானாலும் அதன் ஆற்றொழுக்கான வரிகளில் ஓடமென நீந்திக் களிக்கும் போது, அபூர்வமான ஒரு வரி நம்மை இப்படிக் கரையில் கட்டிப் போட்டு விடும். அவர் ஓடக்காரனென ஓய்வெடுத்துக் கொண்டிருப்பார்... இப்படிப் படைப்பின் இடையே வரிகள் நம்மைக் கட்டிப் போடுவது தான் படைப்பாளியின் வெற்றி.

நானும் ராமகிருஷ்ணனும் பேசிக்கொண்டிருந்தோம் எனது வீட்டில். அவர் அப்போது ஒரு கபந்தகப் பசியுடன் இருந்தார். சாப்பிட்டு எத்தனை நாளாயிற்றோ. சாப்பிட்டுக்கொண்டே பேசிக்கொண்டிருந் தோம். நானும் வேறு பேச்சு சுவாரஸ்யத்தில் அதிகமாக விழுங்கிக் கொண்டிருந்தேன். வீட்டில் டீச்சர் சப்பாத்தி போட்டு மாளவில்லை. அப்போதெல்லாம் அவர் அடிக்கடி தென்காசிக்கு வருவார்.

பேச்சு, 'கண் தெரியாத இசைஞன்' நாவல் பற்றிச் சுழன்றது. அதில் வரும் ஒரு வரியைக் குறித்து இருவரும் ஏக காலத்தில் பேச ஆரம்பித்தோம். அந்த வரி, இருவரையும் கட்டிப் போட்டது. கை கழுவ எழுந்திருந்தோம் (டீச்சர் அப்பாடா என்று பெருமூச்சு

எஸ்.ராமகிருஷ்ணனின் எழுத்துலகம் ✤ 193

விட்டிருப்பாள்). அதில் கண் தெரியாவிட்டாலும், அவன் நன்கு குதிரை ஓட்டவும் பழகி இருப்பான்... அப்படிக் குதிரை ஓட்டிச் செல்லும்போது, அவன் வழியில் ஒரு கல்லில் கால் ஊன்றி நிற்பான். அது ஒரு மைல்க்கல் என்று ஒரு வரி வரும். அவனுக்கு அதுபற்றி எந்தப் பிரக்ஞையும் இல்லையென்பது சொல்லாமல் சொல்லப் பட்டிருக்கும்.

அப்படிப் பேசிக்கொண்டிருந்தவரின் இன்றைய வரிகள் என்னமாய் வாசகனைக் கட்டிப்போடுகின்றன என்று நான் வியந்து வியந்து போகிறேன்.

“உலகினை ஒளியின் கைகள் தினமும் தூய்மைப்படுத்துகின்றன. குழந்தையை விழிக்க வைப்பது போன்று ஒளி மலையை எழுப்புகிறது. விழித்துக்கொண்டபடியே அம்மா எழுப்புவதற்காகக் காத்துக் கிடக்கும் குழந்தையைப் போன்றுதான் மலையிருக்கிறது” என்று ராமகிருஷ்ண னின் இந்த நூலில் ஒரு வரி வருகிறது.

எந்த அழகிலிருந்து அல்லது எந்த அவதானிப்பிலிருந்து எது வந்தது என்று அறிய முடியாத ஒரு திகைப்பைத் தரும் வரிகள். ரிவர்ஸ் மெட்டஃபர் என்கிற மாதிரி எதற்கு எது மறு உருவகம் என்று ஒரு சந்தோஷமான திகைப்பு. நீரெடுத்து நீருக்கே நீரால் அர்ப்பணம் என்கிற மாதிரி ஓர் அனுபூதியான நிலை. அங்கிருந்து வந்த மொழி அங்கேயே செல்வதுபோல ஒரு தொன்மையான உணர்வு. இது எழுத்து தரும், அவரது அருமையான உரை நடை தரும் திகைப்பு. அவர் சொல்லுகிற, சொல்லத் தேர்ந்தெடுத்த விஷயங்கள் தரும் ரசானுபவம் இன்னும் சிறப்பானது.

மலை என்பது மாபெரும் நிசப்தம் என்கிறார்.

ஆம், அங்கே ஆயிரம் ஒலிகள் இருந்தாலும் அது நிசப்தம்.

பாபநாச மலையில் ஓர் அழகான விடுதி இருக்கிறது. மின் வாரியத்துக்குச் சொந்தமானது. அதில் குடும்பத்தோடு ஒரு பகலில் தங்கி இருந்தேன். அந்த விடுதியின் பக்கவாட்டில் நடந்து சென்றால் வ.வே.சு. அய்யர் தவறி விழுந்து இறந்த கல்யாணி தீர்த்தம் வரும். அதைப் பார்த்துவிட்டு எல்லோரும் நகர்ந்துவிட்டார்கள்.

நான், கீழே கொட்டிக்கொண்டிருக்கும் கல்யாணி தீர்த்த அருவி யையும், பொங்கி வழிகிற ஓடையையும் பார்த்துக்கொண்டிருந்தேன். கருப்பென்றால் அப்படியொரு கரும்பாறை. வெண்மையாய் விழும் தண்ணீர் இன்னும் கருப்பாக்கிக்கொண்டிருந்தது... நான் நின்றது நல்ல உயரம். திடீரென்று எனக்கு எல்லாமே நிசப்தமாக இருந்தது.

என்னருகிலிருந்து, ஒரு சங்கீதக் கிறீச்சலுடன் பறந்து, பாறைகளில் மோதிச் செல்லும் நதிப்பிரவாகத்தைக் கடந்து ஒரு பறவை எதிர்த் திசை மரமொன்றில் அமர்ந்தது. நதியும் சரி, அந்த சங்கீத ஒலியும் சரி, எதுவுமே புத்தியில் எட்டாமல் நிசப்தமோ நிசப்தமாயிருந்தது... திடீரென்று தோன்றியது. ‘அய்யர்’ வேண்டுமென்றே விழுந்திருப்பாரோ

என்று. இன்னும் கொஞ்ச நேரம் நின்றால் நானே குதித்தாலும் ஆச்சரியமில்லை என்று தோன்றியது. மரியாதையாக குடும்பத்தாரை நோக்கி நடந்தேன்.

அவர்கள் பேசுகிற எதிலும் என்னால் லயிக்க முடியவில்லை. மனம் கல்யாணி தீர்த்தத்தை, அந்தப் பிரம்மாண்ட உயரத்திலிருந்து பார்த்ததை நினைத்துக்கொண்டே இருந்தது.

இயற்கையை, கால நேரமின்றிப் பார்த்துப் பார்த்து அலுக்காதவனே நல்ல கலைஞனாயிருக்கிறான். தாகூரின் வழிபாடும் வெளிப்பாடும் எல்லாமே இயற்கை சார்ந்தவைதான். அவரது ஒரு வரி நினைவுக்கு வருகிறது

“OH TINY GRASS UNDER THY FOOT IS THIS GREAT EARTH.”

ஒற்றைக்கால் புல்லின் காலடியில்தான் இந்தப் பூமி கிடக்கிறது. அங்குலப் புழுக்கள் தான் காட்டை அளந்த வண்ணமிருக்கின்றன. அவைகளுக்குத் தெரியுமா அது மாளாத விஷயம் என்று... குழந்தைகள் தொட்டதும் சுருண்டு கொள்கிற வளையல் பூச்சிகள் மறுபடி நிமிர்ந்து தன் புதிய பாதையில் சென்றுகொண்டேதானே இருக்கின்றன. புழு வின் பயணத்தை வைத்த கண் வாங்காமல்ப் பார்த்தவன்தானே எழுதுகிறான்.

“என்பிலதனை வெயில் போலக் காயுமே” என்று. ராமகிருஷ்ண னுக்கு எறும்பின் பயணத்தை, அது முப்பது மாடியை வெயிலில் ஏறுவதைப் பார்த்து அதிசயித்து மாளவில்லை. சிறு செடியை, அதன் இலைகளைப் பார்த்து அதிசயிக்கிறார். அதை, தான் சொற்களால் மட்டுமே அறிந்திருக்கிறேன் என்று ஒரு விதமான சுய பச்சாத்தாபமான உரையாடலை அதனுடன் மேற்கொள்ளும்போதுதான் அவர் ஒரு விருட்சமாகிறார்.

தன் எழுத்துக்களில் ‘நகல் என்பதே இயற்கையில் இல்லை’ என்னும் ராமகிருஷ்ணனும் அசலான கலைஞன்.

வெவ்வேறு காலப்பொழுதில் பெய்யும் மழையைப் பற்றிய அவரது கண்டுபிடிப்புகள்தான் எவ்வளவு சுவாரஸ்யமாய் இருக்கிறது. மழையும் மழை சார்ந்து அவர் கிளர்த்தும் ஆச்சரியங்கள் ஆச்சரியமானவை. “கள்ளன் – போலீஸ் விளையாடும்போது வீடு ஒரு தீப்பெட்டி போலாகி விடுகிறது” என்று ஒரு வரி. மழையைப் பற்றி குழந்தைகளிடம்தான் எத்தனை புனைவுகள். மழையும் வெயிலும் சேர்ந்து அடித்தால், “காக்காய்க்கும் நரிக்கும் கொண்டாட்டம்” என்று சொல்லுகின்றன. காக்காயைப் பார்த்திருக்கலாம், நரியை எங்கே பார்த்திருக்கின்றன. ஆனாலும் என்னவோ, குழந்தைகள் இரண்டு உயிர்களையும், இரண்டு இயற்கையையும் ஒரு அதிசயச் சரட்டில் இணைக்கின்றன. வானில் பறக்கும் கொக்குகளிடம் நகங்களில் பூ போடுமாறு கேட்கின்றன.

கவிஞன் மழையிடம், வான் மேகங்களிடம் நிலவிடம் கவிதை கேட்கிறான். கலைஞனிடம் மழைக்கான தாகம் வற்றுவதேயில்லை.

அது பெய்தும் தாகத்தை அதிகரிக்கிறது. பெய்யாமலும் அதிகரிக்கிறது. குழந்தைகளின் அபாரப் புனைவைப்போலவே, கலைஞனின் மழை குறித்த புனைவுகளும் அதிசயமானவைதான். ரிஷ்ய சிருங்கர் கதை ஓர் எடுத்துக்காட்டு. மழை துயர் தருகிறது, துயரைப் போக்குகிறது (ராமாயண சீரியலின் ஒரு எபிசோட்)...

ராமகிருஷ்ணனை கோணங்கிதான் என்னிடம் அழைத்து வந்தான், அவனுக்கான பயணத்துணையாக. அவனே ராமகிருஷ்ணனை ஓர் அற்புதமான பயணியாக்கி இருக்கிறான் என்று எனக்குத் தோன்றுகிறது. நாம் இன்று எல்லோரும் இருவருடனும் கால்களாலன்றி ஒரு பயணம் மேற்கொள்கிறோம். ஆனால் இது ஒரு நகல் பயணம். அதனால்த்தான் பயணத்தின் இடையே அவரை வசீகரிக்கும் மரத்தை, நிழல் தரையில் வீழ்த்துவதாக எழுத முடிகிறது. அவர் சொன்ன பிறகுதான் அந்தப் படிமத்தின் குளிர்ச்சி பிடிபடுகிறது.

புதிய சாலைகளின் அருகே கைவிடப்பட்ட சாலைகளின் தனிமையும் ஏக்கமும் அவரது நடையினால், அவரது புழுதி படிந்த கால்களினால் நம்மை எட்டுகிறது. அவரது இந்தக் கண்ணோட்டம் என்னும் களிபெருங்காரிகை மனதே இயற்கையை, நம் மடியில் ஒரு குழந்தையைத் தருவது போல் தருகிறது.

ராமகிருஷ்ணன் எழுதுகிறார், “ஒரு பூ வேறு வாசனைகள் தனக்குள் புகுந்துவிடாமல் தனது வாசனையைப் பூட்டி வைத்திருப்பதாக.”

டி.கே.சி. சொன்னதாக கி.ரா. மாமா சொல்லுவார், செண்பகப் பூவின் மணத்தில் ஒரு சோக பாவம் இருப்பதாக. செண்பகப் பூ கவலையைப் பூட்டி வைத்திருக்கிறது போலும்.

என் அம்மா சொல்லுவாள், “ஆனையப் பார்த்தா அன்னைய தோசம் போயிரும்” என்று. அதற்காகவே நெல்லையப்பர் கோயில் யானை தெரு வழியாகப் போகும்போது (போகும்போது மட்டுமே) தெருவாசலுக்கு வந்து, படி தாண்டாமல் எட்டிப்பார்த்து, லேசாக கன்னத்தில் போட்டுக்கொள்ளுவாள். பல இளம்பெண்கள் வலைச் சன்னல் வழியாகப் பார்ப்பார்கள், விடலைக் கண்கள் அவர்களை மொய்க்க. என்னுடைய சுயம்வரம் கவிதையில் சினிமா விளம்பர வண்டி வாசல் கடக்க அதை இளம்பெண்கள் எட்டிப் பார்ப்பதாக எழுதியிருப்பேன். மூவருலா வந்த காலங்களிலும், பெண்கள் அரசனையும் யானையையும் இப்படிப் பார்த்திருக்கிறார்கள். பிச்சாண்டியாக வரும் கங்காளநாதரை சனகாதி முனிவர்களின் பெண்டுகள் ஆடை நெகிழப் பர்த்திருக்கிறார்கள். இது ஒரு தொல்லியத் தொடர்பு. யானை ஒரு தொல்லியல்ப் படிமம்.

நமது தொன்மங்களில் எத்தனையோ கதைகள், பறவைகளையும் மிருகங்களையும் பேச வைத்து மகிழ்கின்றன. மகாபாரதத்தில் நிறையக் காணலாம் (இந்திரத்யும்னன் கதை).

'ஆயிரம் கொக்குகள்' இந்த நூலின் மிகச் சிறந்த கட்டுரையாக எனக்குப் படுகிறது. ஒன்றிரண்டு கட்டுரைகள் விஷயதானத்திற்காகப் பத்திரிகைகள் தரும் நெருக்கடிக்கிடையே எழுதப்பட்டவை போல் இருக்கின்றன. இந்த நெருக்கடி புதுமைப் பித்தன் தொடங்கி எல்லோருக்கும் உண்டு.

பிரபஞ்சத்துடனான மானசீக உரையாடலை இயற்கையின் புலனாகாத பல ஊடகங்கள் வழியாகவே நாம் நடத்தியாக வேண்டியிருக்கிறது. ராமகிருஷ்ணனுக்கு, பிரபஞ்சத்தின் மூளையாக, உடலாக, பறவையும் மிருகமும், மலையும், செடி கொடியும், எறும்பும் சிறு செடியும், பெரு நிழலும், மழையும், நதியும் இயற்கைப் பருண்மையாக, அந்த உரையாடலுக்கான எல்லா சாத்தியங்களையும் வழங்கியிருப்பதை இந்தத் தொகுதியில் நன்றாக அனுபவிக்க முடிகிறது.

அவர் அதில் மகத்தான வெற்றி அடைந்திருக்கிறார். அவருக்கு என் அன்பும் வாழ்த்துக்களும்.

(இணையம்)

துணையெழுத்து

எளிமையும் ஆழமும்

சரவணகுமரன்

இலக்கிய உலகில் இயங்கி வந்த எஸ். ராமகிருஷ்ணனின் எழுத்துக் களுக்கு, சினிமா இன்னொரு தளத்தில் வெளிச்சம் கொடுத்ததென்றால், ஆனந்த விகடனில் வெளிவந்த துணையெழுத்து கட்டுரை தொடர் ஜனரஞ்சக வாசகர்களிடம் இவர் எழுத்தைப் பரவலாக்கியது. துணையெழுத்து, தேசாந்திரி தொடர்கள் வெளிவந்த சமயம், தொடர்ந்து படிக்கவில்லையென்றாலும், அவ்வப்போது வாசித்து வந்திருக்கிறேன். தற்போது, துணையெழுத்தைப் புத்தகவடிவில் வாசித்தேன்.

○

தினசரி வாழ்க்கையை இவர் காணும் பார்வை வித்தியாசமானது. அழகானது. ராமகிருஷ்ணன் என்றால் பயணங்கள் என்று சொல்லுமள வுக்கு, இவர் வாழ்வோடு பயணங்கள் கலந்திருக்கிறது. இவர் தன் வாழ்க்கைப் பயணத்தில் கடந்து வந்த இடங்களை, மனிதர்களை, நிகழ்வுக்ளை, இத்தொடரில் பதிவு செய்திருக்கிறார். நாம் சாதாரணமாக காணும் ஒரு விஷயத்தை, இவர் எழுத்தில் காணும்போது, இவருடைய பார்வையும், எழுத்தாளுமையும் தெரிகிறது.

ரயில்வே ஸ்டேஷன் போனால், உங்களுக்கு என்ன தோன்றும்? எழும்பூர் ரயில் நிலையத்தில் மறைந்திருக்கும் உணர்வுகளை, இவர் இப்படி புலப்படுத்துகிறார்.

இன்றைக்கும் எழும்பூர் ரயில் நிலையத்தினுள் ரயில் வந்து நிற்கும்போதெல்லாம் மனம், தானே காலத்தின் பின்னே போய்விடு கிறது. இதே ரயில் நிலையத்தில் எத்தனை கலைஞர்கள், படைப்பாளர் கள் வந்திறங்கி இருக்கிறார்கள்? அவர்களில் அறியப்பட்ட ஒரு

சிலரைத் தவிர, மற்றவர்கள் எங்கே ஒளிந்துவிட்டார்கள்? கல்வெட்டை விடவும் தொன்மையானது ரயில் நிலையப் படிக்கட்டுகள். அதில் பதிந்துள்ள பாத வரிகளைப் படிப்பதற்கு இன்றும் வழியில்லை.

இவரது எழுத்துக்கள் எளிமையானது. அதே சமயம் ஆழமானது. புத்தகங்கள் மேல் இவர் கொண்ட காதல், எவ்வளவு தூரமானாலும் இவரைப் பயணப்பட வைக்கிறது. பயணங்கள் என்பது ஊர் ஊராகச் சுற்றி அலைந்து, அங்கிருக்கும் கல், கட்டிட அழகை ரசித்து அதனுடன் நின்று புகைப்படம் எடுத்துக்கொள்வதல்ல என்பதை தனது எழுத்துக்களால் உணரவைக்கிறார். அரசர்கள், அரசியல்வாதிகள் வாழ்ந்த இடங்கள் மட்டும் கவனத்திற்குரியவை அல்ல. ஒவ்வொரு மனிதனின் அறையும் அவனுடைய உணர்வுகளால் நிரம்புகிறது என்கிறார். தான் விருப்பப்பட்டும் காண இயலாத புதுமைப்பித்தனின் மேன்ஷன் அறைக்கு, வாசகனையும் அழைத்துச் செல்கிறார் தனது எழுத்துக்களால்.

புத்தகங்களைத் தேடி, பழங்கால ஓவியங்கள், சிலைகளைத் தேடி, எழுத்தாளர்களைத் தேடி, வாசகர்களைத் தேடி, ஏன்... மகன் கழுதையைப் பார்த்ததில்லை என்பதற்காக, மகனுடன் நகரமெங்கும் கழுதைக்காகக்கூட அலைந்திருக்கிறார்.

சிறுவயதிலிருந்து கழுதைகள் மீதிருந்த வசீகரம் மாறவே இல்லை. அதிலும், கழுதைகளின் மௌனம் புரிந்துகொள்ளப்பட முடியாதது. இயல்பிலேயே கழுதைகளுக்கு ஒரு துயர சாடை இருக்கிறது. அதன் கிழிந்த மூக்கு, தான் ஒரு சாது என்று சொல்லாமலேயே சொல்வதாக இருக்கும்.

காதலைப் பற்றி, காதலர்களைப் பற்றி...

உலகில் இரண்டு வகை மனிதர்கள்தான் இருக்கிறார்கள். ஒன்று, காதலை வெளிப்படுத்தி ஜெயித்தவர்கள் அல்லது தோற்றவர்கள். மற்றவர், காதலை வெளிப்படுத்தத் தயங்கியோ, மறைத்தோ, கடந்து வந்துவிட்டவர்கள். அழுகை, சிரிப்பு, கோபம், வேதனை என்பதுபோல காதல் என்பது ஒரு உணர்ச்சி. ஒருவேளை இந்த யாவும் ஒன்றாகக் கலந்ததொரு உணர்ச்சி என்றுகூடச் சொல்லலாம்.

காதலிப்பவர்கள்தான் உலகில் அதிகம் கோபப்படுகிறவர்களாக இருக்கிறார்கள். எதற்கெடுத்தாலும் கோபம் வருகிறது. உட்கார்ந்து பேசுவதற்கு இடமில்லாமல் இருக்கிறதே என்று நகரத்தின் மீது, சாலையில் நம்மைக் கவனித்துக்கொண்டிருக்கிறார்களே என்று சகபயணிகள் மீது, இவ்வளவு சீக்கிரத்தில் ஆர்டர் சப்ளை செய்த ஓட்டர் சர்வர் மீது, சட்டைப்பை, ஹேண்ட் பேக்கை, டயரியை வீட்டில் உள்ளவர்கள் ரகசியமாகத் தேடிப் பார்க்கிறார்களே என மொத்த குடும்பத்தின் மீது, இஷ்டம்போல இரவும் பகலும் வருவதில்லையே என சந்திர, சூரியர்கள் மீது என எதன் மீதுதான் கோபம் வராமல் போகிறது?

நான் இந்தப் புத்தகத்தை தொடர்ந்து படிக்காமல், தினமும் ஒவ்வொரு கட்டுரையாக வாசித்து வந்தேன். புது அனுபவமாக இருந்தது. இந்தப் புத்தகம் வாசித்து முடித்த பிறகு, எஸ்.ராமகிருஷ்ணன் எழுத்துக்கள் மேலான மதிப்பு கூடியது (சண்டக்கோழி குட்டி ரேவதி விவகாரம் தவிர). எந்த வம்புதும்புக்கும் செல்லாமல் தொடர்ந்து எழுதி வருவது, அவர் மீதான மரியாதையை, என்னுள் இன்னமும் கூட்டுகிறது.

இந்தப் புத்தகம் வாசித்தபிறகு, நமது பார்வையிலும் சில மாற்றங்கள் வரும். அது அவர் எழுத்தின் வெற்றி அல்லாமல், வேறென்னவாக இருக்க முடியும்? அவர் பாணியில் சொல்வதென்றால், அவருடைய புத்தகங்களில், ஒவ்வொரு எழுத்திலும் இருக்கும் எஸ்.ராமகிருஷ்ணன், பக்கங்களில் பிரதியெடுக்கப்பட்டு, உலகெங்கும் வாசிக்கும் வாசகர்களுக்குள் புத்தகங்கள் மூலம் தொடர்ந்து இன்னமும் இறங்கிக்கொண்டிருக்கிறார்.

(இணையம்)

அரவான்

சில குறிப்புகள்

குகன்

எஸ்.ராமகிருஷ்ணனின் *துணையெழுத்து* படித்ததில் இருந்து நான் அவருடைய தீவிர வாசகனாகிவிட்டேன். அவருடைய எழுத்துக்களும், போதை மருந்தும் ஒரே மாதிரிதானோ !! அவருடைய ஒரு புத்தகம் படித்த பிறகு அவருடைய பல புத்தகங்களைத் தேடிப் படித்து வருகிறேன். ஒரு நாளைக்குக் குறைந்தது மூன்று முறையாவது அவருடைய வலைப்பதிவுக்குச் சென்று வருகிறேன். அவருடைய எழுத்துக்களைப் படிக்கப் படிக்க அவரையும் சேர்த்துப் படிக்க வேண்டும் என்று தோன்றுகிறது. சரி ! இந்த நூலுக்கு வருவோம்.

அரவான் நூல் எஸ்.ராமகிருஷ்ணனின் நாடகத்துறையில் அவர் எழுதிய நாடகக் கதையை நூலாகத் தொகுத்துள்ளார். தொலைக்காட்சி ஊடகங்களில் தங்களைத் தொலைத்துக்கொண்டவர்கள் மத்தியில், தன்னுடைய அழகான ஒன்பது நாடகங்களைப் புத்தகமாக எழுதியிருக் கிறார். ஒவ்வொரு நாடகமும் குறும்படமாக எடுத்தாலும் தவறில்லை. ஒவ்வொரு நாடகமும் வித்தியாசமான கதை அம்சம் கொண்டது.

புத்தக தலைப்புக் கொண்ட முதல் நாடகம் *அரவான்*. ஒருவன் மட்டும் நடிக்கும் நாடகம். நம் அன்றாட வாழ்வில் பல மனிதர்கள் தனக்குள்ளே பேசிக்கொள்கிறார்கள். அதை மையமாக வைத்து பாரதத்தில் வரும் அரவான் கதாபாத்திரத்தை நாடகமாக உருவாக்கி யிருக்கிறார். இறக்கும் முன் 'அரவான்' பாத்திரம் எப்படி எல்லாம் மனதில் புலம்பியிருக்கும் என்று பாரதக்கதை சொல்ல மறந்ததை எஸ்.ராமகிருஷ்ணன் *அரவான்* நாடகம் மூலம் பதிவு செய்திருக்கிறார்.

"கண்களைக் கட்டிக்கொண்ட பிறகு உலகம் காணாமல் போய்விடு கிறது. ஆனால் மனது திறந்துகொள்கிறதே!" "கண்களைக் கட்டிக் கொண்டால் மற்றவர்களைக் காண வேண்டியிருக்காது. எல்லா நேரமும் நம்மை நாமே பார்த்துக்கொண்டே இருக்கலாம்" போன்ற

வசனங்கள் மிகவும் அழகு.

"பிறந்ததில் இருந்தே கசப்பை எனக்குப் பருகக் கொடுத்த பாண்டவர்களுக்கு விசுவாசத்தைத் திரும்பித் தர வேண்டியிருக்கிறது." என்று அரவான் தனக்குள்ளே பேசிக்கொள்வது விரக்தியின் உச்சம். இறந்த அரவான் பேசும்போது தன் உடல் அருகே பெண் அழுவதைப் பார்க்கிறான். அப்போது, "இந்த தேசம் உடலை அடையாளமாகக் கொண்டது. என் உடல் விலக்கப்பட்டவனின் உடல். அது அணைத்துக் கொள்ளப்பட முடியாதது." என்று சொல்லும்போது தன்னைப் போல் உலகில் இருக்கும் எல்லா அரவான் நிலைகளையும் சொல்கிறான்.

அடிமைகள், காவலர்கள் கதாபாத்திரம் கொண்ட 'உருளும் பாறைகள்', கதையே வந்து கதை சொல்லும் 'உதிர்காலம்', 'தஸ்தாயெவ்ஸ்கியின் சங்கீதம்' என்ற நாடகத்தில் தஸ்தாயெவ்ஸ்கியின் காதல் அனுபவம், தஸ்தாயெவ்ஸ்கி எழுதிய நாவலை மையமாகக் கொண்ட 'மரணா வீட்டின் குறிப்புகள்', கலைப் பொருள் சேகரிப்பவனின் கனவான 'உருப்பளிங்கு', நதியின் அலறல் சத்தமான 'நதி அறியாது, இரவு அறியாது', ஒரு கிராமத்தின் கதையான 'சூரியனின் அறுபட்ட சிறகுகள்' என்று ஒவ்வொரு நாடகமும் ஒருவிதம். இப்படித் தான் இருக்கும் என்று ஒரு முடிவுக்கு வரமுடியவில்லை.

சிரிக்கத் தெரியாதவர்கள்கூட 'உற்று நோக்கு' நாடகத்தைப் பார்த்தால் சிரித்துவிடுவார்கள். அபத்தமான நாடகமாக இருந்தாலும், ரசிக்கப்பட வேண்டிய நகைச்சுவை. ஆண், பெண் இருவர் காதல் செய்யும்போது சமூகம் அவர்களுக்குத் தொந்தரவு கொடுக்கிறது. அதைத் தொடர்ந்து நான்கு பேர் வந்து நல்லது, கெட்டது சொல்கிறார்கள். இந்த நாடகத்தை எஸ்.ராமகிருஷ்ணன் அவர்கள் அனுமதி கொடுத்தால் என் அலுவலக நிகழ்ச்சியில் மீண்டும் ஒரு முறை மேடை ஏற்றிவிடுவேன்.

எஸ்.ராமகிருஷ்ணனின் ஒவ்வொரு புத்தகங்களைப் படிக்கும்போதும் அவர் எழுத்துக்கள் மீது உள்ள மதிப்பு கூடிக்கொண்டே இருக்கிறது. இறுதியாக நாடகத்துறையில் தனது அனுபவத்தைச் சொல்லும் போது நாடகத்தை மக்கள் மறந்துகொண்டு இருப்பதை உணர்த்துகிறது. எஸ்.ராமகிருஷ்ணனின் எழுத்துக்கள் இருக்கும் வரை இதுபோன்ற நல்ல நாடகங்கள் வாழ்ந்துகொண்டுதான் இருக்கும்.

(இணையம்)

ஏழு தலை நகரம்

மாய உலகம்

யாழிசை

உலக இலக்கியம், உலக சினிமா, பயண அனுபவங்கள் என எஸ்.ரா.வின் அனுபவ தேடல்கள் பலவற்றுள் இருந்து வேறுபட்டு குழந்தைகளுக்கான மிகுந்த கற்பனை, தந்திரங்கள், மாயாஜாலங்கள் நிறைந்தது இந்நாவல். “இரும்புக்கை மாயாவி”, “வேதாளக் கதைகள்”, “சிந்துபாத்” என சிறு பிராயத்தில் படித்த கதைகளை மீண்டும் நினைவில் கொண்டும் இந்நாவலின் கதையாடல் முற்றிலும் ஒரு புதிய அனுபவம். குழந்தைகளுக்கான வாசிப்பு வெளிகள் முற்றிலும் சுருங்கிய இன்றைய சூழலில் ஆனந்த விகடனின் இம்முயற்சி பாராட்டுதலுக் குரியது.

தற்கால நிகழ்வாகவே சொல்லப்படும் இந்நாவலின் கதையாடல் எங்கோ அமைந்திருக்கும் மாய தந்திரங்களும் விடைதெரியா ரகசியங் களும் கொண்ட “ஏழு தலை நகரத்தை”ச் சுற்றி வருகிறது. அந்நகரின் பெரும் மாயையாகக் கருதப்படும் “கண்ணாடிக்காரத் தெரு”வைப் பற்றிய வர்ணனைகளோடு தொடங்குகிறது கதை. ஓரே போன்ற அமைப்பு கொண்ட வீடுகளை எதிரெதிரே கொண்ட அவ்வீதியில் யார் நுழைந்தாலும் அவர்கள் வைக்கும் ஒவ்வொரு அடிக்கும் அவர்களின் வயது இருமடங்காகும் எனவும், அவ்வீதியில் வசிப்போர் யாவும் மாய உலகத்தார் எனவும் உலவும் செய்திகளால் ஏழு தலை நகர மக்கள் அதனுள் செல்ல பீதியுற்றுள்ளனர்.

நாவலின் நாயகன் அசிதன் சாகசம் புரியும் சிறுவனாகக் காட்டப் படாமல் சராசரி சிறுவர்களை போல நட்சத்திரங்களோடும், பறவை களோடும் பேசி மகிழ்ந்து பாடத்தை வெறுப்பவனாக வருகிறான். பல்வேறு இனப் பறவைகளைச் சேகரித்து வைக்கும் அசிதனின் தாத்தாவிடம் மானீ என்னும் அறிய வகை புத்திசாலி பேசும் பறவை கிடைக்கின்றது. அசிதனுக்கு உற்ற நண்பனாய் விளங்கும் மானீ

பேசும் பாங்கு சிரிப்பை வரவழைக்கக் கூடியது. மானீயோடு அசிதனுக்குக் கிடைக்கும் மற்றொரு நண்பன் அவ்வீட்டில் உலாவரும் எலி.

கண்ணாடிக்காரத் தெருவில் இருந்து வெளிவரும் சிறகு முளைத்த சிறுவன் "பிகா" மானீயோடும் அசிதனோடும் நட்பு கொண்டு தினமும் இரவில் அவர்களைப் பார்க்க வருகிறான், அவ்வீதியைச் சேர்ந்த ஒருவரைக் கண்ட மகிழ்ச்சியில் அசிதன் எப்படியாவது அதனுள் செல்ல பெரு விருப்பம் கொள்கிறான்.இந்நிலையில் இரும்பு மனிதன் ஒருவனால் நெடிய மரம் ஒன்றில் சிறை வைக்கப்படும் பிகாவைக் கதைசொல்லிகள் மூவரின் துணை கொண்டு அசிதன் காப்பாற்றுவதோடு கதை முடிகிறது. கதை நிகழும் காலத்தைக் கதையோடு பொருத்திப்பார்க்க முடியவில்லை. மேலும் கதையின் முடிவு குழப்பமுற்றதாய் உள்ளது.இவ்விரு குறைகளை நீக்கிப்பார்த்தால் இது சந்தேகம் இல்லாமல் சிறுவர்களை மகிழ்விக்கும் மாயாஜால நாவலே.

நகரும் ரயில்வே பிளாட்பாரம், பேசும் நூலகம், விசித்திரக் கதைகள் சொல்லும் கதைசொல்லிகள், அவர்களின் பேசும் மீன், குரங்கு, மானீயின் பார்வையில் நடக்கும் நட்சத்திரக் குள்ளர்களுக்கும் வான் விலங்குகளுக்கும் நடைபெறும் போர், பெரும் பலம் கொண்ட இரும்பு மனிதன், தினமும் ஒரு வண்ணம் பெறும் ஏழு தலை நகரத்தின் தெருக்கள், கேள்வி கேட்கும் மஞ்சள் நாய் என திகட்டத் திகட்ட மாயாஜாலங்களுக்குக் குறைவின்றி வந்துள்ள இந்நாவல் குழந்தைகள் படித்துக் கற்பனை செய்து மகிழ ஏற்றது.

(இணையம்)

கிறுகிறுவானம்

தித்திக்கும் குழந்தைகள் கதை

விழியன்

பாரதி புத்தகாலயம் சார்பாக சென்ற ஆண்டு(2006) குழந்தைகள் தினத்தை முன்னிட்டு வெளியிட்ட ஏராளமான புத்தகங்களில் எஸ்.ராமகிருஷ்ணன் எழுதிய *கிறுகிறு வானம்* என்ற சிறுவர் நாவலும் ஒன்று. இலக்கிய உலகில் எஸ்.ராமகிருஷ்ணனுக்கு எந்த அறிமுகமும் தேவையில்லை. தற்போதைய காலகட்டத்தில் பொதுஜனப் பத்திரிகை களில் தீவிர இலக்கியத்தை அழகாகப் புகுத்திவிட்ட வெற்றி எழுத்தாளர்.

நாவலின் களம் கிராமம். கதை சொல்வது ஐந்தாம் வகுப்பு படிக்கும் ஓட்டைப்பல்லு என்ற சராசரியான ஒரு சிறுவன். தனக்கு ஏன் ஓட்டைப்பல்லு என்ற பெயர் வந்தது என சொல்லத்துவங்கி, ஊரில், வகுப்பில் படிக்கும் அனைவரின் சொல்லப்பெயர்கள் என்ன என செல்லத் துவங்குகிறான். இதுதான் இழை, இப்படியே தன் ஊர் எப்படிப்பட்டது, வீடு எப்படி இருக்கும் என அழகாகச் சொல்லிக்கொண்டே நம்மை அவனோடு அழைத்துச் செல்கின்றான். கொஞ்ச நேரத்திலேயே ஓட்டைப்பல்லனின் உலகத்தில் சிறுவர்கள் சஞ்சரிப்பது உறுதி. எளிமையான வார்த்தைகள் உபயோகம் சிறப்பு. பேச்சு வழக்கில் குழந்தைகளுக்கான எழுத்து இருக்கலாமா என ஒரு பக்கம் விவாதங்கள் நடந்து கொண்டிருக்கும் சமயத்தில் மிகுந்த இலகுவாக பேச்சுத்தமிழில் நாவலை முடிந்திருக்கிறார்.

நாவலின் போக்கில் கிராம வாசனையே இல்லாத சிறுவர்களுக்குக் கிராம வாசனை தரும் வண்ணமாக இருக்கும், அதேபோல கிராமத்தில் இருக்கும் சிறுவர்களுக்கு தங்களைப் போன்ற கிராமத்தைப் பார்த்த உணர்வு இருக்கும். இடையிடையே கதை சொல்லும் பாங்கு நன்றாக வந்துள்ளது. இது கதையின் ஓட்டத்திற்கு எந்த பங்கமும் விளைவிக்க வில்லை. சாப்பாடும் கூப்பாடும் பகுதியினைப் படிக்கும்போது

நிச்சயம் நமக்குப் பசி எடுத்து ஒரு முறையாவது சாப்பிட்டு வந்துவிடுவோம். கிறுகிறுவானம் விளையாட்டு புதிதாக இருந்தது. ஓட்டைப் பல்லனின் வறுமையினை ஆங்காங்கே சொல்லாமல் படம்பிடித்துக் காட்டிய விதம் பாராட்டத்தக்கது.

மீன்பிடித்தல், ராஜா ராணியைக் காணச் செல்வது, கோலம் போடுவது, வானத்தோடு பேசுவது, இப்படி பல இடங்களில் கவிதை போன்ற காட்சி விவரிப்பு குழந்தைகளைக் கவரும். மனிதர்களை விடவும் ஓட்டைபல்லன் இயற்கைமீது பாசம் வைத்திருக்கிறான். ஓட்டைப்பல்லன் எழுப்பும் கேள்விகள் சிரிக்க வைத்தாலும் சிந்திக்க வைக்கின்றது. குழந்தையாகவே மாறி அந்தக் கேள்விகளை எழுப்பியுள்ளார் ஆசிரியர்.

சுவாரஸ்யமாகத் துவங்கும் நாவல், கடைசியில் தொய்வை ஏற்படுத்துகின்றது. ஆசிரியர் வேக வேகமாக முடித்தது போன்று தோன்றுகின்றது. இடையிடையே பெரியவர்களை நக்கலடிப்பதைத் தவிர்த்திருக்கலாம். குழந்தைகள் நாவலுக்கு அவை அவசியமா எனத் தெரியவில்லை. குழந்தைகளுக்கான நாவலில் படங்களின் எண்ணிக்கை அதிகமாக இருந்தால் தவறில்லை என்றே தோன்றுகின்றது. எல்லோரையும் மரியாதையாகக் கூப்பிடும் ஓட்டைப்பல்லன் அம்மாவை “செய்யும்”, “அழுவா”, “எழுப்பும்” போன்று கூப்பிடுகின்றான். அந்த ஊர் பக்கங்களில் அதுதான் வழக்கா எனத் தெரியவில்லை.

பேச்சுத்தமிழில் இருந்து ஆங்காங்கே உரைநடைக்குத் தாவி மீண்டும் பேச்சுத்தமிழுக்கு வருகின்றது. குழந்தைகளுக்கு அந்த வித்தியாசம் தெரியாது. அமர்வதை “உக்காந்து”, “உட்கார்ந்து” (ப.எ. 17) என்று அடுத்து அடுத்த வரிகளில் வருகின்றது. அதேபோல தந்தையை “அய்யா”, “அப்பா” என அடுத்தடுத்த வரிகளில் பயன்படுத்தப்பட்டிருக்கின்றது (ப.எ. 65). நீண்ட வார்த்தைகளை உடைப்பது நலம். (வெட்டிக்கிடுறதுன்னா, சொல்லிச்சிங்கிறதுக்கு). மிகச்சில எழுத்துப் பிழைகள். இத்தனை நுண்ணிப்பாக வாசித்ததற்குக் காரணம், இவை போன்ற தரமான நாவல்களில் எந்தப் பிழையும் இல்லாமல் இனி வரும் குழந்தைகள் அனைவருக்கும் சிறப்பான நூலாக அமைய வேண்டும் என்ற ஆசையினால் மட்டுமே.

கிறுகிறுவானம் போன்று இன்னும் பல குழந்தை புத்தகங்களை எஸ்.ராமகிருஷ்ணன் போன்றவர்கள் தொடர்ந்து எழுத வேண்டும், குழந்தை இலக்கியத்தில் நிலவி வரும் மந்தப்போக்கினை மாற்றிட வேண்டும்.

(இணையம்)

கதைக்கம்பளம்

உலகம் சுற்றும் கதைகள்

எஸ்.வி. வேணுகோபாலன்

ஏய், சிப்பு, குப்பு, பப்பு, திப்பு, கப்பு, லப்பு, மப்பு... எல்லாம் இங்க பக்கத்திலே வந்து உக்காருங்க. முதல்ல எல்லாரும் கண்களை மூடிக்கணும். நான் சொல்ற வரைக்கும் திறக்கக் கூடாது. சுவாரசியமா சில விஷயங்களைக் காட்டப் போறேன்... ஏய், பப்பு திருட்டுத்தனமா ஓரக் கண்ணுல பாக்கறே... மூடு கண்ணை.

உம்... இப்போ அப்படியே கண்ணைத் திறக்காம நான் கேக்குற கேள்விக்கு ஒவ்வொருவரா பதிலைச் சொல்லிட்டே வரணும். என்ன சரியா..

மந்திரவாதி கதையில அவன் உசிரு எங்கே இருக்கும்...?
ஒரு கிளிகிட்ட.
அந்தக் கிளி எங்க இருக்கும்?
தொலைதூரத்துல.
அங்க போகணும்னா எதையெல்லாம் தாண்டிப் போகணும்?
ஏழு மலை...ஓ!
ஏழு கடல்...ஓ!
ஏழு காடு...ஓ!
அப்புறம் அங்க ஏழு வீடு...ஓ!
ஏழாவது வீட்டுக்குள்ள ஏழு குளம்...ஓ!
ஏழாவது குளத்துல தாமரைப் பூ...ஓ!
அதுல உக்கார்ந்திருக்கும் மந்திரவாதியோட உசிர் இருக்கும் கிளி.
அடேங்கப்பா, சரியாய்ச் சொல்லிட்டீங்களே... இந்த மாதிரி இன்னும் அற்புத உலகங்களை, அதிசய விலங்குகளை, அதிசய

ஆட்களை எல்லாம் இருக்கற இடத்திலிருந்தே சுற்றிப் பார்க்கணும்னா நமக்கு என்ன வேணும்?

ஏழு... ஏழு... ஏழு...

சொல்லுங்க, ஏழு என்ன வேணும், ஏழு கப்பலா, ஏழு விமானமா, ஏழு பஸ்ஸா?

இல்ல, இருக்கற இடத்துலன்னு தானே சொன்னீங்க, ஏழு புத்தகங்கள் வேணும்!

அப்படிப் போடு... இந்தா, கண்ணைத் தொறங்க எல்லாம்... ஆளுக்கு ஒண்ணாப் பிடிங்க இந்தப் புத்தம் புது புத்தகங்களை... எல்லாம் எழுத்தாளர் எஸ். ராமகிருஷ்ணன் அவங்க எழுதினது... அவரும், அவரோட நான்காவது வகுப்பு படிக்கும் மகன் ஆகாஷும் சேர்ந்து தயாரிச்சது...

ஹி ஹி ஹி... சிரிக்கிற கழுதைப் படம் போட்டு எனக்கு சூப்பராக் கிடைச்சிருக்கு "தலையில்லாப் பையன்" புத்தகம்..ஹையா... அதுக்குள்ளே ஒன்பது கதை...ம்..ம்.. நான்தான் வேக வேகமாப் படிப்பேனே... சொல்றேன். கதையைப் பத்திச் சொல்றேன். அதுக்கு முன்னே, அம்சமாப் படம் எல்லாம் போட்டுச் சின்ன பசங்க படிக்கிற மாதிரி நல்ல எழுத்துல வந்திருக்கே அதைச் சொல்லணும். தலையில்லாமலே ஒரு பையன் பொறந்திருவானாம்... பாவம், அவங்க அம்மா சாமியார்கிட்டப் போய்க் கேட்டா அவரு ஏதோ மந்திரம் போட்டு வேர் ஒண்ணு எடுத்துக் கொடுப்பாராம். பன்றித் தலை கிடைக்குமாம். பார்க்கிற இளவரசி கோபப்பட்டுப் பிச்சிப் போடுங்கடா அவன் தலைய அப்படீனு சொல்லிடுவாளாம். அப்புறம் கழுதைத் தலை கிடைக்குமாம். பதினைந்து வயதாகும்போது இளவரசி கண்ணில் பட்டு, அந்தத் தலையும் போயிருமாம். அப்புறம் சாமியார், சரி, மனுஷன் தலையே கிடைக்க வைக்கிறேன், ஆனா அழகான முகம் இருந்தா அறிவு இருக்காது, அறிவு வேணும்னா அசிங்கமான மூஞ்சிதான் கிடைக்கும், என்ன சொல்ற அப்படீனு கேப்பாராம். அவங்க அம்மா, சாமி அழகான முகமே இருக்கட்டும்னுடுவாளாம். இப்ப கேளுங்க கூத்தை... இளவரசி இவனைப் பாத்து மயங்கி இவனைத்தான் கட்டிக்குவேன்னு சொல்லிடுவாளாம். அறிவில்லாத ராஜா தன்னை மாதிரியே இருக்கும் இவனையே இளவரசிக்குக் கட்டி வச்சி ராஜா ஆக்கிடுவாராம்..ஹா ஹா ஹா...ஜோரா இருக்குல்ல.

இன்னும், அறிவுக்குத் தீனி போடுற கதை. உயிர்க்காட்சி சாலையில் கூண்டுக்குள்ளே தவிக்கும் ஒட்டகத்தோட, சிவிங்கியோட சோகக் கதை... சுயநலமும், சந்தேகப் புத்தியும், அடுத்தவங்கள மதிக்காத தன்மையும் கொண்ட மனிதர்களிடையே வாழப் பொறுக்காத மனிதக் குரங்கின் கதை...அப்புறம் வெட்டிச் சண்டைக்கு உயிரை விடும் அண்டை வீட்டுக்காரங்க கதை...ரொம்ப நன்றி, எனக்கு நல்ல புத்தகம் கிடைச்சுது. பப்பு, உன் கிட்ட வந்த புத்தகத்தைப் பத்திச் சொல்லு..

சொல்றேன், சிப்பு! எனக்கு ஏன் கனவு வருது?

தெரியலையே... எனக்குக் கூடத்தான் வருது.

அட, உன்னைப் பத்தி யாரு கேட்டா! அது என்னோட புத்தகத்தோட பேரு! நம்ம மீன் குஞ்சு 'குபுக்' இருக்குல்ல... அதுக்குத் திடீர்னு ஒரு நாள் கனவு வந்திருது. மனுஷங்களைக் கடலில் இழுத்து வச்சி ரெண்டு அடி கொடுக்கிற மாதிரி... ஆனா, கடலில் வேற யாருக்குமே கனவுன்னா என்னன்னு தெரியிறதில்ல...அதோட அம்மா, அக்கா யாருக்குமே !அதனால், அந்தப் பெரிய கடல் முழுக்க இருக்கிற ஒவ்வொரு உயிரினமாப் போய்ப் பார்த்துக் கனவு பற்றித் தெரிஞ்சுக்க முயற்சி செய்யுது குபுக். அதுங்களோட பேரும், அதுங்க கனவு பற்றித் தெரியாம உளறிக் கொட்டி 'குபுக்' கிட்ட மாட்டிக்கிட்டு முழிக்கிறதும் ஒரே தமாஷ்தான் போ! ஆனால் எத்தனை பெயர்களை நான் இப்போ தெரிஞ்சுக்கிட்டேன்...கடல் குதிரை, கடல் பசு, கடல் ஆமை, கடல் பாம்பு, கடல் நாய், அப்புறம் கோபமாய்த் துடிக்கும் திமிங்கிலம் இவங்களை நம்ம குபுக் சமாளிக்கிற சாகசம்..வெந்நீர் ஊற்றுல தப்பிச்சி கனவு விதைகள் இருக்கும் கோளத்தை எடுத்து உடைச்சே போட்டுடுது குபுக். அப்புறம் என்ன, அடுத்த நிமிஷத்தில் இருந்து கடல்வாழ் உயிரினங்கள் எல்லாமும் கனவு காண ஆரம்பிச் சிடுது. என்ன கற்பனை, என்ன அழகான பேச்சுக்கள், என்ன மாதிரி விதவிதமான அனுபவங்கள் குபுக் சுட்டிப் பயலுக்கு! குப்பு உன்னோட புத்தகத்தைக் கொடுத்தா வேணா இதை நான் காட்டுவேன்..

சரிடா பப்பு, காசுக் கள்ளன்!

ஏய், யாரடா சொல்றே அப்படி!

டேய், உன்னைச் சொல்லலடா. எனக்கு வந்திருக்கும் நூலோட தலைப்புடா. அடேங்கப்பா, நம்ம ஹீரோ திவா ஸ்டைலா ரோலர் ஓட்டிட்டுப் போகும்போது தன்னோட ஐந்து ரூபாய் நாணயத்தைக் கீழே தவற விட்ருவானா.. அவ்வளவுதான். அதைத் தேடி எங்கோ பாதாள உலகத்துக்கே போயிடுவான். அங்கே போனா, பழைய காலத்து நாணயங்கள், இப்போ நாம உபயோகிக்காத தாயக்கட்டை, பல்லாங்குழி போன்ற விளையாட்டுப் பொருள்கள், மரப்பாச்சிப் பொம்மையைப் பார்த்தாக் கண்ணுல நீர் வருதுடா... ஆனா, வாய்ப்பாடு புத்தகத்தைக்கூட இப்போ யாரும் படிக்கறதில்லன்னு காசு கள்ளன் சொல்றது தப்புதானே, எங்க ஸ்கூலில் இப்பவும் வாய்ப்பாடு படிக்கிறோம், எழுதிப் பார்க்கிறோமே. . ஆனா, நிறைய அந்தக் காலப்பொருளை எல்லாம் திரும்பப் பாக்கும்போது சுவாரசி யமா இருந்தது. அப்புறம், நாணயங்கள் எப்படி தயாராகத் தொடங் கிச்சு... இப்போ எங்கே செய்யுறாங்க என்ற விவரம் எல்லாம் நல்ல இருந்துச்சுடா. அப்புறம் சொல்ல மறந்துட்டேனே, சுதந்திரப் போராட்டக் காலத்துல நேதாஜி அவராகவே தேசிய வங்கி அமைச்சு லட்ச ரூபாய் நோட்டு கூட கொண்டு வந்தாராம். அருமையான சேதிகள்..

ஏய், நான் இன்னும் சொல்லி முடிக்கலடா.. இன்னும் மூன்று அழகான கதைகள் வேற இருக்கு இதுல. திப்பு உன் கதை என்னடா... ஏய் என்ன டான்ஸ் ஆடிக்கிட்டிருக்க.. கதையைச் சொல்லு.

லா...லி...லாலாலா..லிலிலி...லா...லி...லாலி பாலே! அதுவா, நம்ம லாலியோட பாலே டான்ஸ் இது.. யாரு தெரியுமா லாலி, மண்புழுதான்! அல்ப சொல்பமா நினைக்காதே.. யாரோ கீழே போட்டுட்டுப் போன பேப்பர்ல பாலே டான்சர் படத்தைப் பாத்ததோ இல்லையோ, ஒரே வெறியா அலைஞ்சு திரிஞ்சு நடனம் கத்துக்கிட்டு ரஷ்யா வரை போய் பெரிய டான்சர் ஆயிருச்சு தெரியுமா..ஆனால் அது பட்ட கஷ்டமும் நஷ்டமும்.. யாருக்குமே லாலி மேல நம்பிக்கை இல்ல. ஆனா விடாப்பிடியாப் போய் நூலகத்தில் புத்தகங்களைத் தேடிப் படிச்சு, நம்ம அக்சூ அக்சூ தும்மல் போடும் காபி குரங்கு ஸ்டூடியோவில போட்டோ பிடிச்சு, ரஷ்யாவுக்கு விண்ணப்பம் அனுப்பி, சிலந்தி கிட்ட மெலிசு துணி வாங்கி கண்ணு தெரியாத வெட்டுக் கிளி டெய்லர் கிட்ட டிரஸ் தச்சி, சிங்க ராஜ முன்னாடிப் போய் நடனம் ஆடி அசத்தி அவரோட ஸ்பான்சர்ல ரஷ்யா போய் பெரிய பெரிய டான்சரை எல்லாம் தோக்கடிச்சு, மரத்தோட இலை உதிர்ந்து விழுற மாதிரியும், நீர்ப் பூச்சி நடப்பது மாதிரியும் நடனம் ஆடி முதல் பரிசத் தட்டி வந்திருச்சு... ருசியான கதை...அழகு அழகு.. அதோட, இன்னும் அஞ்சு கதைங்க தினுசு தினுசா... உன்னோட புத்தகம் என்ன கப்பு?

சொல்றேன்... எனக்குத்தான் நீள நாக்கு!

தெரிஞ்சதுதானே!

ஏய், புத்தகத்தைச் சொன்னேன். அடேங்கப்பா, கதையில் வர அப்புவுக்கும் என்னை மாதிரி தலை முடி எத்தனை வாரினாலும் அப்படி ரெண்டு முடி குச்சி மாதிரி நிக்குமாம்..கேள்வி கேள்வி ஓயாத கேள்வி.. பாவம், குட்டிப்பய. நம்ம செட்ல சேர்ந்திருந்தா நாமே எல்லாத்துக்கும் அவனுக்கு இட்டுக் கட்டி ஒரு பதிலைச் சொல்லி யிருப்போம். அவங்க அம்மாவுக்கோ, வேலைக்கார ஆயாவுக்கோ, யாருக்குமே பொறுமை இருக்கறதில்ல. ஒரே தொல்லையாப் போச் சுன்னு நினைக்கிறாங்க... ஆனா, அவன் என்னமா அறிவாய்க் கேக்குறான்..கண்ணாடி பேசுமா, கொசு இட்லி சாப்பிடுமா, இட்லி சதுரமா இருந்தா அதுக்குப் பேரு சட்லியா, ஏன் முடி முளைக்குது, ஒவ்வொருத்தருக்கும் எத்தனை முடி...கேள்வியாக் கேட்டு வீட்டை நாஸ்தி பண்றான்..அம்மா சாயந்திரம் திரும்பி வந்து பார்த்தா, பாத்ரூம் குழாய் திறந்திருக்கு, தண்ணி ஓடிக்கிட்டிருக்கு, தண்ணிக் குள்ள சோப்பு குழ குழன்னு கிடக்கு, பேஸ்டு மொத்தம் பிதுக்கிப் போட்டிருக்கு...இதெல்லாம் ஏன் அப்படி இருக்குன்னு அம்மா எட்டு கேள்வி கேக்குறாங்க...அவங்க மட்டும் கேள்வி கேக்கலாமா அப்படின்னு அப்பு யோசிப்பான் பாரு..டாப் டக்கர்டா. கதை..

அவ்வளவுதானா..

ஆசை தோசை அப்பளம் வடை, ஆளைப் பாரு, ங்கொய் அப்படின்னு ஒரு ஓணானோட கதை, விக்கோ நாய் கதை. .எல்லாம் செம கதை. .லப்பு உன் புத்தகத்தைத் தந்தா வேணா மாத்திக்கலாம். .

எழுதத் தெரிந்த புலி. .டா!

யாரு, ஆசிரியரைப் பாராட்டுறியா

அப்படியும் வச்சுக்கோ. . ஆனா புத்தகத்தின் பேரே இதுதான்! பத்து கதைங்களில் எவ்வளவு தத்துவம். . எவ்வளவு வாழ்வின் உண்மைகள். . . எத்தனை எத்தனை விஷயத்தில நாம் அவசரப்பட்டுத் தவறாய்ப் புரிஞ்சுக்கிறோம்.நமக்கு என்ன தேவைன்னு தெரியறதில்ல, பூச்சி, புழு, பல்லியைத் தேவையில்லாம துன்புறுத்துறோம், அடுத்தவங்களைக் காயப்படுத்தறோம், அல்பமாச் சண்டை போட்டுக்கறோம். . . சிரிக்கிறோம், அழுகிறோம். எல்லாவற்றையும் பற்றி அருமையான கதைகள் டா. வாழ்க்கையை அருமையா வாழ வழி இருக்கும்போது ஏன் வெட்டியா தலையை உருட்டிக்கிறோம் அப்படீனு யோசிக்க வைக்கிற கதைகள்டா. . . நீ சொல்லுடா, மப்பு!

பம்பழாபம். . .

என்னடா, பெரிய ஏப்பமா விடுற! எங்கேயாவது பெரிசா தீனி கட்டு கட்டிட்டு வந்தியா. .

அட யாருடா நீ வேற. இனிமேல், தேவையில்லாமல் பேக்கரி பக்கம் போய் நொறுக்குத் தீனி தின்னு உடம்பக் கெடுத்துக்கிறதா இல்லடா, தக்காளி தனக்குத்தானே வச்சிக்கிட்ட பேருடா பம்பழாபம். பள்ளிக் கூடத்தில மாணவ மாணவியர் ஆள் ஆளுக்கு ஏதாவது ஒரு காய்கறி, பழம் பற்றி அது எங்கே இருந்து நம்ம நாட்டுக்கு வந்தது, அதோட ஆங்கிலப் பேர் என்ன, தமிழ்ப் பேர் என்ன, அதில் என்ன சத்து, உடலுக்கு எவ்வளவு கலோரி வெப்பம் தேவை, அதுக்கு என்னென்ன சாப்பிடணும், எது ஆரோக்கியமான உணவுன்னு வரைபடம், பட்டியல் எல்லாம் போட்டுக் கலக்கிட்டாங்கடா. .எங்க தாத்தா வீட்டுல அந்தக் காலத்து லிப்கோ டிக்ஷனரி, அப்புறம் ஏதேதோ புத்தங்களில் பார்த்த ஞாபகம். சாந்தன் இணையதளத்தில் இருந்து எடுத்து வகை வகையான பூ, பழம், காய், மீன்கள் எல்லாவற்றுக்கும் தமிழ் அருஞ்சொற்கள் பட்டியல் வேற போட்டிருக்காங்கடா. . . அருமை. அருமை.

பசங்களா. . .எங்கே எனக்கு ஒரு நன்றியும் சொல்லாம, நீங்க ஏழு பேரும் ஒருத்தொருக்கொருத்தர் பேசிக்கிட்டிருக்கீங்க. .

ஸாரி மாமா! உங்களுக்கு மட்டும் இல்ல, 48 பக்கங்கள், அழகான வடிவமைப்பு, ஈர்க்கிற மாதிரி அட்டைப் படங்கள் எல்லாம் இருந்தும் ஒவ்வொரு புத்தகமும் இருபத்தைந்து ரூபாய்க்கே கிடைக்க வச்சிருக்காங்களே, அந்த பாரதி புத்தகாலயத்துக்கும் நன்றி.

கேள்வி ஞானக் கதைகள், அரபு, உருது, துருக்கி, பர்மிய, கொரிய, ஜப்பானிய, ஆந்திர நாட்டுப்புறக் கதைகள், கற்பனை கலந்த உண்மைக்

கதைகள், தாத்தா பாட்டி சொன்ன கதைகள்... என எல்லாவற்றையும் தன்னுடைய பையனோடு ஆர்வத்தோட விவாதிச்சு அவனோட கருத்தையும், கற்பனையும் சேர்த்துப் பிசைந்து இத்தனை கதைகளை மீண்டும் வாசிப்பு உலகத்துக்கு வழங்கி இருக்கிற எஸ். ராமகிருஷ்ணன் அவங்களுக்கும், சுட்டிப்பயல் ஆகாஷுக்கும் வாழ்த்துக்களும், நன்றியும் சொல்லணும்... எனக்குக்கூட நான் சிந்திக்கிற கதைகளை ஏன் எழுதிப் பார்க்கக் கூடாதுன்னு தோணுது.

ஆமாம். எஸ்.ரா. விரும்புறதும் அதுதான்.. கொலமபஸை விடவும், யுவான் சுவாங்கை விடவும் அதிகமாக உலகம் சுற்றிய பயணி கதைகள்தான்னு சொல்றார். கற்பனை வளர்க்கவும், அறிவுத்திறன் மேம்படவும் கதைகள் தேவை என்று முன்னுரையில் அவர் சொல்றதை நானும் வழி மொழிகிறேன். புத்தங்களைப் பகிர்ந்து படிங்க. .காசு கிடைச்சா புத்தகத்திற்காகச் சேமிச்சு வையுங்க.., அடுத்த சந்திப்புல பாக்கலாம்..

புதிய புத்தகம் பேசுது
செப்டம்பர் 2011

கர்ண மோட்சம்

மறக்க முடியாத குறும்படம்

கிராபியன் பிளாக்

எழுத்தாளர் எஸ்.ராமகிருஷ்ணனின் கதை, வசனத்தில் உருவான கர்ண மோட்சம் தமிழ் குறும்படச் சூழலில் மிக முக்கிய பதிவு. அதற்கு இக்குறும்படம் பெற்றிருக்கும் எண்ணற்ற விருதுகளே சான்று! உலகமயமாகிவிட்ட வாழ்க்கைச் சூழலில் பொருளாதாரமற்ற கலைஞனின் நாட்கள், போரின் நாட்களை விடவும் மோசமானவை. அன்றாட வாழ்க்கையை நகர்த்துவதற்கே பெரும்பாடாய் போன இச்சமூகத்தில் கலைஞனின் இருப்பு அரிய பொக்கிஷம்தான். ஒவ்வொரு கலைஞனின் கனவும் தான் பிறந்த தேசம் தன் படைப்பைத் தலையில் தூக்கி வைத்துக்கொண்டு கொண்டாட வேண்டுமென்பது இல்லை. தன்னை அங்கீகரிக்க வேண்டுமென்பதுதான். ஆனால் மாற்றாக, சமூகம் அவன் உயிரோடிருக்கும்போது அவனைப் பட்டினி போட்டு, அகண்ட தெருக்களின் ப்ளாட்பாரங்களில் தங்கவைத்து, மன உளைச்சலுக்கு ஆளாக்கி, அவனை நிர்மூலப்படுத்தி சமூகத்தின் விளிம்பு நிலையில் தள்ளி, அவன் வாழ்வைச் சூறையாடி விடுகிறது. மரணத்திற்குப் பிறகான நாட்களில்தான் அவனது படைப்பை சமூகம் கண்டு கொள்கிறது அல்லது ஒவ்வொரு படைப்பும், படைப்பாளியின் இறப்பிற்குப் பிறகே அடையாளப்படுத்தப்படுகிறது. படைப்பாளி இல்லாத சூழலில் படைப்பை போற்றி, புகழ்வதால் கிடைக்கும் சந்தோஷங்கள் அற்பமானவை. நிறந்தரமற்றவை.

நகரத்தில் இருக்கும் பள்ளி ஒன்றில் தன்னுடைய கூத்துக் கலையை நிகழ்த்திக் காட்டி அதன் மூலம் பணம் பெறுவதற்காக, கூத்துக் கலைஞர் ஒருவர் கிராமத்திலிருந்து கிளம்பி நகரத்திற்கு தன் மகனோடு வருகிறார். உடன் வரும் மகன், தெருவில் கிடக்கும் கோக் டப்பாவை கையில் எடுத்து ஆச்சர்யத்துடன் பார்த்து, அதை தன் வாயில் வைத்துக் குடிக்கப் பார்க்கிறான். அதைப் பார்க்கும் அந்த கூத்துக் கலைஞர், பையனை அதைக் கீழே போடச் சொல்லிவிட்டு உடன்

அந்தப் பள்ளிக்கு அழைத்துச் செல்கிறார். பள்ளி யாருமற்று, அமைதியாக இருக்கிறது. அவர் பள்ளியின் விழா அரங்கத்திற்குள் செல்ல, அது இருண்டு கிடக்கிறது. பள்ளியில் யாருமில்லாததைக் கண்டு குழப்பமடையும் அவர், அங்கே வேலை செய்யும் வாட்ச்மேனிடம் விசாரிக்கிறார். எதிர்பாராதவிதமாக பள்ளியின் ஆசிரியர்களில் ஒருவர் இறந்து போய்விட்டதால், பள்ளிக்கு விடுப்பு அளிக்கப்பட்டுள்ளதாகவும், இதனால்தான் யாருமில்லையென்றும் அவர் கூறுகிறார். கையில் சொற்பக் காசோடு அவர் கிளம்பி வந்துவிட்டதால், திரும்பி ஊர்போய்ச் சேர காசு வேண்டும். அதற்கு என்ன செய்வது என்று அந்தக் கூத்துக் கலைஞர் யோசிக்க... வாட்ச்மேன், "பிரின்சிபல் மேடத்தைப் போய்ப் பாருங்க! அவங்க உங்களுக்கு ஏதாவது உதவலாம்" என்று கூறி, அவருடைய தொலைபேசி எண்ணைக் கொடுக்கிறான். பள்ளியின் தலைமையாசிரியைக்கு, ஒரு ரூபாய் தொலைபேசியில் அவர் அழைக்க, எதிர்முனையில், "நாங்க முட்டுக்காட்டுக்கு பிக்னிக் வந்திருக்கோம். வீட்டிற்கு வர, இரவு ஒன்பது மணிக்கு மேல் ஆகிவிடும். அதுவரை உங்களால் காத்திருக்க முடியுமா? வீட்டிற்கு வந்ததும், நான் உதவுகிறேன்" என்கிறார் தலைமையாசிரியை! நம்பிக்கை தளர்ந்தவராய் அந்தக் கூத்துக் கலைஞர் போட்ட வேடத்துடன் செய்வதறியாது திகைக்கிறார். அவரது மகனோ பசிக்கிறது, எதையாவது வாங்கிக் கொடு என்று நச்சரிக்கிறான். அவர் அருகிலிருக்கும் சாலையோர டீக்கடையில் அவனுக்கு டீயும், வடையும் வாங்கிக் கொடுத்துவிட்டு, அவர் ஒரு டம்ளர் தண்ணீர் மட்டும் குடிக்கிறார். மறுபடியும் ஒரு டம்ளர் தண்ணீர் கடைக்காரனிடம் கேட்கும்போது அவன் அவரை, "ஒரு வடை, டீயை வாங்கிட்டு ஒன்பது முறை தண்ணீர் கேட்கிறீயே...வேண்டும்னா காசு கொடுத்து, தண்ணீர் பாக்கெட் வாங்கிக் குடி" என்று திட்டுகிறான். உடன் இருக்கும் மகனோ, தனக்கு கிரிக்கெட் பேட் உட்பட இன்னும் பிற விளையாட்டு பொருட்கள் வாங்கித் தர முடியுமா? முடியாதா? என்று கேள்வி கேட்கிறான். அவர் கோபத்தில் அவனைத் திட்ட, அவனும் அவரைத் திட்டுகிறான். பிறகு, கோபித்துக்கொண்டு செல்கிறான்.

மனம் நொந்தவராக, அந்தக் கூத்துக் கலைஞர் அருகிலிருக்கும் சிமெண்ட் பெஞ்சில் அமருகிறார். அப்போது அங்கே வரும் டீக்கடைச் சிறுமி அவருடைய வேடத்தைப் பார்த்துச் சிரிக்கிறாள். அவரும் அந்த சிறுமியைப் பார்த்துப் புன்னகைக்கிறார். அந்தக் கூத்துக் கலைஞர் அந்த சிறுமியின் பெயரைக் கேட்க, அவள் தரையில் தன் பெயரை "ஜானகி' என்று எழுதிக்காட்டுகிறாள். கூத்துக் கலைஞர் தன்னுடைய கூத்தை உனக்குச் சொல்லித்தரவா? என்று கூறி கூத்தின் அடிப்படை பாடல் ஒன்றைப் பாடி, ஆடியபடியே தன் பின்னாலேயே அவளையும் ஆடச் சொல்லுகிறார். அவள் உற்சாகத்துடன் ஆடத் துவங்கும்போது, அவளது முகத்தில் வெந்நீரை ஊற்றுகிறான் டீக்கடைக்காரன். அவளை அறைந்து, "உனக்கு சோறு போடறதே தண்டத்துக்கு! இதில் கூத்து வேறு கத்துக்கப் போறியா?"

என்று கூறி அவளைத் தரதரவென இழுத்துச் செல்லுகிறான். கூத்துக் கலைஞர் அதிர்ச்சியில் உறைந்துபோய் நிற்கிறார். ஒரு தனியறையில் அவர் ஆடும் கூத்து காட்டப்படுகிறது. பிறகு, அவர் தன் மகனை அழைத்துக்கொண்டு தெருவில் இறங்கி, தனது கிராமம் நோக்கி நடக்கத் துவங்குகிறார். வழியில் தனது தலையில் இருக்கும் கூத்துப் பாகையை கழற்றித் தெருவில் வீசிவிட்டு ஆசுவாசமாய் நடக்கத் துவங்குவதோடு படம் நிறைவடைகிறது.

இன்றைய சூழலில் கூத்துக் கலைஞர்களின் வாழ்க்கை எவ்வளவு நெருக்கடிகளுக்குள்ளும், அவலங்களுக்குள்ளும் சிக்கிக் கொண்டிருக் கிறது என்பதை யதார்த்தத்தின் தளத்தில் நின்று சொல்லும் படம்தான் "கர்ண மோட்சம்'. இதில் கூத்துக் கலைஞராக தோன்றி நடித்திருக்கிறார் கூத்துப்பட்டறையைச் சேர்ந்த ஜார்ஜ். மிகச் சரியான பாத்திரத் தேர்வு. அவரின் முக பாவங்களும், இயல்பான வசன உச்சரிப்பும் படத்தின் அழுத்தத்தை மேலும் செறிவுபடுத்துகிறது. சரியான கதைக் கருவையும், களனையும் தேர்ந்தெடுத்ததிலேயே தனது படைப்பின் முதல் வெற்றியை அடையும் முரளி மனோகர், அதனுடன் தனது சமூகம் மீதான விமர்சனப் பார்வையையும் வைத்திருக்கிறார். தன் வீட்டிற்குத் தண்ணீர் கேட்டு வந்தால், குளிர்ந்த மோர் கொடுத்து, உபசரித்த தமிழ்ச் சமூகம் இன்று தண்ணீரை வியாபாரக் கண்ணோட் டத்தோடு பார்க்கும் அவல வாழ்க்கையையும் அதனோடு தமிழர்களின் கலாச்சாரத்தையும், பண்பாட்டையும் கெடுத்ததற்குப் பின்னால் ஒளிந்திருக்கும் பொருளா தாரமயத்தையும் தோலுரித்துக் காட்டுகிறது (டீக்கடையில் தண்ணீர் கேட்டுக் கூத்துக் கலைஞர் அவமானப்படும் காட்சி) "கர்ண மோட்சம்' குறும்படம். உலகமயத்தால் ஏற்பட்டிருக்கும் பல்வேறு தாக்கங்களில் கலைகளுக்கும், கலைஞர்களுக்கும் ஏற்பட்டிருக் கும் வீழ்ச்சியும் ஒன்று. கிராமங்களில் நிகழ்த்தப்படும் கூத்துக் கலைகள், நாடகங்கள் போன்றவை மேற்கத்திய நடனங்களாகவும், ஆடியோ வீடியோக்களாகவும் மாறியிருப்பதை, இதனால் அவர்கள் நகரம் நோக்கி இடம்பெயர்ந்து பிச்சைக்காரர்களாய் பிழைப்பு நடத்த நேர்ந்தன.த மிகுந்த வலியுடன் சொல்லிச் செல்வதோடு, தலைமுறை இடைவெளியையும் படம் தனது உள்ளுறையாக வைத்திருக்கிறது. மனதில் கறை படியாத மழலைப் பருவத்தின் நடு இரவுகளில், உறக்கத்தைக் கலைத்து அம்மா கூத்துப்பார்க்க அழைத்துச் செல்லுவாள். பாதி இரவில் தூக்கம் கலைந்தும், கலையாததுமாக கண்ணைப் பறிக்கும் விளக்குகளின் முன்னணியில் அப்பா பெண் வேடமிட்டு நடித்த காட்சியும், கம்பீரமும் ஒருகணம் மனக்கண்ணில் தோன்றி மறைந்தன. அந்தக் கம்பீரம் அவர் காலையில் பழைய சாதத்தையும், பச்சை மிளகாயையும் கடித்து உண்டு கொண்டி ருக்கும்போது காணாமல் போயிருக்கிறது. இந்த முரண்பாட்டின் வலியைப் பலநாள் பார்த்துப் பழகியதால்தான் என்னவோ? படம் மனதின் பெரும் பாதிப்பிலிருந்து விலக மறுக்கிறது. கும்பகோணத்தைப்

பிறப்பிடமாகக் கொண்ட இயக்குனர் முரளி மனோகர், சென்னை – தரமணியில் உள்ள எம்.ஜி.ஆர். அரசு திரைப்படம் மற்றும் தொலைக் காட்சி கல்லூரியில் இயக்குனர் பிரிவில் மூன்றாண்டுகள் பயின்றவர். கல்லூரியில் பயின்றபோது இவர் எடுத்த இறுதியாண்டு படமான *கர்ண மோட்சம் 2008*-ம் ஆண்டிற்கான கலை மற்றும் பண்பாட்டைப் பறைசாற்றும் சிறந்த குறும்படம் என்ற பிரிவில், தேசிய விருதைப் பெற்றுள்ளது. மேலும், இப்படத்திற்கு மூன்று மாநில அரசு விருதுகளும், இரண்டு தேசிய அளவிலான விருதுகளும், கனடா சர்வதேச தமிழ்க் குறும்பட விழாவில் நான்கு விருதுகளும் என இருபத்தைந்திற்கும் மேற்பட்ட விருதுகளை இப்படம் பெற்றுள்ளது. அதுமட்டுமின்றி, தமிழ்நாடு முற்போக்கு எழுத்தாளர் – கலைஞர்கள் சங்கத்தின் சிறந்த குறும்படத்திற்கான விருதும் கிடைத்துள்ளது என்பது குறிப்பிடத்தக்கது.

(இணையம்)